ഒളിവുകാല സ്മൃതികൾ

olivukala smrithikal

•

e k nayanar

•

first edition
december 1994

•

second edition
february 1999

•

third edition
august 2015

•

typesetting
star communications, thiruvananthapuram

•

published
chintha publishers, thiruvananthapuram

•

cover
vinod

വിതരണം

ദേശാഭിമാനി ബുക്ക് ഹൗസ്

H O തിരുവനന്തപുരം-695 035
phone: 0471-2303026, 6063026
www.chinthapublishers.com
chinthapublishers@gmail.com

ബ്രാഞ്ചുകൾ

ഹെഡ്ഓഫീസ് ബ്രാഞ്ച് കുന്നുകുഴി • സ്റ്റാച്യു തിരുവനന്തപുരം • കെ എസ് ആർ ടി സി ബസ് സ്റ്റേഷൻ ആലപ്പുഴ • കെ എസ് ആർ ടി സി ബസ് സ്റ്റേഷൻ എറണാകുളം • ചിറ്റൂർ റോഡ് എറണാകുളം • മച്ചിങ്ങൽ ലെയ്ൻ തൃശൂർ • ഐ ജി റോഡ് കോഴിക്കോട് • മാവൂർ റോഡ് കോഴിക്കോട് • എൻ ജി ഒ യൂണിയൻ ബിൽഡിങ് കണ്ണൂർ • സെൻട്രൽ ബസ് ടെർമിനൽ കോംപ്ലക്സ് താവക്കര കണ്ണൂർ

CR - 1446 / 3715

ഒളിവുകാല സ്മൃതികൾ

ഇ കെ നായനാർ

ചിന്ത പബ്ലിഷേഴ്സ്
തിരുവനന്തപുരം-695 035

ഇ കെ നായനാർ

1918 ൽ കല്യാശ്ശേരിയിൽ ജനിച്ചു. വിദ്യാർഥിയായിരിക്കുമ്പോൾത്തന്നെ രാഷ്ട്രീയത്തിൽ ആകൃഷ്ടനായി. ബാലസംഘം, വിദ്യാർഥി ഫെഡറേഷൻ, യുവജനസംഘം തുടങ്ങിയ സംഘടനകളിൽ പ്രവർത്തിച്ചു.
കയ്യൂർ കേസിൽ പ്രതി. പിടികൊടുക്കാതെ ഒളിവിൽ പോയി. 1940 മുതൽ 1946 വരെയും 1948 മുതൽ 1951 വരെയും അടിയന്തരാവസ്ഥക്കാലത്തും ഒളിവിൽ.
1939 ൽ ആറോൺ മില്ലിലെ സമരത്തോടനുബന്ധിച്ച് ആദ്യമായി അറസ്റ്റിലായി. 1962 ലും 1964 ലും ജയിലിൽ കിടന്നു.
അവിഭക്ത കമ്യൂണിസ്റ്റ് പാർട്ടിയുടെ സംസ്ഥാന എക്സിക്യൂട്ടീവിലും നാഷണൽ കൗൺസിലിലും അംഗം. കോഴിക്കോട് ജില്ലാ കമ്മിറ്റി സെക്രട്ടറി. 1964 ൽ സി പി ഐയുടെ നാഷണൽ കൗൺസിലിൽനിന്ന് ഇറങ്ങിവന്ന 32 പേരിലൊരാൾ. സി പി ഐ (എം) രൂപംകൊണ്ടത് മുതൽ കേന്ദ്രക്കമ്മിറ്റി അംഗം. 2004 മേയ് 19 ന് മരിക്കുംവരെ പൊളിറ്റ് ബ്യൂറോ അംഗം.
1967–70 ൽ പാർലമെന്റ് അംഗം. 1980–82 ലും 1987–91 ലും 1996 – 2001 ലും മുഖ്യമന്ത്രിയായി തിരഞ്ഞെടുക്കപ്പെട്ടു. കേരളത്തിൽ ഏറ്റവും കൂടുതൽ കാലം മുഖ്യമന്ത്രിപദം അലങ്കരിച്ചു.
1946–48, 1951–52, 1960–65 കാലത്ത് *ദേശാഭിമാനി* പത്രാധിപസമിതി അംഗം. *ദേശാഭിമാനി*യുടെ ചീഫ് എഡിറ്ററായും പ്രവർത്തിച്ചിട്ടുണ്ട്.
വിപ്ലവാചാര്യനായ ലെനിൻ, കാൾ മാർക്സ്, പുരോഗമന സാഹിത്യചരിത്രാവലോകനം, മാർക്സിസം ഒരു മുഖവുര, കേരളം ഒരു രാഷ്ട്രീയപരീക്ഷണശാല, കേരളചരിത്രത്തിലെ ചില ഏടുകൾ, ഓർമയിൽ ജീവിക്കുന്നവർ, ഗാന്ധി–നെഹ്റു: ഒരു പഠനം, ഒരു കമ്യൂണിസ്റ്റുകാരന്റെ കുടുംബബന്ധങ്ങൾ, സാഹിത്യവും സംസ്കാരവും, My Struggle, വിപ്ലവാചാര്യൻമാർ, എന്റെ ചൈനാ ഡയറി, നേരെ ചൊവ്വെ, ഗോമാംസം മുതൽ ചന്ദനക്കുറി വരെ തുടങ്ങിയവയാണ് പ്രധാന കൃതികൾ.

ഉള്ളടക്കം

പ്രസാധകക്കുറിപ്പ്

സ. ഇ കെ നായനാരുടെ ഒളിവുജീവിതത്തിലെ അനുഭവങ്ങളാണ് ഈ ലഘുഗ്രന്ഥത്തിൽ. മൂന്നുഘട്ടങ്ങളിലാണ് നായനാർ ഒളിവിൽ കഴിഞ്ഞു കൊണ്ട് പാർട്ടി പ്രവർത്തനത്തിൽ നേതൃത്വപരമായ പങ്ക് നിർവഹിച്ചത്. 1940 സെപ്തംബർ മുതൽ 1946 ജൂൺ വരെയും, 1948 ഏപ്രിൽ മുതൽ 51 ആദ്യം വരെയും, പിന്നീട് അടിയന്തരാവസ്ഥ കാലഘട്ടവുമായിരുന്നു അദ്ദേഹം ഒളിവിൽ കഴിഞ്ഞിരുന്നത്. മൂന്നുഘട്ടങ്ങളിലെയും വ്യത്യസ്തതയുള്ള അനുഭവങ്ങളെ വരച്ചുകാട്ടുന്നതോടൊപ്പം, കർഷകരും, തൊഴിലാളികളും ഇതര വിഭാഗത്തിലെ അധ്വാനിക്കുന്നവരും പാർട്ടിക്കും നേതാക്കൾക്കും പകർന്നുകൊടുത്ത സ്നേഹവും, ആവേശവും ആത്മവിശ്വാസവും നായനാർ വിവരിക്കുന്നു. ഒളിവു പ്രവർത്തനത്തിന്റെ മൂന്നുഘട്ടങ്ങളിലും പാർട്ടിയെയും പ്രസ്ഥാനത്തെയും സംരക്ഷിക്കാൻ നിരവധി സഖാക്കളും അനുഭാവികളും കുടുംബങ്ങളും അനുഭവിച്ചിട്ടുള്ള ത്യാഗവും പീഡനങ്ങളും ഇതിൽ പരാമർശിക്കുന്നു.

സമകാലിക രാഷ്ട്രീയ സാഹചര്യത്തിൽ ഈ അനുസ്മരണത്തിന് വമ്പിച്ച പ്രസക്തിയുണ്ട്. 1994 ഡിസംബറിൽ ഒന്നാം പതിപ്പായി ചിന്ത പുറത്തിറക്കിയ ഈ ഗ്രന്ഥത്തിന്റെ പുതിയ പതിപ്പാണിത്. സദയം സ്വീകരിക്കുക.

ചിന്ത പബ്ലിഷേഴ്സ്

ആമുഖം

എന്റെ ഒളിവുജീവിതത്തിലെ ഓർമകൾ. അരനൂറ്റാണ്ടുമുമ്പത്തെ ഒരുപിടി അനുഭവങ്ങളിൽനിന്ന് ചില പാളികൾ മാത്രം ഞാനിവിടെ അടർത്തിവെക്കുന്നു. അവ ഒരുപക്ഷേ, അപൂർണങ്ങളാകാം. ഒളിമങ്ങിയതാകാം. എങ്കിലും ഞാൻ ആ ഓർമച്ചെപ്പ് തുറക്കുകയാണ്. മൂന്ന് ഘട്ടങ്ങളിലായി പത്തിലധികം വർഷങ്ങളിലെ ഒളിവുജീവിതം സമ്മാനിച്ച അനുഭവസമ്പത്ത്. ആത്മധൈര്യത്തിന്റെ, സുഖദുഃഖത്തിന്റെ, ആവേശത്തിന്റെ, ഹതാശയുടെ...... അങ്ങനെ എന്തെന്തെല്ലാം.

മൂന്ന് ഘട്ടങ്ങളിലായാണ് എന്റെ ഒളിവുജീവിതകഥ പരന്നുകിടക്കുന്നതെന്ന് പറഞ്ഞല്ലോ. 1940 സപ്തംബർ മുതൽ 46 ജൂൺ വരെയും 48 ഏപ്രിൽ മുതൽ 51 ആദ്യംവരെയും പിന്നീട് അടിയന്തരാവസ്ഥഘട്ടത്തിലും. അങ്ങനെ പത്ത് കൊല്ലത്തിലധികം കാലത്തെ അജ്ഞാതവാസം കൊണ്ട് കൈവന്ന ഒട്ടേറെ അനുഭവങ്ങൾ. സഹിച്ച യാതനകളും പീഡനങ്ങളും. അവ വിതച്ച ആവേശവും നിശ്ചയദാർഢ്യവും. ചുവപ്പുനക്ഷത്രം വിരിയുന്ന നാളെകൾക്കുവേണ്ടിയുള്ള നീണ്ട യാത്രയിൽ അഭയംതന്ന കുടുംബങ്ങൾ. ഇല്ലായ്മയുടെ നടുവിലും ഭീഷണിയുടെയും മർദനത്തിന്റെയും നടുക്കയത്തിലും എന്നെ സുരക്ഷിതനായി കാത്തുസൂക്ഷിച്ച സഖാക്കളും കുടുംബാംഗങ്ങളും. ഞാൻ താണ്ടിയ വഴികളിലെ കൈത്തിരികളാണവർ. ഇന്നും അവരാണെന്റെ പ്രേരകശക്തി.

ഓർമകളായി മാറിയ സംഭവങ്ങളുടെ കൃത്യമായ വർഷം, മാസം, ദിവസം ഇവയൊന്നും അതേപടി രേഖപ്പെടുത്താൻ എനിക്കിവിടെ കഴിഞ്ഞിട്ടില്ല. ഇക്കാര്യം പല സഖാക്കളും നേരത്തെ എന്നോട് സൂചിപ്പിച്ചിട്ടുണ്ട്.

ഒളിവുജീവിതവേളയിൽ എന്റെ മാർഗദർശികളും അഭയമരുളിയ

വരും അന്നദാതാക്കളുമായിരുന്ന പലരും ഇന്ന് ജീവിച്ചിരിപ്പില്ല. ഉള്ള വരെ പലരെയും പിന്നീട് കാണാനും ഇടവന്നിട്ടില്ല. എങ്കിലും അവരുടെ ചിത്രം ഇന്നും മനസിൽ മായാതെ നിൽക്കുന്നു. അവരിൽ പലരുടെയും പേർ കൃത്യമായി ഓർക്കാൻ കഴിയുന്നില്ല. പല പേരുകളും മാറിപ്പോ യെന്നും വരാം. എങ്കിലും കൺമണിപോലെ എന്നെ കാത്തുസൂക്ഷിച്ച അവരുടെ ഓരോ വാക്കും ചലനവും എന്നെ കഴിഞ്ഞ കാലങ്ങളിലേക്ക് വലിച്ചടുപ്പിക്കുന്നു. പഴമനസിൽനിന്ന് അടുക്കും ചിട്ടയുമില്ലാതെ ഓടി യെത്തുന്ന ഓർമകൾ, മായാത്ത സ്മൃതികൾ, അവ അപൂർണങ്ങളാ ണെങ്കിൽക്കൂടി എന്റെ വായനക്കാർ പൊറുക്കുമെന്ന് പ്രതീക്ഷിക്കുന്നു.

ആദ്യത്തെ ഒളിവുകാലം വടക്കേ മലബാറിലാണ് കഴിച്ചുകൂട്ടിയ തെങ്കിൽ രണ്ടാം ഘട്ടം തിരുവിതാംകൂറിലായിരുന്നു ചെലവഴിച്ചത്. പാർട്ടി സെക്രട്ടറിയായിരുന്ന കാലത്തായിരുന്നു മൂന്നാംഘട്ട ഒളിവുജീവിതം.

ഈ മൂന്ന് ഘട്ടങ്ങളിലെയും അനുഭവങ്ങളും രീതികളും വ്യത്യ സ്തമായിരുന്നു. ഒളിവുജീവിതം എങ്ങനെ സംഘടിപ്പിക്കണം എന്ന അനുഭവം ആദ്യകാലത്ത് തികച്ചും അന്യമായിരുന്നു. ഒളിവുജീവിത ത്തെക്കുറിച്ച് ലെനിന്റെ ചില ഗ്രന്ഥങ്ങളിൽ വായിച്ച അനുഭവമേ ഉണ്ടാ യിരുന്നുള്ളൂ. പിന്നീട് ഒളിവുപ്രവർത്തനം എങ്ങനെ സംഘടിപ്പിക്കണ മെന്ന് പ്രായോഗിക പ്രവർത്തനത്തിലൂടെ മനസിലായി.

കടുത്ത മർദ്ദനമുറകൾ അഴിച്ചുവിട്ട ഫാസിസ്റ്റ് വാഴ്ചയിലായി രുന്നു രണ്ടാമത്തെ ഒളിവുജീവിതം നയിക്കേണ്ടിവന്നത്. ഒരു പ്രത്യേക തയുള്ളതായിരുന്നു മൂന്നാമത്തെ ഘട്ടം. അടിയന്തരാവസ്ഥക്കാലത്ത് അധികവും ഉപയോഗിച്ചത് കാറുകളായിരുന്നു. നടന്നാൽ എത്താവുന്ന തിനേക്കാളധികം ദൂരെ പാർട്ടിയോഗങ്ങൾ ചേരാനും സംഘടിപ്പിക്കാനും സ്ഥലം കണ്ടെത്തുകയായിരുന്നു ഉദ്ദേശ്യം. കാറുകൾ ഉപയോഗിച്ചുള്ള ഒളിവുപ്രവർത്തനം ആദ്യപരീക്ഷണമായിരുന്നു. ഇത്രയും ഞാനിവിടെ എടുത്തുപറഞ്ഞത് ഒരു കാര്യം വ്യക്തമാക്കാനാണ്. ജനപിന്തുണ യുള്ള ഒരു പാർട്ടിക്ക് ഏത് പ്രതിസന്ധിയെയും നിഷ്പ്രയാസം അതിജീ വിക്കാനാവും. ലെനിൻ പറഞ്ഞതുപോലെ ജനപിന്തുണയില്ലാത്ത പാർട്ടിക്ക് ശത്രുക്കളെ നേരിടാനാവില്ല. വെള്ളത്തിലെ മത്സ്യംപോലെ യാണ് ജനപിന്തുണയുള്ള തൊഴിലാളിവർഗപ്പാർട്ടി.

ബാലാരിഷ്ടതകളുടെ നാളുകളിൽ പാർട്ടിയെയും പ്രസ്ഥാന ത്തെയും സംരക്ഷിക്കാൻ നിരവധി സഖാക്കളും അനുഭാവികളും അവ രുടെ കുടുംബങ്ങളും അനുഭവിച്ചിട്ടുള്ള ത്യാഗവും പീഡനങ്ങളും ഞാനിപ്പോഴും ഓർക്കുന്നു. വെറുംവാക്കുകളിൽ മാത്രമൊതുങ്ങുന്നതല്ല എനിക്കവരോടുള്ള കടപ്പാട്. മർദനമുറകളെ അതിജീവിച്ച് പ്രസ്ഥാ നത്തെ കാത്തുസൂക്ഷിക്കാൻ ആ കുടുംബങ്ങൾ നടത്തിയ പ്രവർത്തന ങ്ങൾ ഈ പുസ്തകത്തിൽ കുറെയെല്ലാം രേഖപ്പെടുത്താൻ കഴിഞ്ഞിട്ടു ണ്ടെന്നുള്ളത് ചാരിതാർഥ്യജനകമാണ്.

പട്ടിണി കിടന്നാണെങ്കിലും എന്നെയും സഖാക്കളെയും ഊട്ടിയ

വീട്ടമ്മമാരോടുള്ള കടപ്പാട് എന്നും അങ്ങനെതന്നെ നിലനിൽക്കണമെന്നാണ് എന്റെ ആഗ്രഹം. കണക്കുപറഞ്ഞ് തീർക്കാവുന്നതല്ല ആ അമ്മമാരും അവരുടെ മക്കളും ചെയ്തുതന്ന ഉപകാരങ്ങൾ.

വടക്കേ മലബാറിൽ പിറന്നുവീണ കർഷകസംഘത്തിന്റെ നേതൃത്വത്തിൽ കേരളത്തിലെ കൃഷിക്കാർ നടത്തിയ സമരങ്ങൾക്കും ചരിത്രത്തിൽ എഴുതിച്ചേർത്ത അധ്യായങ്ങൾക്കും കൈയും കണക്കുമില്ല. അതിൽ എളിയതെങ്കിലും എന്റേതായ പങ്കുവഹിക്കാൻ കഴിഞ്ഞുവെന്നത് എന്നെ ഏറെ ചരിതാർഥനാക്കുന്നു. അതിനുവേണ്ടി സഹിച്ച കൊടുംയാതനകളും കയ്പ്പേറിയ അനുഭവങ്ങളും അഗ്നിപരീക്ഷണങ്ങളും മനസിലിട്ട് ചികയുമ്പോൾ ഇന്ന് വല്ലാത്ത ഒരനുഭൂതി. എന്തെന്നില്ലാത്ത ആവേശം. ആ കാലഘട്ടത്തിലെ വീറുറ്റ സമരങ്ങളും പോരാട്ടങ്ങളും ഇന്നോർക്കുമ്പോൾ ഇന്നത്തെ രാഷ്ട്രീയ സാഹചര്യത്തിൽ പ്രശ്നങ്ങളോട് നാം അന്നത്തേതിൽനിന്ന് വ്യത്യസ്തമായ സമീപനങ്ങളാണ് കൈക്കൊള്ളുന്നതെന്ന് കാണാൻ കഴിയും. സാമ്രാജ്യത്വ ഭരണത്തിൻ കീഴിലെയും കോൺഗ്രസ് വാഴ്ചയ്ക്ക് കീഴ്പ്പെട്ട ആ കാലഘട്ടത്തിലെയും സാഹസികജീവിതത്തിന്റെ അന്തരീക്ഷവും അനുഭവവും ഒന്ന് വേറെ തന്നെയാണ്.

ആ രാഷ്ട്രീയ സാഹചര്യത്തിൽനിന്ന് വ്യത്യസ്തമായി പാർലമെന്ററി സമ്പ്രദായത്തിൽ ഏർപ്പെട്ടുകൊണ്ട് ഭരണാധികാരത്തിലേക്കും പ്രതിപക്ഷത്തിരുന്ന് ബഹുജനങ്ങളുടെ അവകാശങ്ങൾക്കുവേണ്ടിയുള്ള പോരാട്ടത്തിലേക്കും നീങ്ങിയ അനുഭവങ്ങളുണ്ടായി. അതുകൊണ്ടാണ് അരനൂറ്റാണ്ട് മുമ്പുള്ള ജീവിതത്തെപ്പറ്റി ഓർക്കുമ്പോൾ ഇന്നും ആവേശം.

കർഷകരും തൊഴിലാളികളും എനിക്കും ഞാൻ അങ്ങോട്ടും പകർന്നു നൽകിയ ആ ആവേശവും ആത്മവിശ്വാസവുമാണ് പല തീക്ഷ്ണാനുഭവങ്ങളുടെ നടുവിലും എനിക്ക് സാന്ത്വനമേകിയത്.

പുസ്തകങ്ങളിലും താത്വികഗ്രന്ഥങ്ങളിലുംനിന്ന് ലഭിച്ച അറിവും സമരത്തീച്ചൂളയിൽനിന്ന് കൈവരിച്ച ആർജവവുമാണ് എന്നെ ഞാനാക്കിയതെന്ന് ഞാൻ വിനയപൂർവം സ്മരിക്കട്ടെ.

ഇന്ന് വളർന്ന് പന്തലിച്ചു നിൽക്കുന്ന നമ്മുടെ പ്രസ്ഥാനത്തിന് ഊടും പാവും നൽകിയവരും ആ കണ്ണികൾ ഇഴചേർത്തവരും മാത്രമല്ല, രംഗത്തുവരാതെ, രേഖയിലില്ലാതെ പ്രസ്ഥാനത്തിന്റെ വളർച്ചയ്ക്കുവേണ്ടി നിറഞ്ഞ മനസോടെ പ്രവർത്തിച്ച സഖാക്കളെയും കുടുംബങ്ങളെയും ഒരിക്കൽക്കൂടി ഓർക്കാൻ ഞാൻ ഈ അവസരം വിനിയോഗിക്കട്ടെ. ആ അണിയറശിൽപ്പികൾക്ക് എന്റെ അഭിവാദനങ്ങൾ.

1

ഒളിവുജീവിതത്തിന്റെ കേളികൊട്ട്

“നീ കിഴക്കോട്ടേക്കു പോ. ഒറ്റയ്ക്ക് പോകുന്നതാണ് രക്ഷപ്പെടാനുള്ള ഏറ്റവും നല്ല മാർഗം” — കെ പി ആർ ഗോപാലൻ എന്നോട് പറഞ്ഞു.

പിന്നെ ഞാൻ ഒന്നും ആലോചിച്ചു നിന്നില്ല. നേരേ കിഴക്കോട്ടേക്ക് നടന്നു. ആ വഴിയിലൂടെ പോയാൽ കർണാടകത്തിലെത്തുമെന്ന് എനിക്കറിയാം.

കട്ടപിടിച്ച ഇരുട്ടിനെ കീറിമുറിച്ച് ഊടുവഴികളിലൂടെ നടന്നു. എന്റെ ഒളിവുജീവിതം ഇവിടെ ആരംഭിക്കുന്നു.

1940 സെപ്തംബർ 15 ന്റെ മൊറാഴസംഭവം കേരളചരിത്രത്തിൽ ഒരു വഴിത്തിരിവ് കുറിച്ചു. ആ സംഭവവുമായി ബന്ധപ്പെട്ടാണ് എന്റെ ഒളിവുജീവിതത്തിന്റെ തുടക്കം. അതിനാൽ എന്റെ ഒളിവുജീവിതത്തിന്റെ ചുരുൾ നിവർത്തുമ്പോൾ സെപ്തംബർ 15 ന്റെ സംഭവത്തെക്കുറിച്ച് ഒരു വിവരണം ആവശ്യമാണ്. മാത്രമല്ല, ആ ദിവസത്തെ സംഭവം പൂർണമായും മനസിലാക്കണമെങ്കിലോ കർഷകപ്രസ്ഥാനത്തിന്റെ ആരംഭത്തെക്കുറിച്ച് അറിയുകയും വേണം.

1935 ജൂലായ് കൊളച്ചേരി ഗ്രാമത്തിലെ നണിയൂരിൽ വിഷ്ണുഭാരതീയന്റെ ഭാരതീയമന്ദിരത്തിൽ ഒത്തുകൂടിയ കർഷകപ്രവർത്തകർ കൃഷിക്കാർ നേരിടുന്ന പ്രശ്നങ്ങളെക്കുറിച്ചും ജന്മിമാരുടെ കൊടിയ ക്രൂരതകളെക്കുറിച്ചും വിശദമായി ചർച്ച ചെയ്തു. കൃഷിക്കാരുടെ അവകാശങ്ങൾ നേടിയെടുക്കാനും ജന്മിമാരുടെ മർദനങ്ങൾ ചെറുക്കാനും തീരുമാനിച്ച അവർ കൃഷിക്കാരുടെ ഒരു സംഘടനയ്ക്ക് രൂപം നൽകി. വി എം വിഷ്ണുഭാരതീയനെ പ്രസിഡന്റും കെ എ കേരളീയനെ സെക്രട്ടറിയുമായി തിരഞ്ഞെടുത്തു. അങ്ങനെ വടക്കേ മലബാറിലെ

(കേരളത്തിലെതന്നെ) ആദ്യത്തെ കർഷകസംഘം പിറന്നുവീണു. പിന്നീട് ആ കർഷകസംഘത്തിന്റെ നേതൃത്വത്തിൽ കേരളത്തിലെ കൃഷിക്കാർ നടത്തിയ സമരങ്ങൾക്കും ചരിത്രത്തിൽ എഴുതിച്ചേർത്ത അധ്യായങ്ങൾക്കും കയ്യും കണക്കുമില്ല. മുഖ്യമായും കർഷകസമരം ഈ കാലഘട്ടത്തിൽ ചീറിയടിച്ചത് മലബാറിലായിരുന്നു.

1935 അവസാനമായപ്പോഴേക്കും കർഷകപ്രസ്ഥാനം ഇന്ത്യയുടെ ഇതരഭാഗങ്ങളിലും വളർന്നു വന്നു. കൃഷിക്കാർക്ക് അഖിലേന്ത്യാ സംഘടനയുടെ ആവശ്യം അനിവാര്യമായി. 1935 ഡിസംബറിൽ മീറത്തിൽ ചേർന്ന അഖിലേന്ത്യാ കോൺഗ്രസ് സോഷ്യലിസ്റ്റ് പാർട്ടി സമ്മേളനത്തിൽവെച്ച് എൻ ജി രങ്കയുടെ അനുയായികളും കമ്യൂണിസ്റ്റുകാരും സോഷ്യലിസ്റ്റുകാരും ചേർന്ന് പ്രാഥമിക കൂടിയാലോചന നടത്തി. അഖിലേന്ത്യാ കിസാൻ സംഘടന എന്ന ആശയം അവിടെ ഉടലെടുത്തു. തുടർന്ന് 1936 ആദ്യം ലക്നൗവിൽ ഇന്ത്യൻ നാഷണൽ കോൺഗ്രസിന്റെ സമ്മേളനം നടന്നപ്പോൾത്തന്നെ കൃഷിക്കാരുടെ പ്രത്യേകയോഗം ചേർന്ന് അഖിലേന്ത്യാ കിസാൻസഭ രൂപീകരിച്ചു.

സാമ്പത്തിക ചൂഷണത്തിൽനിന്ന് കൃഷിക്കാരെ പൂർണമായും മോചിപ്പിക്കലാണ് കിസാൻ പ്രസ്ഥാനത്തിന്റെ ഉദ്ദേശ്യം. കൃഷിക്കാർക്കും തൊഴിലാളികൾക്കും മറ്റ് ചൂഷിതവർഗങ്ങൾക്കും പരിപൂർണമായ സാമ്പത്തിക-രാഷ്ട്രീയ അധികാരം നേടിയെടുക്കുകയെന്നതും ഉദ്ദേശ്യങ്ങളിൽപ്പെട്ടിരുന്നു.

അങ്ങനെ സ്വാതന്ത്ര്യപ്രസ്ഥാനത്തിന്റെ ഭാഗമായി മേൽപ്പറഞ്ഞ ലക്ഷ്യങ്ങളോടെ വടക്കേ മലബാറിലും കർഷകപ്രസ്ഥാനം വളർന്നു പന്തലിക്കാൻ തുടങ്ങി. രാജ്യത്തിന്റെ മറ്റു ഭാഗങ്ങളിലെന്നപോലെ വടക്കേ മലബാറിലും കർഷകസംഘത്തിന്റെ നേതൃത്വത്തിൽ പട്ടിണി ജാഥകൾ സംഘടിപ്പിച്ചു. ഇന്ത്യൻ കർഷകർ നടത്തിയ ആധുനിക വർഗസമരത്തിന്റെ ആദ്യഘട്ടമായിരുന്നു ഈ പട്ടിണിജാഥകളെന്ന് പറയാം.

കൃഷിക്കാരുടെ വർഗബോധവും സംഘടനാശക്തിയും വർധിച്ചപ്പോൾ അവരുടെ അവകാശം നേടിയെടുക്കുന്നതിനുവേണ്ടി എങ്ങും പ്രകടനങ്ങളും യോഗങ്ങളും നടന്നു. പി നാരായണൻ നായർ പ്രസിഡന്റും കെ എ കേരളീയൻ സെക്രട്ടറിയുമായുള്ള മലബാർ കർഷക സംഘം പ്രകടനങ്ങൾക്കും സമ്മേളനങ്ങൾക്കും നേതൃത്വം നൽകി.

കർഷകപ്രസ്ഥാനം ശക്തിപ്പെട്ടതോടെ ജന്മിമാർക്ക് പഴയതുപോലെ കൃഷിക്കാരെ അടിച്ചമർത്താനോ ഉപദ്രവിക്കാനോ കഴിയാതായി. പക്ഷേ, അവർ വെറുതെയിരുന്നില്ല. കൃഷിക്കാരെ ദ്രോഹിക്കുന്നതിനുള്ള പല പുതിയ മാർഗങ്ങളും അവർ കണ്ടുപിടിച്ചു. കൃഷിക്കാരെ കള്ളക്കേസിൽ കുടുക്കി കോടതി കയറ്റുകയെന്നതായിരുന്നു പുതിയ പീഡനപരിപാടി. പൊലീസ് ഇവർക്ക് എല്ലാവിധ ഒത്താശയും ചെയ്തുകൊടുത്തു.

1939 സെപ്തംബർ ഒന്ന്. രണ്ടാം ലോകമഹായുദ്ധം പൊട്ടിപ്പുറപ്പെട്ടു. ഇന്ത്യക്കാരുടെ അഭിപ്രായമാരായാതെ ബ്രിട്ടൻ ഇന്ത്യയെ യുദ്ധത്തിൽ വലിച്ചിഴച്ചു. ഇതിൽ പ്രതിഷേധിച്ച് കോൺഗ്രസ് മന്ത്രിസഭകൾ രാജിവെച്ചു. മദിരാശിയിലെ മന്ത്രിസഭയും രാജി സമർപ്പിച്ചു. അവശ്യസാധനങ്ങളുടെ വില കുതിച്ചുകയറി. പൗരസ്വാതന്ത്ര്യങ്ങൾ നിഹനിക്കപ്പെട്ടു. പത്രങ്ങൾക്കുമേൽ സെൻസർഷിപ്പ് ഏർപ്പെടുത്തി. ഇടതുപക്ഷചായ്‌വുള്ള പല പത്രങ്ങളും നിരോധിച്ചു. യോഗങ്ങൾക്കും പ്രകടനങ്ങൾക്കും വിലക്കേർപ്പെടുത്തി.

അന്നത്തെ കെ പി സി സി നേതാക്കളായ ഇ എം എസും പി കൃഷ്ണപിള്ളയും ഒളിവിൽ പോയി. പിന്നീട് കെ ദാമോദരനും പി നാരായണൻ നായരും അബ്ദുറഹ്മാൻ സാഹിബും കെ പി സി സി ഭാരവാഹികളായി.

1940 സെപ്തംബർ 15 ന് പ്രതിഷേധദിനം ആചരിക്കാൻ കെ പി സി സി ആഹ്വാനം ചെയ്തു. ഈ ആഹ്വാനം പുറത്തുവരേണ്ട താമസം ചീഫ് സെക്രട്ടറിയുടെ അനുമതിക്കുപോലും കാത്തുനിൽക്കാതെ ജില്ലാ മജിസ്ട്രേട്ട് അത് നിരോധിച്ചു. നിരോധനം കാറ്റിൽ പറത്തി ദിനാചരണം വിജയമാക്കിത്തീർക്കാൻ കെ പി സി സി നിർദേശിച്ചു. മലബാറിൽ ഒരു ഡസനിലധികം സ്ഥലങ്ങളിൽ അന്ന് റാലികൾ നടന്നു.

ചിറയ്ക്കൽ താലൂക്കിലെ റാലി നടത്താൻ തീരുമാനിച്ചത് കല്യാശ്ശേരിക്കടുത്ത് കീച്ചേരിയിലാണ്. അന്നേദിവസം അവിടെ കർഷകസംഘം സമ്മേളനം നടക്കുമെന്നുകൂടി സംഘാടകർ അറിയിച്ചിരുന്നു. നിശ്ചിത സമയമായപ്പോഴേക്കും താലൂക്കിന്റെ പല ഭാഗങ്ങളിൽനിന്ന് ചെറുചെറു ജാഥകൾ കീച്ചേരിയിൽ എത്തിച്ചേരാൻ തുടങ്ങി.

വളപട്ടണം പൊലീസ് സ്റ്റേഷൻ അതിർത്തിയിൽപ്പെട്ട പ്രദേശമാണ് കീച്ചേരി. ജാഥകൾ കീച്ചേരിയിൽ എത്താൻ തുടങ്ങിയപ്പോഴേക്കും വളപട്ടണം പൊലീസ് സബ് ഇൻസ്പെക്ടർ കുട്ടികൃഷ്ണമേനോന്റെ നേതൃത്വത്തിൽ ഒരു സംഘം പൊലീസുകാർ അവിടെ വന്നിറങ്ങി. 144-ാം വകുപ്പുപ്രകാരം കീച്ചേരിയിൽ നിരോധനാജ്ഞ ഏർപ്പെടുത്തിയതായി കുട്ടികൃഷ്ണമേനോൻ പ്രഖ്യാപിച്ചു. തന്മൂലം യോഗം തൊട്ടടുത്ത മൊറാഴയിലെ അഞ്ചാം പീടികയിലേക്ക് മാറ്റാൻ സംഘാടകർ തീരുമാനിച്ചു. അഞ്ചാംപീടിക തളിപ്പറമ്പ് പൊലീസ് സ്റ്റേഷൻ അതിർത്തിയിൽപ്പെട്ട സ്ഥലമായിരുന്നു. എല്ലാവരും കീച്ചേരിയിൽനിന്ന് ജാഥയായി മൊറാഴയിലേക്ക് പോയി. അവിടെ ഏറ്റവുമൊടുവിൽ എത്തിച്ചേർന്നത് അറാക്കൽ കുഞ്ഞിരാമന്റെ നേതൃത്വത്തിൽ കയരളത്തുനിന്നുള്ള ജാഥയാണ്.

യോഗം നാലുമണിക്കാരംഭിച്ചു. പൊടുന്നനെ വളപട്ടണം സബ് ഇൻസ്പെക്ടർ കുട്ടികൃഷ്ണമേനോൻ, തളിപ്പറമ്പ് സബ് ഇൻസ്പെക്ടർ ബീരാൻ മൊയ്തീൻ, വളപട്ടണം ഹെഡ് കോൺസ്റ്റബിൾ, തളിപ്പറമ്പിലെ 14 കോൺസ്റ്റബിൾമാർ എന്നിവർ സ്ഥലത്തെത്തി. അഞ്ചാംപീ

ടിക തന്റെ അധികാരപരിധിയിലല്ലാത്തതിനാൽ വളപട്ടണം സബ് ഇൻസ്പെക്ടർ കുട്ടികൃഷ്ണമേനോൻ തളിപ്പറമ്പിൽപ്പോയി അവിടത്തെ സബ് ഇൻസ്പെക്ടറെയും കോൺസ്റ്റബിൾമാരെയും കൂട്ടി അഞ്ചാംപീടികയിൽ വരികയായിരുന്നു. അവിടെയും യോഗം നിരോധിച്ചു. ഇതറിഞ്ഞതോടെ ജനങ്ങൾ ക്ഷുഭിതരായി. നിരോധനം ലംഘിക്കാൻതന്നെ അവർ തീരുമാനിച്ചു. അവരുടെമേൽ പൊലീസുകാർ ചാടിവീണു. ലാത്തിച്ചാർജും വെടിവയ്പും നടന്നു. ജനങ്ങൾ തിരിച്ചടിച്ചു. തളിപ്പറമ്പ് സർക്കിൾ ഇൻസ്പെക്ടറും മജിസ്ട്രേട്ടും ഓടി രക്ഷപ്പെട്ടു. കുട്ടികൃഷ്ണമേനോന്റെ നേതൃത്വത്തിലുള്ള വളപട്ടണം പൊലീസ് സ്ഥലത്തുതന്നെ നിന്നു. അവർ വളണ്ടിയർമാരെ ആക്രമിക്കാനും വെടിവെക്കാനും മുതിർന്നു. കെ പി ആറും വിഷ്ണുഭാരതീയനും സ്ഥലത്തുതന്നെയുണ്ടായിരുന്നു.

അധ്യക്ഷനായിരുന്ന വിഷ്ണുഭാരതീയൻ സമാധാനപാലനത്തിന് അഭ്യർഥിച്ചെങ്കിലും കല്ലേറിൽ വീണുപോയി. അദ്ദേഹത്തെ ഉടനെ ഒരു വീട്ടിലേക്ക് കൊണ്ടുപോയി.

കെ പി ആർ വളണ്ടിയർമാരോടൊപ്പം ചെറുത്തുനിന്നു. ആ ചെറുത്തുനിൽപ്പിൽ കുട്ടികൃഷ്ണമേനോനും മറ്റൊരു ഹെഡ് കോൺസ്റ്റബിളും മരിച്ചുവീണു. സംഭവസ്ഥലത്തുണ്ടായിരുന്ന എനിക്ക് എന്തുചെയ്യണമെന്ന് ഒരു പിടിയുമില്ല.

1939 ൽ രഹസ്യമായി കമ്യൂണിസ്റ്റ് പാർട്ടി രൂപീകരിച്ചശേഷം അധികാരശക്തിയും പൊലീസുമായി കൃഷിക്കാർ ആദ്യമായി ഏറ്റുമുട്ടിയത് ഈ സംഭവത്തോടെയാണ്. മലബാറിന്റെ കർഷകചരിത്രത്തിൽ ഇത് പുതിയൊരു അധ്യായം കുറിച്ചു. ഇതേ ദിവസംതന്നെ തലശ്ശേരി, മട്ടന്നൂർ സംഭവങ്ങളും അരങ്ങേറി. മലബാറാകെ യുദ്ധക്കളമായി മാറി.

ഇ എം എസും പി കൃഷ്ണപിള്ളയും അന്ന് ഒളിവിലുണ്ടായിരുന്നത് ചിറയ്ക്കൽ താലൂക്കിലായിരുന്നു. ചിറയ്ക്കൽ താലൂക്കിലാകെയും തലശ്ശേരിയിലും മട്ടന്നൂരിലും പൊലീസ് മർദനം കെട്ടഴിച്ചുവിട്ടു. ഇതേത്തുടർന്ന് കെ പി ആറും ഞങ്ങളും ഒളിവിൽപ്പോയി.

ഈ കേസിൽ എനിക്കുപകരം എന്റെ സഹോദരൻ ഇ നാരായണൻ നായനാരെയായിരുന്നു ഉൾപ്പെടുത്തിയത്. കെ പി ആറിനെ വധശിക്ഷയ്ക്ക് വിധിച്ചു. ഗാന്ധിജി ഇടപെട്ട് ജീവപര്യന്തമാക്കി മാറ്റി. എന്റെ സഹോദരനടക്കം വളരെയധികം സഖാക്കളെ ജീവപര്യന്തം ശിക്ഷിച്ച് വെല്ലൂർ ജയിലിലേക്ക് അയച്ചു.

എനിക്കുപകരം എന്റെ ജ്യേഷ്ഠനെ മൊറാഴക്കേസിൽപ്പെടുത്തിയത് സംബന്ധിച്ച് ഈ അടുത്തകാലത്ത് കെ കെ നായർ 'കയ്യൂർ രക്തസാക്ഷികൾ' എന്ന തന്റെ ലേഖനത്തിൽ ഇങ്ങനെ എഴുതി:

> ഇ കെ നായനാർ മൊറാഴക്കേസിൽ പ്രതികളുടെ കൂട്ടത്തിൽപ്പെടാതെ പോയതിനും ഖേദകരമായ ഒരു കാരണമുണ്ട്. കേസിനടി

സ്ഥാനമായ എഫ് ഐ ആറിൽ ഇ കെ നായനാർ ഉൾപ്പെടണം എന്ന് അധികൃതർ ഉദ്ദേശിച്ചിരുന്നു. പേരുകൾ ചേർത്തപ്പോൾ ഇ കെ എന്ന് വേണ്ടിടത്ത് ഇ എൻ എന്നായി. മൊറാഴ സംഭവത്തിനു തൊട്ടുമുമ്പ് മലബാർ ഡിസ്ട്രിക്റ്റ് ബോർഡിലേക്ക് നടന്ന തിരഞ്ഞെടുപ്പിൽ ഇ എൻ നായനാർ കെ പി സി സിയുടെ ഔദ്യോഗിക സ്ഥാനാർഥിയായിരുന്നു. കോൺഗ്രസിലെ വലതുപക്ഷം ഒരു സ്വതന്ത്ര സ്ഥാനാർഥിയെ നിർത്തി ജയിപ്പിച്ചു. നാരായണൻ നായനാർ തോറ്റിട്ടും കോൺഗ്രസ് നേതാക്കളുടെ രോഷം മാറിയില്ല. നാരായണൻ നായനാർ പുരോഗമനവാദിയായി എല്ലാ നല്ല കാര്യങ്ങളോടും താൽപ്പര്യം പ്രദർശിപ്പിക്കുന്ന ഒരു ബിരുദധാരിയായിരുന്നു. അനുജൻ കൃഷ്ണൻ നായനാർ കമ്യൂണിസ്റ്റ് പാർട്ടിയുടെ ഒരു നല്ല പ്രവർത്തകൻ ആയിരുന്നു. കൃഷ്ണൻനായനാർ പ്രതിയാകും എന്ന് ഉറപ്പായിരുന്നെങ്കിലും മൊറാഴ സംഭവവുമായി പുലബന്ധം പോലുമില്ലാതിരുന്ന ഇ എൻ നായനാരുടെ പേര് ഇ കെ നായനാർക്ക് പകരം എഫ് ഐ ആറിൽ അധികൃതർ ഉൾപ്പെടുത്തി. കെ പി ആർ ഗോപാലനോടൊപ്പം ജീവപര്യന്തം തടവിന് ശിക്ഷിച്ചു. പ്രകാശം മന്ത്രിസഭ എല്ലാ പ്രതികളുടെയും ശിക്ഷകൾ ഇളവു ചെയ്യുന്നതുവരെ അദ്ദേഹത്തിന് കഠിനതടവ് (ആറുവർഷം) അനുഭവിക്കേണ്ടി വന്നു. പിന്നീട് ഇ കെ നായനാർ കയ്യൂർസംഭവം നടന്നപ്പോൾ കയ്യൂർ കേസിൽ പ്രതിയാകുകയും ചെയ്തു.

മൊറാഴ ഒരു ഗ്രാമത്തിന്റെ പേരെന്നതിലുപരി ഒരു മഹാസംഭവത്തിന്റെ സൂചകമാണ്. മലബാറിന്റെ രാഷ്ട്രീയചരിത്രത്തിൽ പരിവർത്തനത്തിന്റെ വിത്തുകൾ പാകിയ ചരിത്രസംഭവത്തിന്റെ സൂചകം. 1940 സെപ്തംബർ 15 ന് നടന്ന മൊറാഴ സംഭവം ബ്രിട്ടീഷ് സാമ്രാജ്യത്വത്തിന് നേരെയുള്ള പ്രതിഷേധത്തിന്റെയും കൊടുങ്കാറ്റായിരുന്നു.

2

ഒരു ഭാര്യയുടെ മനഃസാന്നിധ്യം

മൊറാഴസംഭവം നടന്ന ദിവസം രാത്രി വീട്ടിലൊന്നും പോകാതെ നേരെ നടന്നു. അന്ന് രാത്രിയും പിറ്റേന്നും ബക്കളത്തും മൊറാഴയുടെ മറ്റ് പ്രദേശങ്ങളിലുമായി മാറിത്താമസിച്ചു. സംഭവത്തെത്തുടർന്ന് അടുത്ത ദിവസം മുതൽ എം എസ് പി അടക്കമുള്ള പൊലീസുകാർ വീടുവീടാന്തരം കയറി കൊടിയ മർദനം നടത്തി.

പൊലീസിന്റെ നരനായാട്ടും വീടുതോറുമുള്ള പരിശോധനയും മനസിലാക്കിയ ഞാൻ ബക്കളത്തെ ഒളിവുസങ്കേതം വിടാൻ തീരുമാനിച്ചു. രണ്ട് ദിവസത്തിനുശേഷം പഴയങ്ങാടിയിലേക്ക് പോയി. നേരം പുലരുന്നതിനുമുമ്പ് പഴയങ്ങാടിയിലെത്തി. അവിടെനിന്ന് എങ്ങോട്ടെങ്കിലും പോകണമെന്ന ചിന്ത എന്റെ മനസിനെ മഥിച്ചുകൊണ്ടിരുന്നു.

മൊറാഴസംഭവത്തെത്തുടർന്ന് എ വി കുഞ്ഞമ്പു, സുബ്രഹ്മണ്യ ഷേണായി എന്നിവരെ പ്രതികളാക്കി പൊലീസ് കേസെടുത്തു. പയ്യന്നൂരിൽനിന്നുള്ള കർഷകരും സമ്മേളനത്തിൽ പങ്കെടുത്തിരുന്നതായി പൊലീസിന് വിവരം ലഭിച്ചു. കെ കൃഷ്ണൻ മാസ്റ്ററായിരുന്നു അവരെ നയിച്ചത്.

പഴയങ്ങാടിയിലെത്താൻ എനിക്ക് സഹായിയായത് ഒരു തോണിത്തൊഴിലാളിയായിരുന്നു. ഞാൻ മൊറാഴസംഭവവുമായി ബന്ധപ്പെട്ടയാളാണെന്ന് അയാൾക്ക് അറിയാമായിരുന്നു. അർധരാത്രി ഞാൻ പഴയങ്ങാടി സ്റ്റേഷനിലെത്തി. ഏതാനും പൊലീസുകാർ അവിടെ ഉണ്ടായിരുന്നു. അവരുടെ കണ്ണുവെട്ടിച്ച് പുലർച്ചെ കാഞ്ഞങ്ങാട്ടേക്ക് വണ്ടി കയറി. പൊലീസുകാരെ കണ്ടതുകൊണ്ട് ടിക്കറ്റ് വാങ്ങാനൊന്നും നിന്നില്ല. വരുന്നത് വരട്ടെ എന്നു കരുതി കള്ളവണ്ടി കയറി. രാവിലെ ഏഴര മണിയോടെ വണ്ടി കാഞ്ഞങ്ങാട്ടെത്തി. സ്റ്റേഷനിൽ ഇറങ്ങി നേരിട്ട് മുറിച്ചു കടക്കാനുള്ള ധൈര്യം പോര. ആരെങ്കിലും കണ്ടാലോ? പാടത്തൂടെ

സഞ്ചരിച്ച് കൗവ്വായിൽ ഒരു ബന്ധുഗൃഹത്തിലെത്തി, പകൽ അവിടെ താമസിച്ചു.

ഞാൻ കാഞ്ഞങ്ങാട്ടെത്തിയത് മണത്തറിഞ്ഞ പൊലീസ് ആ ഭാഗത്ത് അന്വേഷണം തുടർന്നു. കാഞ്ഞങ്ങാട്, ഹോസ്ദുർഗ് താലൂക്കുകളിലും മർദനമുറകൾ കെട്ടഴിച്ചു വിട്ടു. എന്റെ വരവും പോക്കും മണത്തറിയാൻ അവർ പല മുൻകരുതലുകളും എടുത്തിരുന്നു. അങ്ങനെ കൗവ്വായിൽനിന്ന് വൈകിട്ട് കർഷകസംഘത്തിന്റെ സുശക്തകേന്ദ്രമായ മടിക്കൈയിലേക്ക് പോയി. അവിടെ കെ മാധവനുമായി ബന്ധപ്പെട്ട് ഒളിവിൽ താമസിച്ചു.

ഞാൻ മടിക്കൈയിലെത്തിയിട്ടുണ്ടെന്ന് മനസിലാക്കിയ പൊലീസ് പിറ്റേന്ന് രാവിലെ തന്നെ ഗ്രാമം വളഞ്ഞു. നിരവധി വീടുകൾ തകർക്കുകയും തീവെക്കുകയും ചെയ്തു. സ്ത്രീകളുൾപ്പെടെ നിരവധിപേരെ അറസ്റ്റുചെയ്തു. ഞാനും മാധവനും ഉൾപ്പെടെയുള്ള സഖാക്കൾ മടിക്കൈയിലെതന്നെ സുരക്ഷിതകേന്ദ്രങ്ങളിലേക്ക് കൃഷിക്കാരുടെ സഹായത്തോടെ നീങ്ങി. പാർട്ടി സംഘടന കെട്ടിപ്പടുക്കാനും മർദനത്തെ ചെറുക്കുന്നതിനും നാട്ടുകാരെ സുശക്തരാക്കാനുമുള്ള പ്രവർത്തനങ്ങൾക്ക് തുടക്കമിട്ടു.

* * * * *

ഒളിവുജീവിതം തുടങ്ങിയിട്ട് അന്ന് നാലുദിവസം. കാട്ടിലൂടെയുള്ള നടത്തവും അലച്ചിലും ഭയാശങ്കകളും ശരീരത്തെയും മനസിനെയും വല്ലാതെ അലട്ടുന്നുണ്ടായിരുന്നു. എങ്കിലും മണ്ണിന്റെ മക്കൾക്കുവേണ്ടി, അവരുടെ നല്ലൊരു നാളേക്കുവേണ്ടി എന്തെങ്കിലും ചെയ്യാനാവുന്നതിൽ വല്ലാത്ത സംതൃപ്തി തോന്നിയിരുന്നു. കർഷകരുടെ അവകാശങ്ങൾക്കുവേണ്ടിയുള്ള പോരാട്ടത്തിൽ എന്റേതായ പങ്ക് വഹിക്കാൻ കഴിയുന്നല്ലോ എന്ന സംതൃപ്തിക്കൊപ്പം അഭിമാനവും.

കർഷകപ്രസ്ഥാനവുമായി ബന്ധപ്പെട്ട ഒരു കൃഷിക്കാരന്റെ വീട്ടിലെത്തിച്ചേർന്നു. ഒരു കുന്നിൻചെരുവിലുള്ള വീട്. അന്നവിടെ താമസിക്കണം എന്നായിരുന്നു പാർട്ടി സഖാക്കളുടെ നിർദേശം. ദീർഘയാത്രയും ഭക്ഷണമില്ലായ്മയും എന്നെ അങ്ങേയറ്റം പരിക്ഷീണനാക്കിയിരുന്നു. ഒന്ന് സുഖമായി ഉറങ്ങിയാൽ മതി എന്നത് മാത്രമായിരുന്നു അപ്പോഴത്തെ ചിന്ത.

ആകെ രണ്ട് മുറികൾ മാത്രമുള്ള ഒരു കുടിലായിരുന്നു അത്; ഒന്ന് അടുക്കളയും മറ്റൊന്ന് കിടപ്പുമുറിയും. ഭാര്യയും ഭർത്താവും കൊച്ചുകുഞ്ഞുമടങ്ങിയ കുടുംബത്തിന് അതുമതി. പക്ഷേ, ഞാൻ കൂടിയായപ്പോഴും അവർക്ക് ഒരു ബുദ്ധിമുട്ടും തോന്നിയില്ല. ആ മുറിയുടെ ഒരറ്റത്ത് അവർ എനിക്ക് പായ വിരിച്ചു. ആ ദമ്പതികൾ അടുക്കളയ്ക്ക് അരികിലായി കിടക്കാനിടം കണ്ടെത്തി. ഇല്ലായ്മയുടെ നടുവിലെ ആ വലിയ ആതിഥ്യത്തിന് എന്തൊരരുമ! ആ ദമ്പതികളുടെ വലിയ മനസി

നെക്കുറിച്ച് ഞാനോർത്തുകിടന്നു.

പുറത്ത് നല്ല നിലാവ്. നറുംനിലാവ് എന്നും എനിക്കിഷ്ടമായിരുന്നു. മണിക്കൂറുകളോളം പൂനിലാവിന്റെ സൗന്ദര്യമാസ്വദിച്ചു കിടന്നാലും എനിക്ക് മതിവരില്ല. പക്ഷേ, അപ്പോൾ നറുംനിലാവ് ആസ്വദിക്കാനുള്ള മാനസികാവസ്ഥയിലായിരുന്നില്ല ഞാൻ. ക്ഷീണംകൊണ്ട് കിടന്നപാടേ ഉറങ്ങിപ്പോയി. അൽപ്പം കഴിഞ്ഞപ്പോൾ ഗൃഹനാഥൻ എന്നെ കുലുക്കിയുണർത്തി. "ആരോ ഇങ്ങോട്ട് വരുന്നുണ്ട്." അയാൾ അടക്കിപ്പിടിച്ച സ്വരത്തിൽ പറഞ്ഞു. എന്തു ചെയ്യണമെന്നോ എങ്ങോട്ട് പോകണമെന്നോ എനിക്കൊരു പിടിയുമില്ല.

"ഇനിയിപ്പോൾ ഒരൊറ്റ വഴിയേയുള്ളൂ..... ഞങ്ങളൊരു സൂത്രം പ്രയോഗിക്കുകയാണ്. ആരെങ്കിലും വിളിച്ചാൽ അനങ്ങാതെ, നിശ്ശബ്ദനായി, മൂടിപ്പുതച്ചു കിടന്നുകൊള്ളണം....." അയാൾ ചെവിയിൽ പറഞ്ഞു.

എനിക്കൊന്നും മനസിലായില്ലെങ്കിലും പൊലീസ് തന്നെയായിരിക്കും വരുന്നതെന്ന് ഞാൻ ഊഹിച്ചു. നിലാവെളിച്ചത്തിൽ ഇറങ്ങിപ്പോയാൽ അവരുടെ മുന്നിലായിരിക്കും ചെന്നുചാടുക. ആ വീട്ടുകാർ പറയുന്നത് അനുസരിക്കുകയേ വഴിയുള്ളൂ.

അയാൾ തന്റെ പുതപ്പെടുത്ത് എന്നെ പുതപ്പിച്ചു. കുട്ടിയെ എന്റെ അരികിലായി കിടത്തി. കുട്ടിയുടെ അപ്പുറത്തായി അമ്മയും കിടന്നു. സത്യത്തിലെനിക്ക് വല്ലാത്ത ജാള്യത തോന്നി. അനുഭവങ്ങളുടെയും പരീക്ഷണങ്ങളുടെയും തുടക്കമാണോ ഇത്? ഞാൻ സ്വയം ചോദിച്ചു.

ആ ഗൃഹനാഥൻ പിൻവാതിലിലൂടെ പുറത്തിറങ്ങി അപ്രത്യക്ഷനായി. ഞാൻ അനങ്ങാതെ മൂടിപ്പുതച്ചു കിടന്നു. നിമിഷങ്ങൾക്കകം പുറത്ത് ബൂട്സിന്റെ ശബ്ദം. ടോർച്ചിന്റെ വെളിച്ചം മുറിയിലേക്ക് അരിച്ചുകയറി.

"ഇവിടെ ഒരാളും ഓന്റെ കെട്ട്യോളും മാത്രേള്ളൂ. മറ്റാരൂല്യ. ഇത്രേം കഷ്ടപ്പെട്ടു വന്നത് വെറുതെ." ആരോ പറയുന്നതു കേട്ടു.

"ഇവ്ടെ ആരോ വന്ന്ട്ട്ണ്ടെന്ന് ആരാ പറഞ്ഞെ?" വെളിയിൽ നിന്ന് മറ്റേയാളുടെ ചോദ്യം.

ഇത്രയുമായപ്പോഴേക്കും ആ സ്ത്രീ എഴുന്നേറ്റ് ചെന്നു.

"നിങ്ങളാരാ? എന്താ ഈ രാത്രീല്?" അവൾ ചോദിച്ചു.

"ആരാടീ നിന്റെ മുറീല്?" ആരോ കലികൊണ്ടലറി.

"ഇതെന്ത് ചോദ്യം? കുട്ടീടച്ഛൻ രണ്ടുദിവസായി പനിപിടിച്ച് കിടപ്പാ. കഞ്ഞീന്റെ വെള്ളംപോലും കുടിച്ചിട്ടില്ല്യാ. കുട്ടിക്കും പനിപിടിക്കാണ്ടിരുന്നാ മത്യേനും. അതേള്ളു എന്റെ പ്രാർഥന....." അവൾ ദയനീയ സ്വരത്തിൽ പറഞ്ഞു. ഒപ്പം അവൾ വാതിൽ മലർക്കെ തുറന്ന് പുറത്തു കടന്നു. മുറിയിൽ ആരെങ്കിലുമുണ്ടോ എന്നറിയാൻ പൊലീസുകാർ ടോർച്ചടിച്ച് പരിശോധിച്ചു.

"കുട്ടീന്റച്ഛൻ കുരുമുളകുവെള്ളം മാത്ര്യേ കുടിക്കണുള്ളൂ....

തളർന്നുറങ്ങുകയാണ്..... ഞാൻ വിളിക്കണോ?'' നിഷ്കളങ്കമട്ടിൽ അവൾ ചോദിച്ചു.

"ഇന്ന് ഈ വഴിക്ക് പുതുതായി ആരെങ്കിലും വന്നോ?" പൊലീസു കാരന്റെ ചോദ്യം.

"സന്ധ്യക്ക് റോഡിലൂടെ ആരോ വടക്കോട്ട് പോകുന്ന കണ്ടു." അവൾ പറഞ്ഞു.

''അയാളീടെയില്യ. മറ്റേടേയ്യങ്കിലും പോയിക്കാണും. നമ്മക്ക് പോവാം." അവരിലൊരാൾ പറഞ്ഞു.

ഭാഗ്യത്തിന് കുട്ടി ഉണർന്ന് കരയാൻ തുടങ്ങി.

"കരയാതെ..... കരയാതെ, അമ്മയിതാ വരണു; അച്ഛനെ ഒണത്ത ണ്ട......" അവൾ ആത്മഗതം ചെയ്തു.

"പോയി കുട്ടിയെ ഒറക്ക്" ആരോ പറഞ്ഞു.

"നാശം!" അവൾ പിറുപിറുത്തുകൊണ്ട് മുറിയിൽ കടന്ന് വാതില ടച്ചു. എനിക്ക് ശ്വാസം നേരെ വീണു.

അധികം താമസിയാതെ ഗൃഹനാഥൻ എത്തി. അയാൾ എന്നെ മറ്റൊരു സങ്കേതത്തിലേക്ക് കൊണ്ടുപോയി.

ആ സങ്കേതത്തിലും അധികം തങ്ങിയില്ല. സങ്കേതങ്ങൾ ഒന്നിന് പിറകെ മറ്റൊന്നായി മാറി. എവിടെച്ചെന്നാലും പൊലീസ് മണത്തറിയും. മടിക്കൈയിൽനിന്ന് ഞാൻ നേരെ ഇരുപതുനാഴിക കിഴക്കുള്ള ചെറു ഗ്രാമമായ മാലോത്തേക്ക് പോയി. അവിടെ ഒരു വീട്ടിൽ അഭയസങ്കേതം കണ്ടെത്തി. അവിടെയെത്തി അധികദിവസങ്ങളായില്ല; ഒരു ദിവസം വൈകിട്ട് പൊലീസ് ഞാൻ താമസിച്ച വീട് വളഞ്ഞു. ഗൃഹനാഥൻ വീട്ടി ലുണ്ടായിരുന്നില്ല. ഒളിവിലുള്ള എന്നെപ്പറ്റിയായിരുന്നു അവരുടെ ചോദ്യ ങ്ങളെല്ലാം. അവരിലൊരാൾ തോക്ക് വീടിന്റെ പിൻഭാഗത്തുള്ള വാതി ലിനെ ലാക്കാക്കിവെച്ചിരിക്കുന്നത് ഞാൻ കണ്ടു.

അന്വേഷിച്ചു വന്നത് എന്നെത്തന്നെയായിരുന്നെങ്കിലും എന്നെ തിരിച്ചറിയാനായില്ല. ഞാൻ പുനംകൃഷി നടത്താൻ വന്നയാളാണെന്ന് അവരെ ബോധ്യപ്പെടുത്തി. അന്നേരം വായിൽത്തോന്നിയ ഒരു പേരും പറഞ്ഞു.

അവരത് വിശ്വസിച്ചു. അടുത്തുള്ള ജന്മിയുടെ കളത്തിൽപ്പോയി അവർ ക്യാമ്പ് ചെയ്തു. അവർ പോയ ഉടനെതന്നെ ഞാൻ ആ വീടു വിട്ട് വനത്തിലേക്ക് നടന്നു.

നേരം ഇരുട്ടിത്തുടങ്ങി. എങ്ങോട്ട് പോകണമെന്ന് ഒരെത്തും പിടി യുമില്ല. കൂട്ടിനാരുമില്ല. വനത്തിലൂടെ ഇങ്ങനെ എത്രദൂരം പോകാ നാകും? പക്ഷേ, വെച്ചകാൽ പിന്നോട്ടില്ല എന്ന ദൃഢനിശ്ചയത്തോടെ ഞാൻ നടന്നു. ദിവസങ്ങൾ കടന്നുപോയതൊന്നും ഞാനറിഞ്ഞില്ല. ഏകാന്തപഥികനായി നടന്ന ആ ദിവസങ്ങളിൽ ആകാശത്തിന് താഴെ യുള്ള എല്ലാ കാര്യങ്ങളെക്കുറിച്ചും ഞാൻ ചിന്തിച്ചുവെന്ന് പറഞ്ഞാൽ അത് അതിശയോക്തിയല്ല. കാട്ടിലൂടെ ഒറ്റയ്ക്കുള്ള യാത്ര. ഇതിന്റെ

തുടക്കം മാത്രമേ അറിയൂ. അവസാനം എന്താണെന്നും എവിടെയാണെന്നും അറിയില്ല. ഒന്നുമാത്രം ഉറപ്പായിരുന്നു. ഒരു നല്ല നാളേക്കുവേണ്ടിയാണിതൊക്കെയെന്ന്.

ഞാനാകെ ക്ഷീണിതനായിരുന്നു. ഒരു ദിവസം വിശപ്പ് സഹിക്കാനാവാതെ ഞാൻ ഒരു ആദിവാസിയുടെ കുടിലിലേക്ക് കയറിച്ചെന്നു. അയാൾ എനിക്ക് പച്ചയിറച്ചിയും പനങ്കള്ളും തന്നു. അയാളുടെ പക്കൽ എനിക്ക് തരാൻ മറ്റൊന്നുമുണ്ടായിരുന്നില്ല. രണ്ടുദിവസം ഒന്നും കഴിക്കാതിരുന്ന എനിക്ക് ആ ഭക്ഷണം രുചികരമായിരുന്നു. ഒരുപക്ഷേ, എന്റെ ജീവിതത്തിൽ ഇത്ര രുചിയോടെയും ആർത്തിയോടെയും ഞാൻ ഭക്ഷണം കഴിച്ചു കാണില്ല.

ഏകാന്തപഥികനെപ്പോലെ ഞാൻ നടന്നു. ഈ മണ്ണ് എന്നെ ചതിക്കില്ലെന്ന വിശ്വാസം എനിക്ക് ആത്മധൈര്യം പകർന്നു. മല കയറിയും ഇറങ്ങിയും ഞാൻ കുടകിലേക്ക് പോയി. അവിടെ ഒരു കുടകൻ കൃഷിക്കാരന്റെ വീട്ടിൽ ഒരാഴ്ച താമസിച്ചു. അതിനടുത്ത വീട്ടിൽ താമസിച്ചിരുന്നത് ഒരു മലയാളിയായിരുന്നു. അയാളുടെ കുട്ടിയുടെ ഇംഗ്ലീഷ് ട്യൂഷൻ മാസ്റ്ററായി ഞാൻ അവിടെ കൂടി. പക്ഷേ, ഒരാഴ്ചയായപ്പോൾത്തന്നെ അവിടെ താമസിക്കുന്നത് സുരക്ഷിതമല്ലെന്ന് മനസിലാക്കി മാലോത്തേക്കുതന്നെ തിരികെപ്പോന്നു. അപ്പോഴേക്കും പൊലീസ് അവിടെനിന്ന് പോയിരുന്നു. രണ്ട് കർഷകയുവാക്കളുടെ സഹായത്തോടെ അവിടെനിന്ന് കയ്യൂരിലേക്ക് പോന്നു. കയ്യൂരിലെത്തി രാത്രി കിടന്നുറങ്ങിയത് ഒരു വില്ലേജ് അധികാരിയുടെ വീട്ടിലാണ്. അദ്ദേഹത്തിന് എന്നെ അറിയില്ലായിരുന്നു. പിറ്റേന്ന് രാവിലെതന്നെ അവിടംവിട്ടു.

കുടകിലൂടെ യാത്ര ചെയ്യുമ്പോഴാണ് മൊറാഴക്കേസിലെ പ്രതിയല്ല ഞാനെന്ന വിവരം അറിയുന്നത്. എങ്കിലും ഒളിവുജീവിതം തുടരാനായിരുന്നു പാർട്ടിയുടെ നിർദേശം. രഹസ്യമായി പ്രവർത്തിക്കുന്ന പാർട്ടിയുമായി ബന്ധം സ്ഥാപിച്ചു. കയ്യൂർ ഉൾപ്പെടെ കാസർഗോഡെ മറ്റ് ഗ്രാമങ്ങളിലും ജില്ലയാകെയും പാർട്ടിയും കർഷകപ്രസ്ഥാനവും വളർത്തിക്കൊണ്ടുവരാനുള്ള പ്രവർത്തനങ്ങളിൽ ഏർപ്പെട്ടു.

ഒളിവ് പ്രവർത്തനത്തിന്റെ പ്രാഥമിക പരിശീലനം അങ്ങനെയാണ് നേടിയെടുത്തത്. കാസർഗോഡ് താലൂക്കിൽ പാർട്ടിയും ബഹുജനപ്രസ്ഥാനവും വളർത്താനുള്ള പ്രവർത്തനത്തിൽ മാധവനും സുബ്രഹ്മണ്യം തിരുമുമ്പും അന്ന് മുൻനിരയിൽ ഉണ്ടായിരുന്നു. കയ്യൂർ സംഭവത്തിനുശേഷം സുബ്രഹ്മണ്യം തിരുമുമ്പ് പാർട്ടിയിൽനിന്ന് രാജിവെച്ച് സാഹിത്യകാരനും ആധ്യാത്മിക ചിന്തകനുമായി മാറി.

മൊറാഴയുടെ തുടർച്ചയായിരുന്നു കയ്യൂർ. ഇടതുപക്ഷ കോൺഗ്രസ് നേതൃത്വത്തിന്റെ ആഹ്വാനം അനുസരിച്ച് മലബാറിലാകെ വീശിയടിച്ച പ്രക്ഷോഭത്തിന്റെ ഭാഗമായാണ് മൊറാഴയിൽ ഇൻസ്പെക്ടർ കുട്ടികൃഷ്ണമേനോൻ മരണമടഞ്ഞതെങ്കിൽ പ്രാദേശികമായി നടന്ന മർദന നടപടികൾക്കെതിരായ സംഘടിത ചെറുത്തുനിൽപ്പിന്റെ ഭാഗമായാണ് 1941 മാർച്ചിൽ സുബ്ബരായൻ എന്ന പൊലീസുകാരൻ മരിച്ചത്.

3

കയ്യൂരിൽ

കയ്യൂർ സംഭവത്തിന്റെ പശ്ചാത്തലത്തിലേക്ക് കടക്കുന്നതിനു മുമ്പ് അതിലേക്ക് നയിച്ച അന്നത്തെ സാഹചര്യങ്ങളെപ്പറ്റി അൽപ്പം. കയ്യൂർസമരം നയിക്കാൻ എന്നോടു പറഞ്ഞതും ഒളിവുജീവിതത്തിനു വേണ്ട സങ്കേതങ്ങൾ ഏർപ്പെടുത്തിയതും കൃഷ്ണപിള്ളയായിരുന്നു. സഖാവിന്റെ കത്തിലെ വാചകങ്ങൾ അത്യന്തം ശക്തമായിരുന്നു. അദ്ദേഹം എഴുതി: "കയ്യൂരിൽപ്പോയി പ്രവർത്തിക്കുക."

അങ്ങനെ ഞാൻ കയ്യൂരിലേക്കു പുറപ്പെട്ടു. 1941 മാർച്ച് 24 ന് ഞാൻ കയ്യൂരിലെത്തി. എന്റെ കൂടെ ശിവജിയെന്ന കുഞ്ഞമ്പുമാസ്റ്ററുമുണ്ടായിരുന്നു. കയ്യൂരിൽ കർഷകസംഘത്തിന്റെ രൂപീകരണം 1938 ലായിരുന്നു. വളരെ യാദൃച്ഛികമായിട്ടായിരുന്നു അത്.

കയ്യൂരിന്റെയും ക്ലായിക്കോടിന്റെയും മധ്യത്തിൽ കിടക്കുന്ന കുന്നിൽ നീലമ്പേത്ത് കണ്ണനും പരിയാരത്ത് കൃഷ്ണൻ നായരും തമ്മിൽ ഒരു തുണ്ട് ഭൂമിയെച്ചൊല്ലി അവകാശത്തർക്കമുണ്ടായി. രണ്ട് ഗ്രാമങ്ങളിലെയും കൃഷിക്കാർ ചേരിതിരിഞ്ഞ് ഏറ്റുമുട്ടൽ നടക്കുമെന്ന സ്ഥിതിയിലെത്തി. വിവരമറിഞ്ഞ് എ വി കുഞ്ഞമ്പുവിന്റെ നേതൃത്വത്തിൽ ഒരുസംഘം കർഷകപ്രവർത്തകർ സ്ഥലത്തെത്തി. അവർ രണ്ട് കൂട്ടരുമായി സംസാരിച്ച് പ്രശ്നം സമാധാനപരമായി പരിഹരിച്ചു. തങ്ങളുടെ ഗ്രാമത്തിലും ഒരു സംഘം വേണമെന്ന് കയ്യൂരിലെ കൃഷിക്കാർ അന്നുതന്നെ ആവശ്യപ്പെട്ടു. അതനുസരിച്ച് രൂപീകരിച്ചതായിരുന്നു കയ്യൂരിലെ ആദ്യത്തെ കർഷകസംഘം.

കർഷകസംഘം ശക്തി പ്രാപിച്ചതോടെ കയ്യൂരിലെ ജനങ്ങളുടെ സാമൂഹ്യജീവിതവും അവരുടെ പൊതുസ്വഭാവത്തിൽത്തന്നെയും മാറ്റങ്ങൾ വന്നു. ഐക്യബോധം നാടാകെ പടർന്നുപിടിച്ചു.

അക്കാലമത്രയും ജന്മിയുടെ മുമ്പിൽ മുട്ടുമടക്കി. പഞ്ചപുച്ഛമടക്കി. വായ്പൊത്തി 'റാൻ' എന്നും 'അടിയൻ' എന്നും 'ചെമ്പുകാശെ'ന്നും 'കരിക്കാടി'യെന്നും മറ്റും അടിമഭാഷയിൽ സംസാരിച്ച കൃഷിക്കാർക്ക് തങ്ങളും മനുഷ്യരാണെന്ന് തോന്നിത്തുടങ്ങി. ജന്മിമാരുടെ അക്രമങ്ങൾക്കും അനീതികൾക്കും എതിരെ കൃഷിക്കാർ ഉണർന്നെഴുന്നേൽക്കാൻ തുടങ്ങി. അങ്ങനെ കർഷകപ്രസ്ഥാനം നാടുവാഴി-ജന്മിമേധാവികൾക്ക് ധൂമകേതുവായും കൃഷിക്കാർക്കും മറ്റ് അധ്വാനിക്കുന്ന ജനവിഭാഗങ്ങൾക്കും മുന്നേറ്റത്തിനുള്ള വഴികാട്ടിയായും വളർന്നുവന്നു.

ഇക്കാലത്താണ് ഹോസ്ദുർഗിലെ ഏറ്റവും വലിയ ജന്മിയായ നീലേശ്വരം രാജായ്ക്ക് ഒരു നിവേദനം സമർപ്പിക്കാൻ കർഷകസംഘം തീരുമാനിച്ചത്. ഇവിടെയാണ് കയ്യൂർസംഭവത്തിന്റെ പശ്ചാത്തലമൊരുങ്ങുന്നത്.

കയ്യൂരിൽ പറയത്തക്ക ചെറുകിട ജന്മിമാരൊന്നുമില്ലായിരുന്നു. നീലേശ്വരം രാജായായിരുന്നു ഏറ്റവും വലിയ ജന്മി. രാജായെക്കണ്ട് കൃഷിക്കാരുടെ ആവശ്യങ്ങൾ അടങ്ങുന്ന നിവേദനം സമർപ്പിക്കാൻ തീരുമാനിച്ചു. മാർച്ച് 30 ന് കയ്യൂരിൽനിന്ന് വളണ്ടിയർമാരുടെ ഉശിരൻ കർഷകജാഥ പുറപ്പെടണമെന്നും നീലേശ്വരം ടൗണിൽ പ്രകടനം നടത്തിയശേഷം ജാഥയായി കോവിലകത്തുപോയി രാജായ്ക്ക് നിവേദനം നൽകണമെന്നുമായിരുന്നു പരിപാടി. അന്യായപ്പിരിവുകളും അക്രമവും അവസാനിപ്പിക്കാമെന്ന് രാജാ ഉറപ്പുതന്നാൽ ചെറുകിട ജന്മിമാരും അങ്ങനെ ചെയ്യുമെന്നായിരുന്നു കണക്കുകൂട്ടൽ. നിവേദനം നേരത്തെ തന്നെ തയാറാക്കി രാജായ്ക്ക് അയച്ചുകൊടുത്തു. അതിന് വലിയ പ്രസിദ്ധീകരണവും നൽകി.

മാർച്ച് 30 ന്റെ ജാഥ നാട്ടിലെങ്ങും സംസാരവിഷയമായി. അതിന്റെ പ്രചാരണം അലയടിച്ചുയർന്നു.

മാർച്ച് 25 ന് ടി വി കുഞ്ഞമ്പുവിന്റെ നേതൃത്വത്തിലുള്ള ഒരു ഉശിരൻ പ്രചാരണജാഥ കയ്യൂർ സെന്ററിൽനിന്ന് പുറപ്പെട്ട് കുക്കോട് ഭാഗത്തേക്ക് വരികയായിരുന്നു. വഴിക്കുവെച്ച് കണ്ടുമുട്ടിയ റവന്യൂ ഇൻസ്പെക്ടർ ബാലകൃഷ്ണൻ നായർക്കുവേണ്ടി ജാഥ വഴിമാറിയില്ല. തന്നെ കാണുമ്പോൾ വളണ്ടിയർമാർ മുദ്രാവാക്യം വിളി നിർത്തുമെന്നും വഴിമാറിക്കൊടുത്ത് ബഹുമാനിക്കുമെന്നുമായിരുന്നു ഇൻസ്പെക്ടറുടെ കണക്കുകൂട്ടൽ.

ഇത് തന്നെ അപമാനിച്ചതാണെന്ന് കരുതി റവന്യൂ ഇൻസ്പെക്ടർ ജാഥാനേതാക്കൾക്കെതിരെ കേസുകൊടുത്തു.

കൃഷിക്കാരുടെ നിവേദനത്തിന്റെ കോപ്പി കിട്ടിയ നീലേശ്വരം രാജാ പൊലീസുകാരെ കോവിലകത്തേക്ക് വിളിപ്പിച്ച് കൂടിയാലോചന നടത്തി. രാജായെ സഹായിക്കാൻ പൊലീസ് തയാറായി.

മാർച്ച് 27 രാത്രി. തീക്ഷ്ണമായ വേനൽക്കാലത്തിലെ രാത്രി.

പ്രകൃതിയെക്കാൾ ചൂടുപിടിച്ച രാഷ്ട്രീയാന്തരീക്ഷം. മഠത്തിൽ അപ്പുവിന്റെ പുഴക്കരയിലുള്ള ചായപ്പീടികയിൽ ഒരുസംഘം സഖാക്കൾ കിടന്നുറങ്ങുകയായിരുന്നു. പുഴയിൽനിന്ന് വീശിയ നേരിയ തണുത്ത കാറ്റ് അവരെ സുഖനിദ്രയിലാഴ്ത്തി.

പാതിരാത്രിയോടെ കാഞ്ഞങ്ങാട്ടുനിന്ന് വഞ്ചിവഴിയെത്തിയ സബ് ഇൻസ്പെക്ടർ നിക്കോളാസിന്റെ നേതൃത്വത്തിലുള്ള പൊലീസ് സംഘം വീടുകൾതോറും കയറിയിറങ്ങി മർദനം ആരംഭിച്ചു. ചായപ്പീടികയിൽ കിടന്നുറങ്ങിയ സഖാക്കളെ അവർ പൊതിരെ തല്ലി. ആക്രമണം അപ്രതീക്ഷിതമായതുകൊണ്ട് സഖാക്കൾക്ക് ഫലപ്രദമായി തിരിച്ചടിക്കാൻ കഴിഞ്ഞില്ല. എങ്കിലും ഇരുപതുമിനിട്ടോളം അവർ ചെറുത്തുനിന്നു.

ടി വി കുഞ്ഞമ്പു, ടി വി കുഞ്ഞിരാമൻ എന്നിവരെ പൊലീസ് അറസ്റ്റുചെയ്തു.

ഈ വാർത്ത കാട്ടുതീപോലെ പരന്നതോടെ കയ്യൂരിന്റെ നാനാഭാഗത്തും കർഷകരും വളണ്ടിയർമാരും സംഘടിച്ചു. അവരുടെ സമരവീര്യം ആളിക്കത്തി.

വൈകിട്ട് പ്രതിഷേധയോഗവും പ്രകടനവും നടത്താൻ തീരുമാനിച്ചു. ക്ലായിക്കോട്, പാലായി എന്നിവിടങ്ങളിലേക്കും യോഗവിവരമറിയിച്ചു. എല്ലാ സ്ഥലങ്ങളിൽനിന്നും ജാഥയിൽ പങ്കെടുക്കാൻ ആളുകളെത്തിച്ചേർന്നു. നാലു മണിയായതോടെ ഉശിരൻ ജാഥ കയ്യൂർ സെന്ററിൽനിന്നും കിഴക്കോട്ട് ചെറിയാക്കര ഭാഗത്തേക്ക് നീങ്ങി. കയ്യൂർ സെന്ററിൽനിന്നും പുഴക്കരയിൽക്കൂടി സുമാർ ഒരു നാഴിക കിഴക്കോട്ട് പോയാൽ ചെറിയാക്കര എത്തും. നടപ്പാതയ്ക്ക് വെറും മൂന്നോ നാലോ അടിമാത്രമേ വീതിയുണ്ടായിരുന്നുള്ളൂ.

അന്ന് മദ്യവർജന നിയമം നടപ്പാക്കിയിരുന്നില്ല, ചെങ്കൊടിയും പിടിച്ച് ആവേശകരമായ മുദ്രാവാക്യങ്ങളും മുഴക്കി മുന്നോട്ടുനീങ്ങിയ ജാഥ ചെറിയാക്കര പുഴക്കരയിലെ കള്ളുഷാപ്പിന് മുന്നിലെത്തിയപ്പോൾ കൈയിൽ നിവർത്തിപ്പിടിച്ച കത്തിയുമായി സുബ്ബരായൻ എന്ന പൊലീസുകാരൻ പുറത്തുവന്നു. കൃഷിക്കാരെ ഭീഷണിപ്പെടുത്താനും നേരിടാനും അയാളൊരുങ്ങി. തലേദിവസത്തെ മർദനത്തിൽ പ്രധാനപ്പെട്ട ഒരു പങ്ക് വഹിച്ച ആളായിരുന്നു ഈ സുബ്ബരായൻ. അയാളുടെ നിന്ദാസൂചകമായ നോട്ടവും ഭാവവും സഖാക്കളെയാകെ കുപിതരാക്കി. ജാഥാംഗങ്ങൾ അയാളുടെ കൈയിൽനിന്ന് കത്തി തട്ടിപ്പറിക്കുകയും അയാളെ പൊതിരെ തല്ലുകയും ചെയ്തു.

ഒടുവിൽ ചെങ്കൊടി പിടിപ്പിച്ച് അയാളെ ജാഥയുടെ മുന്നിൽ നടത്തി. ഗത്യന്തരമില്ലെന്ന് കണ്ട പൊലീസുകാരൻ തൊപ്പിയും ധരിച്ച് കൊടിയും പിടിച്ച് ജാഥയുടെ മുന്നിൽ നടന്നു. ചെറിയാക്കരനിന്ന് ജാഥ കയ്യൂർ ഭാഗത്തേക്ക് നീങ്ങി. വഴിക്ക് രണ്ടുഭാഗത്തും ആളുകൾ തടിച്ചുകൂടി. ഈ അസാധാരണ കാഴ്ചകണ്ട് ജനങ്ങൾ ആർത്തുവിളിച്ചു.

രണ്ടുമൂന്ന് ഫർലോങ് നടന്നാൽ ജാഥ കയ്യൂരിലെത്തും. ജനങ്ങൾ തടിച്ചുകൂടും. ആയിരക്കണക്കിനാളുകളുടെ മുന്നിൽ താൻ അപമാനിക്കപ്പെടും എന്ന ചിന്ത പൊലീസുകാരനെ അങ്ങേയറ്റം അലട്ടി. അയാൾക്ക് ഇടത്തോട്ടോ വലത്തോട്ടോ ഓടാൻ ഒരു വഴിയുമില്ലായിരുന്നു. ഒരു ഭാഗത്ത് മുള്ളും കുറ്റിക്കാടുകളും നിറഞ്ഞ കുത്തനെയുള്ള കുന്ന്. മറുഭാഗത്ത് താഴ്വരപോലെ പുഴക്കരയും, നടപ്പാതയിലൂടെ മുന്നോട്ടോടുകയേ വഴിയുള്ളൂ എന്നുകണ്ട അയാൾ കൊടിയും പിടിച്ച് മുന്നോട്ടേക്ക് കുതിച്ചു. മുമ്പിൽനിന്ന് മറ്റൊരു ജാഥ പ്രധാന ജാഥയോട് ചേരാൻ വരുന്നതുകണ്ട പൊലീസുകാരന് ഗതിമുട്ടി.

താൻ രണ്ട് ജാഥകളുടെ ഇടയിൽപ്പെട്ടിരിക്കുകയാണെന്നും ഇനി രക്ഷപ്പെടാൻ ഒരു മാർഗവുമില്ലെന്നും മനസിലായതോടെ അയാളുടെ പരിഭ്രമം വർധിച്ചു. അയാൾ കുത്തനെ പുഴയിലേക്ക് എടുത്തുചാടി നീന്താൻ ശ്രമിച്ചു. എന്നാൽ നനഞ്ഞ് കുതിർന്ന യൂണിഫോറത്തോടുകൂടി അധികദൂരം നീന്താൻ അയാൾക്ക് കഴിഞ്ഞില്ല. അങ്ങനെ സുബ്ബരായൻ വെള്ളത്തിൽ മുങ്ങി മരിച്ചു. ഇത് മാർച്ച് 27 ന്. രണ്ട് ദിവസത്തിനുശേഷം 30 ന് സുബ്ബരായന്റെ ജഡം കാരിയങ്കോട്ട് പാലത്തിന് സമീപം പൊന്തി.

രാത്രി പാർട്ടിയുടെ എക്സിക്യൂട്ടീവ് കമ്മിറ്റി യോഗം ചേർന്ന് ഭാവി പരിപാടികൾ ചർച്ച ചെയ്തു. കയ്യൂരിൽ പൊലീസിന്റെ തേർവാഴ്ച നടക്കുമെന്ന് ഉറപ്പായിരുന്നു. ആ പ്രദേശത്തുതന്നെ ഒളിവിൽ കഴിയാൻ ഞാൻ തീരുമാനിച്ചു. ഞാനൊരു കൃഷിക്കാരന്റെ വീട്ടിലേക്ക് പോയി. അതാതവസരത്തിൽ വാർത്തകൾ എന്റെ സങ്കേതത്തിലേക്കെത്തിക്കാൻ ഏർപ്പാട് ചെയ്തു.

മാർച്ച് 28 ന് രാത്രി പൊലീസ് കയ്യൂരിൽ കേന്ദ്രീകരിച്ചു. റിസർവ് പൊലീസും മലബാർ സ്പെഷ്യൽ പൊലീസുമുണ്ടായിരുന്നു. പിന്നെ അവരുടെ തേർവാഴ്ചയായിരുന്നു. ക്രൂരമായ മർദനത്തിൽനിന്ന് സ്ത്രീകളും കുട്ടികളുംപോലും രക്ഷപ്പെട്ടില്ല. പൊലീസിന്റെ ഭീകരതകളിൽനിന്ന് രക്ഷ പ്രാപിക്കാൻ യുവതികൾ അയൽഗ്രാമങ്ങളിലെ ബന്ധുവീടുകളിൽ അഭയം പ്രാപിച്ചു. പൊലീസ് ഓരോ വീട്ടിലും കയറിയിറങ്ങി. അനേകം വീടുകൾ അവർ തകർക്കുകയും തീവെച്ച് നശിപ്പിക്കുകയും ചെയ്തു.

കയ്യൂരിലെ പൊലീസ് മർദനത്തെക്കുറിച്ച് കെ കെ നായർ എഴുതി:

> കയ്യൂരിലെ താവളമടിച്ച വൻ പൊലീസ് സൈന്യത്തിന് മറ്റൊരു കർത്തവ്യം നിർവഹിക്കാനുണ്ടായിരുന്നു. പൊലീസിന്റെതന്നെ നോട്ടക്കുറവു കാരണം മൊറാഴക്കേസിൽ പ്രതിയാകാതെ പോയ ഇ കെ നായനാരെ തെരഞ്ഞുപിടിക്കുക. നായനാർ കയ്യൂരിൽ ഒളിവിലിരുന്ന് പാർട്ടിയുടെ പ്രവർത്തനങ്ങളിൽ വ്യാപൃതനായി കഴിയുകയാണെന്ന് പൊലീസ് മനസിലാക്കിയിരുന്നു. അദ്ദേഹത്തെ പിടികൂടാൻ പറ്റാത്ത ഈർഷ്യയും പൊലീസിന്റെ

ചെയ്തികളിൽ ക്രൗര്യം കലർത്തി. കർഷകപ്രവർത്തകന്റെ കച്ച വടപ്പീടിക തകർക്കുന്നതിൽ ആരംഭിച്ച പുതിയ മർദനസംവി ധാനം നായനാരുടെയും എ വിയുടെയും ഷേണായിയുടെയും മറ്റു സഖാക്കളുടെയും അറസ്റ്റിലേക്ക് നയിക്കും എന്ന് പൊലീസ് സംഘം കണക്കുകൂട്ടി. എന്നാൽ പുതിയ ആക്രമണത്തിന്റെ തുടക്കം കയ്യൂർ സംഭവത്തിന് വഴിയൊരുക്കി.

കുടിലുകൾ നഷ്ടപ്പെട്ട കൃഷിക്കാരുടെ അടുത്ത് ഞങ്ങൾ പോയി. അവർക്കാവശ്യമായ സഹായങ്ങൾ നൽകി. പൊലീസിന് ഇതേക്കുറിച്ച് വിവരം കിട്ടി. കുലംകുത്തികളായ ചില കോൺഗ്രസുകാർ പൊലീ സുകാരുടെ ഒറ്റുകാരായി പ്രവർത്തിച്ചു. പൊലീസും റൗഡികളും സഖാ ക്കളുടെ വീടുകൾ ആക്രമിച്ചു. കിട്ടാവുന്നതൊക്കെ എടുത്തുകൊണ്ടു പോയി. കയ്യൂരിലെ മിക്ക പുരുഷന്മാരെയും ലോക്കപ്പിലടച്ചു. ആഴ്ചക ളോളം പൊലീസ് കയ്യൂർ ഗ്രാമത്തെ നാലുഭാഗത്തുനിന്നും വളഞ്ഞു.

കൃഷിക്കാരുടെ അവകാശസമരങ്ങൾക്കുവേണ്ടിയുള്ള പോരാട്ടമാ യിരുന്നുവല്ലോ ഈ സംഭവത്തിനു പിന്നിൽ. വാശി, നുരി, വാരം, പാട്ടം, വെച്ചുകാണൽ, ശീലക്കാശ്, കങ്കാണി തുടങ്ങിയ അക്രമപ്പിരിവു കൾക്കെതിരായ സമരമായിരുന്നു ഇതിനെല്ലാം പിന്നിൽ. ഈ കേസിൽ 61 പ്രതികളാണുണ്ടായിരുന്നത്. ഒന്നാംപ്രതി മഠത്തിൽ അപ്പുവും രണ്ടാം പ്രതി വി വി കുഞ്ഞമ്പുവും മൂന്നാംപ്രതി ഞാനുമായിരുന്നു. അതിൽ അറുപതുപേരും അറസ്റ്റു ചെയ്യപ്പെട്ടു. എന്നെ മാത്രമാണ് അവർക്ക് അറസ്റ്റ് ചെയ്യാൻ കഴിയാതിരുന്നത്.

തുടർന്ന് പാർട്ടിയുടെ തീരുമാനമനുസരിച്ച് ഞാൻ കാസർഗോഡ്, ചിറയ്ക്കൽ താലൂക്കുകളിൽ കേന്ദ്രീകരിച്ച് രഹസ്യപ്രവർത്തനം നട ത്താനും തുടങ്ങി.

4

ഇരുട്ടിനുള്ളിലും തൂവെളിച്ചം

കയ്യൂർ സംഭവത്തിനുശേഷം ആഴ്ചകളോളം പൊലീസ് കയ്യൂർ ഗ്രാമത്തെ നാലുഭാഗത്തുനിന്നും വളഞ്ഞു. അപ്പോൾ ഞാൻ പടിഞ്ഞാറേ എളേരിയിലായിരുന്നു. ഞങ്ങൾ പന്ത്രണ്ട് പേരുണ്ടായിരുന്നു.

എങ്ങോട്ട് പോകണമെന്ന് ഒരു നിശ്ചയവുമില്ല. എങ്ങനെ പോയാലും പൊലീസിന്റെയും ഗുണ്ടകളുടെയും കൈയിൽപ്പെട്ടതുതന്നെ. ഓരോരോ സങ്കേതത്തിൽ നിന്നെത്തിച്ചേർന്നവരായിരുന്നു ഞങ്ങൾ.

പടിഞ്ഞാറേ എളേരിവനത്തിന്റെ അതിർത്തിയിലായിരുന്നു ഞങ്ങൾ ഒളിച്ച ഗ്രാമം. ഇടതൂർന്ന വനത്തിലൂടെ യാത്ര ചെയ്യുകയെന്നത് അത്യന്തം ക്ലേശകരമായിരുന്നു. "നമുക്ക് വനത്തിൽ ഒളിച്ചാലോ" എന്ന എന്റെ ചോദ്യം മറ്റു സഖാക്കൾക്കും സ്വീകാര്യമായി.

സമയം അർധരാത്രി. കുറ്റാക്കൂറ്റിരുട്ട്. കുണ്ടും കുഴിയും കല്ലും മുള്ളും കുറ്റികളും നിറഞ്ഞ കാട്ടുവഴി. ചോരയൂറ്റാൻ കൊമ്പും നീട്ടി കാത്തുകിടക്കുന്ന അട്ടകളും.

ഞങ്ങൾക്ക് കെട്ടും ഭാണ്ഡവുമൊന്നുമില്ല. മാറ്റിയുടുക്കാൻ ഓരോ സെറ്റ് വസ്ത്രം മാത്രം. പിന്നെ ബീഡി-മുറുക്കാൻ പൊതിയും.

ഒരാൾ വഴികാട്ടിയായി മുന്നിൽ നടക്കും. മറ്റുള്ളവർ തപ്പിയും തടഞ്ഞും പുറകെയും. കുറെ നടന്നപ്പോൾ ഒരു പാറ കണ്ടു. ആശ്വാസമായി. ഇനി ഒന്ന് തലചായ്ക്കുകതന്നെ. ആ പാറപ്പുറത്ത് കിടന്നുറങ്ങി. രണ്ടുപേർ ഉറങ്ങിയവർക്ക് കാവലിരുന്നു.

പ്രഭാതം പൊട്ടിവിടർന്നു. ഭീകരവനത്തിന്റെ സൗന്ദര്യം ആദ്യമായി ഞാൻ കണ്ടു. എങ്ങും ഇടതിങ്ങി നിറഞ്ഞ വനം. പ്രഭാതസൂര്യന്റെ കുങ്കുമരശ്മികൾ കനംവെച്ച മേഘങ്ങൾക്കിടയിലൂടെ പരന്നുകയറുന്നു. കാടിനാകെ വല്ലാത്ത, സുഖമുള്ള കറുപ്പുനിറം. വനത്തിന് ഇത്രയധികം

അപൂർവദൃശ്യം പ്രദാനം ചെയ്യാൻ ഈ പ്രഭാതസൂര്യനാകുമോ? കാനന സൗന്ദര്യത്തിന് മാറ്റു കൂട്ടാനെന്നോണം ഒഴുകുന്ന അരുവി. പക്ഷികളുടെ കലപില ശബ്ദത്തോടൊപ്പം നീരൊഴുക്കിന്റെ കളകളശബ്ദം. മരങ്ങൾക്കിടയിലൂടെ പ്രകാശച്ചാലുകളുണ്ടാക്കാൻ പാടുപെടുകയാണ് പ്രഭാതസൂര്യൻ.

പ്രകൃതിസൗന്ദര്യവും ആസ്വദിച്ചിരിക്കയല്ലാതെ മറ്റൊന്നും ചെയ്യാനില്ലാത്ത പ്രഭാതം. പക്ഷേ, മനസ്സ് കടിഞ്ഞാണില്ലാതെ പായുകയാണ്. പുറത്ത് എന്തായിരിക്കും നടക്കുക? എങ്ങോട്ട് പോകണം? എന്ത് ചെയ്യണം? ആലോചിച്ചിട്ട് ഒരെത്തും പിടിയുമില്ല.

മണിക്കൂറുകൾ കടന്നുപോയി. ഉച്ചയായതോടെ ഒരു കുട്ടി ഒരു വലിയ കലവുമായി ഞങ്ങളുടെ അടുത്തെത്തി. കലം താഴെവച്ചശേഷം അവനൊരു കുറിപ്പ് എന്നെ ഏൽപ്പിച്ചു. "നിങ്ങൾ വനത്തിലേക്ക് കടന്നത് പൊലീസ് അറിഞ്ഞു. പൊലീസ് വനത്തിലേക്ക് കടന്നാൽ നമ്മുടെ കുട്ടികൾ പ്രത്യേക ശബ്ദമുണ്ടാക്കി സൂചന തരും. അതനുസരിച്ച് രക്ഷപ്പെടുക.'' ഇതായിരുന്നു കുറിപ്പിലെ ഉള്ളടക്കം. അവൻ കൊണ്ടുവന്ന ഭക്ഷണം ഞങ്ങൾ ആർത്തിയോടെ കഴിച്ചു. പഴങ്കഞ്ഞി എന്ന് പറയാൻ വേണ്ടി ഒന്നുമില്ല. വെള്ളമായിരുന്നു കലത്തിൽ. അത് കഴിച്ചാൽ ദിവസം മുഴുവൻ ആശ്വാസം കിട്ടും. ആ വെള്ളത്തിന് അത്രയേറെ ശക്തിയുണ്ടെന്ന് അപ്പോഴാണ് മനസിലായത്.

അധികം താമസിച്ചില്ല. കാലിമേയ്ക്കുന്ന കുട്ടികളുടെ പ്രത്യേക ശബ്ദം കേട്ടു. അതിലടങ്ങിയ സൂചന ഞങ്ങൾ തിരിച്ചറിഞ്ഞു.

പൊലീസ് വനത്തിലേക്ക് കടന്നുവെന്ന് മനസിലാക്കിയ ഞങ്ങൾ പ്രാണഭയത്തോടെ വനാന്തർഭാഗത്ത് നീങ്ങി. മുള്ളുകൾ ശരീരത്തിലും വസ്ത്രങ്ങളിലും കൊളുത്തിവലിച്ചു. മുറിവുകളിൽനിന്ന് ചോരയൊലിച്ചു. കല്ലിൽ തട്ടിവീണ ഒരു സഖാവിനെ ഞാൻ പിടിച്ചെഴുന്നേൽപ്പിച്ചു. വയ്യ. ഇനി ഒരടി നടക്കാൻ വയ്യ.

വനത്തിൽ പകൽ നേരത്തേ അവസാനിക്കുന്നതായി തോന്നും. സൂര്യൻ മറയുന്നതിനു മുമ്പുതന്നെ വൃക്ഷങ്ങളിൽ ഇരുൾ വ്യാപിക്കും. പിന്നെ അത് തറയിലേക്ക് അരിച്ചിറങ്ങും. പുൽക്കൊടികൾക്കുപോലും വല്ലാത്ത നിറവ്യത്യാസം. പ്രഭാതത്തിനും പ്രദോഷത്തിനും ഒരേ ഛായ. കൂടണയുന്നതിനു മുമ്പുള്ള കാട്ടുപക്ഷികളുടെയും കാട്ടുമൃഗങ്ങളുടെയും ശബ്ദകോലാഹലം.

ഇടതിങ്ങിയ വൃക്ഷങ്ങൾക്കിടയിൽ അന്ന് രാത്രി കഴിച്ചുകൂട്ടാൻ തീരുമാനിച്ചു. അസഹ്യമായ തണുപ്പ്. വിശപ്പും ക്ഷീണവുംകൊണ്ട് കണ്ണുകൾ താനേ അടയുന്നു. കാട്ടുമൃഗങ്ങൾ നടക്കുന്ന ശബ്ദം കേൾക്കുമ്പോൾ ആരെങ്കിലും വരുന്നുണ്ടോ എന്ന ഭയത്താൽ ഞെട്ടിത്തരിക്കും. വൃക്ഷങ്ങൾക്കിടയിലുള്ള സ്ഥലത്ത് ഞാൻ തുണിവിരിച്ച് കിടന്നുറങ്ങി. ചില സഖാക്കൾ മരത്തിൽ ചാരിയിരുന്നുറങ്ങി.

ഒരു പകലും രാത്രിയുംകൂടി അങ്ങനെ കഴിച്ചുകൂട്ടി. രണ്ടാം ദിവസ

മായി. ഉച്ചവരെയായിട്ടും ഭക്ഷണമില്ല. ആരെയും കാണാനുമില്ല. വല്ലാത്ത ഒരാപൽശങ്ക. ഞാനുൾപ്പെടെ എല്ലാവരും തളരുകയാണോ? പതറാതെ പിടിച്ചുനിന്നു. മൂന്ന് മണിയോടെ ഒരാളെത്തി. "പൊലീസ് കാട്ടിലാകെ തിരച്ചിൽ നടത്തും; നിങ്ങൾ ഇനിയും ഉള്ളിലേക്ക് പോയേ പറ്റൂ." അയാൾ ഭക്ഷണത്തോടൊപ്പം വിളമ്പിയ വാർത്ത ഇതായിരുന്നു.

എല്ലാ ഭീകരതയും കാഠിന്യവും നിറഞ്ഞ വനാന്തർഭാഗം. അസഹനീയമായ തണുപ്പ്. കണ്ണിൽ കുത്തുന്ന ഇരുട്ട്. അരുവിയിലെ തണുത്തുറഞ്ഞ വെള്ളവും കുടിച്ച് പാറപ്പുറത്തിരിക്കുമ്പോൾ പല സഖാക്കളും അന്ന് പറഞ്ഞത് ഇന്നും ഞാനോർക്കുന്നു.

"സഖാവേ, ഈ സ്ഥിതിയിൽ അധികം പിടിച്ചു നിൽക്കാനാവില്ല. മറ്റെന്തെങ്കിലും പോംവഴി കണ്ടുപിടിക്കണം." ഞാനവരെ ആശ്വസിപ്പിക്കാൻ ശ്രമിച്ചെങ്കിലും അവർ അസ്വസ്ഥരും അസംതൃപ്തരുമായിരുന്നു.

ഉച്ചയായിട്ടും ഭക്ഷണമൊന്നും കിട്ടാതെയായപ്പോൾ ഞങ്ങളിൽ ആറ് സഖാക്കൾ ഭക്ഷണവും അന്വേഷിച്ചു പോയി. രാത്രിയായിട്ടും അവർ മടങ്ങിവരാതിരുന്നപ്പോൾ ഞങ്ങൾക്ക് ബോധ്യമായി ക്ഷീണിച്ചവശരായ അവർ മടങ്ങിപ്പോയെന്ന്.

മുന്നോട്ടുവെച്ച കാൽ പിന്നോട്ടില്ലെന്ന ദൃഢനിശ്ചയത്തോടെ, അസഹ്യമായ വിശപ്പും ക്ഷീണവും വകവെക്കാതെ പിറ്റേദിവസം രാവിലെയും ഞങ്ങൾ യാത്ര തുടർന്നു. കുറച്ചകലെയായി ഒരു തേനീച്ചക്കൂട് കണ്ടപ്പോൾ എന്തെന്നില്ലാത്ത ആശ്വാസം. തേനീച്ചയുടെ കുത്തൊന്നും അപ്പോഴൊരു പ്രശ്നമേയായില്ല. മതിവരുവോളം തേനെടുത്ത് കുടിച്ചു. അതോടെ പുതുജീവനും ഉൻമേഷവും വീണ്ടുകിട്ടി. ഞങ്ങളുടെ കൈയിൽ കുപ്പിനിറയെ പഴങ്കഞ്ഞിവെള്ളമുണ്ടായിരുന്നു. അതും ഞങ്ങൾക്ക് അമൃതായി മാറി.

ഉച്ചയ്ക്ക് ലഭിച്ച സൂചന തെല്ല് ആശ്വാസം പകർന്നു. ഞങ്ങൾ തിരിച്ചും അടയാളം നൽകി. ഞങ്ങൾക്കാവശ്യമായ ആഹാരവും ബീഡിയുമായി ഒരു കുട്ടി എത്തി. മല കയറി മറുഭാഗത്തേക്ക് പോകാൻ നിർദേശിക്കുന്ന ഒരു കുറിപ്പും ഞങ്ങളെ ഏൽപ്പിച്ച് അവൻ പശുക്കളെയും തെളിച്ച് മടങ്ങിപ്പോയി.

ഞങ്ങൾ മല കയറാൻ തുടങ്ങി. ഭക്ഷണം കിട്ടിയതുകൊണ്ടും ബീഡിയും മുറുക്കാനുമൊക്കെ കൈവശമുള്ളതുകൊണ്ടും വളരെയേറെ ഉഷാറോടെ തന്നെയായിരുന്നു മലകയറ്റം. വൈകുന്നേരത്തോടെ ഞങ്ങൾ മുകളിലെത്തി. അങ്ങകലെ എവിടെയോനിന്ന് വെടിയുണ്ടയുടെ ശബ്ദം കേട്ടു.

മലമുകളിലിരുന്ന് സ്വച്ഛന്ദസുന്ദരമായ പ്രകൃതിഭംഗി ആസ്വദിക്കുകയെന്നത് അപൂർവാനുഭവമാണ്. സായന്തനസൂര്യൻ വിതറിയ കുങ്കുമരശ്മികൾ ചക്രവാളത്തെ സ്വർണമേലാപ്പണിയിച്ചു. കണ്ടാലും കണ്ടാലും മതിവരാത്ത ആ ദൃശ്യം അപ്പോഴെന്തോ ഉള്ളിൽ വല്ലാത്ത ആശങ്ക ജനിപ്പിച്ചു.

അന്നുരാത്രി മലമുകളിൽത്തന്നെ കഴിച്ചുകൂട്ടി. പിറ്റേദിവസം മലയിറങ്ങാൻ തുടങ്ങി. കുറെ ഇറങ്ങിയപ്പോൾ കുറ്റിച്ചെടികൾകൊണ്ട് മൂടിയ ഒരു പാറപ്പരപ്പ് കണ്ടു. അവിടെ ഒളിച്ചിരുന്നു. ഏതാനും മണിക്കൂറുകൾ കഴിഞ്ഞപ്പോൾ ഞങ്ങൾക്കുള്ള ഭക്ഷണം അവിടെയെത്തി. ആ ഭക്ഷണം രണ്ടുദിവസത്തേക്ക് തികഞ്ഞു. പക്ഷേ, ആ ഒളിസങ്കേതത്തിൽനിന്നു പോകാൻ നിർദേശം കിട്ടിയാലേ യാത്ര തുടരാനാവൂ. മൂന്നാം ദിവസവും അവിടെത്തന്നെ കഴിച്ചുകൂട്ടി. ഒരുതുള്ളി വെള്ളം പോലും കിട്ടിയില്ല. ദാഹംകൊണ്ട് നാവുവരണ്ടു. ഉമിനീർപോലും ഇല്ലാതാവുകയാണോ?

കാളരാത്രിയായിരുന്നു അത്. ദാഹിച്ചുവലഞ്ഞ ഞങ്ങൾക്ക് നേരം വെളുക്കുന്നതുവരെ അവിടെ കിടക്കുകമാത്രമേ നിവൃത്തിയുണ്ടായിരുന്നുള്ളൂ. ആ പാറപ്പുറത്തുതന്നെ കിടന്നു. കൃഷ്ണൻനായരും എന്റെ അടുത്തുതന്നെയുണ്ടായിരുന്നു. അധികം താമസിച്ചില്ല. കരിയിലകളുടെ ഇടയ്ക്കുനിന്ന് ശബ്ദംകേട്ട് തലപൊക്കി നോക്കി. ഞെട്ടിപ്പോയി. ഒരു പാമ്പ് നേരെ ഇഴഞ്ഞു വരുന്നു.

"തല പൊക്കല്ലേ, അനങ്ങാതെ കിടന്നോ..... പാമ്പ് ഈവഴിവന്നാലും നമ്മെ ഉപദ്രവിക്കാതെ അതിന്റെ പാട്ടിന് പൊയ്ക്കൊള്ളും....." ആ സഖാവ് പറഞ്ഞു.

ഞാൻ തലയും താഴ്ത്തി വരുന്നതുവരട്ടെ എന്ന് കരുതി അനങ്ങാതെ കണ്ണടച്ചുകിടന്നു. പാമ്പ് എന്റെ കാലിൽ ഇഴഞ്ഞുകയറി. അനങ്ങാതെ കിടക്കാൻ ഞാൻ നന്നേ ബുദ്ധിമുട്ടി. വിവരിക്കാനാവാത്ത ഒരു മാനസികാവസ്ഥയിലായിരുന്നു ഞാൻ. എന്റെ ഹൃദയമിടിപ്പ് വേഗത്തിലായി. പാമ്പ് വായിലേക്ക് ഇഴഞ്ഞുകയറുന്നതായി എനിക്ക് തോന്നി. പേടിച്ചരണ്ട് മിണ്ടാട്ടമില്ലാത്ത അവസ്ഥയിലായി ഞാൻ. പാമ്പ് പൊയ്കഴിഞ്ഞെങ്കിലും അന്ന് രാത്രി എനിക്കുറക്കം വന്നില്ല.

വല്ല വിധേനയും നേരം വെളുപ്പിച്ചു. കുടിക്കാനൊരിറ്റു വെള്ളം കിട്ടിയെങ്കിൽ എന്നാശിച്ചുപോയ പ്രഭാതം. കുറച്ചു നടന്നപ്പോൾ മലമുകളിൽ നിന്നൊഴുകിവരുന്ന അരുവി കണ്ടു. വയറുനിറയെ പച്ചവെള്ളം കുടിച്ചു. ഉച്ചയോടെ കാടിന്റെ ഒരു ഭാഗത്തുനിന്ന് കൂവൽകേട്ടു. അത് ഞങ്ങൾക്കുള്ള സിഗ്നലായിരുന്നു. ഞങ്ങളുടേതായ അടയാളം ഞങ്ങളും നൽകി. പക്ഷേ, മൂന്ന് മണിയോടെ മാത്രമേ അയാൾക്ക് ഞങ്ങളെ കണ്ടെത്താൻ കഴിഞ്ഞുള്ളൂ. തലേദിവസം മുഴുവൻ അയാൾ ഞങ്ങളെയും തേടി കാട്ടിൽ അലയുകയായിരുന്നു. പാത്രത്തിലുണ്ടായിരുന്ന കഞ്ഞിയും പുഴുക്കും വളിച്ചുപോയിരുന്നു. എങ്കിലും ഞങ്ങൾക്ക് മൃഷ്ടാന്നഭോജനമായി.

ആ സ്ഥലം ഒളിക്കാൻ പറ്റിയതല്ലെന്നും കുന്നിന്റെ മറ്റേ ഭാഗത്തേക്ക് നീങ്ങണമെന്നും ഉപദേശിച്ച് അയാൾ മടങ്ങിപ്പോയി. പ്രത്യേകം കരുതിയ ഒരു ലഘുഭക്ഷണപ്പൊതിയും അയാൾ ഞങ്ങളെ ഏൽപ്പിച്ചു. മലയുടെ മറുഭാഗം കടക്കുകയെന്നത് ദുഷ്കരമായിരുന്നു. അങ്ങോട്ട്

കടക്കാൻ വഴിയില്ലെന്ന് മാത്രമല്ല. നിറയെ മുൾച്ചെടികൾ നിറഞ്ഞ പ്രദേശമായിരുന്നു അത്. കുടയുടെ സഹായത്തോടെ ഇഴഞ്ഞിഴഞ്ഞ് മുന്നോട്ടുനീങ്ങേണ്ട അവസ്ഥയിലായിരുന്നു. എങ്കിലും മുന്നോട്ടുപോകാതെ വയ്യ.

മുൾപ്പടർപ്പുകൾ ഒഴിച്ചുമാറ്റി വല്ലവിധേനയും മുന്നോട്ടുനീങ്ങി. മുള്ളുകൾ വരിഞ്ഞുകീറിയ മുറിവുകളിൽനിന്ന് ചോര വാർന്നു. അട്ട കടിച്ച ഭാഗത്ത് വീക്കം വേറെയും. സന്ധ്യയായതോടെ ഒരു പാറയുടെ അടുത്തെത്തിയ ഞങ്ങൾ അവിടെ വിശ്രമിക്കാൻതന്നെ തീരുമാനിച്ചു.

മലയുടെ മറുവശത്തുള്ള ഗ്രാമത്തിലെത്തി ഏതെങ്കിലുമൊരു ഒളിസങ്കേതം കണ്ടുപിടിക്കുകയാണ് ബുദ്ധിയെന്ന് ഞാൻ അഭിപ്രായപ്പെട്ടു. ഇങ്ങനെ വനത്തിൽ എത്രനാൾ അലഞ്ഞുതിരിയും? ഗ്രാമത്തിലെത്തിയാൽ പാർട്ടി പ്രവർത്തനങ്ങളിൽ ഏർപ്പെടാമല്ലോ. മാത്രമല്ല, ഞങ്ങളുടെ വസ്ത്രങ്ങളൊക്കെ അഴുക്കുനിറഞ്ഞതും കീറിപ്പറിഞ്ഞതുമായി. പകൽ ചുട്ടുപൊള്ളുന്ന വെയിൽ. രാത്രിയിലാണെങ്കിൽ കോച്ചിവിറയ്ക്കുന്ന തണുപ്പ്. അതിനെ അതിജീവിക്കാൻ ഈ വസ്ത്രങ്ങൾ തീരെ പര്യാപ്തമായിരുന്നില്ല. വിശന്ന് പൊരിയുമ്പോൾ ഒരുനുള്ള് ഭക്ഷണം ലഭിക്കാൻ ഒരു വഴിയുമില്ല. കാട്ടിൽ അവിടവിടെ അരുവികളും ഉറവകളും ഉള്ളതുകൊണ്ട് ദാഹജലത്തിന് ബുദ്ധിമുട്ടുണ്ടായില്ല.

പിറ്റേന്ന് ഉച്ചയ്ക്ക് പന്ത്രണ്ട് മണിയോടെ ഞങ്ങളുടെ കാടുമാറ്റം തുടങ്ങി. എന്റെ കൂടെ ഒരു കർഷക കാരണവരും നാരായണവാരിയർ, കൃഷ്ണൻനായർ എന്നീ നേതാക്കളുമുണ്ടായിരുന്നു. ഇരുമലകൾക്കുമിടക്കുള്ള സ്ഥലം മൊട്ടക്കുന്നായിരുന്നു. തിങ്ങി ഇടതൂർന്ന വനം ഭീകരത ജനിപ്പിച്ചുവെങ്കിലും സുരക്ഷാദായിനിയായിരുന്നു. അഭയം തേടുന്നവരെ തന്നിലേക്ക് ഒളിപ്പിച്ചു നിർത്തുന്ന ആ സംരക്ഷകയെ വിട്ട് മൊട്ടക്കുന്നിലേക്ക് കടന്നപ്പോൾ മനസിന് ഒരാശങ്ക. അടുത്ത വനത്തിന്റെ നിബിഡതയിൽ ആശ്രയം കണ്ടെത്താനുള്ള വെമ്പൽ.

ഈ ഘട്ടത്തിൽ എളേരിക്കുന്നിന്റെ മുകളിൽ ക്യാമ്പ് ചെയ്തിരുന്ന പൊലീസുകാർക്ക് എങ്ങനെയോ രഹസ്യവിവരം ലഭിച്ചു. എന്നാൽ മലമ്പ്രദേശത്തിന്റെ പൂർണവിവരം മനസിലാക്കാനുള്ള കഴിവ് ഇതിനകം ഞങ്ങൾക്ക് ലഭിച്ചിരുന്നു. വന്യമൃഗങ്ങൾ ധാരാളമുള്ള പ്രദേശത്തായിരുന്നു ഞങ്ങൾ തങ്ങിയത്.

തോക്കുധാരികളായ പൊലീസുകാർ ഈ മല മുഴുവൻ വളഞ്ഞിരിക്കയാണെന്ന് മനസിലായി. എങ്ങനെയെങ്കിലും മുറിച്ചുകടന്ന് അടുത്ത മലയിൽ പ്രവേശിച്ചില്ലെങ്കിൽ രക്ഷപ്പെടാനാവില്ല. പൊലീസിന്റെ കൈയിൽപ്പെട്ടതുതന്നെ. കയ്യൂർ കേസിലെ പിടികിട്ടാപ്പുള്ളിയായ പ്രതി പൊലീസിന്റെ കൈയിൽപ്പെട്ടാൽ എന്തായിരിക്കും സ്ഥിതി?

അങ്ങനെ ഞങ്ങളെല്ലാംകൂടി പുറപ്പെട്ടു. മുമ്പിൽ ഞാനും കൃഷ്ണൻനായരും തൊട്ടുപിന്നാലെ മറ്റുള്ളവരുമായി ജനവാസമുള്ള പ്രദേശം ലാക്കാക്കി മുമ്പോട്ടു നടന്നു. കുറച്ചു നടന്നപ്പോൾ നാരായണ

വാരിയർക്കും മറ്റ് കാരണവന്മാർക്കും നടക്കാനാവാത്ത സ്ഥിതിയായി. അവർ കാടിന്റെ ഒരു മൂലയിലേക്ക് മാറി. മുളങ്കാട് നോക്കി അതിനുള്ളിൽ പതിഞ്ഞു കിടന്നു.

ഞാനും കൃഷ്ണൻനായരും മുന്നോട്ടുവച്ച കാൽ പിന്നോട്ടെടുത്തില്ല. എന്റെ കൈയിൽ ഒരു കുടയും തോളിലൊരു സഞ്ചിയുമുണ്ടായിരുന്നു. കാടുമാറി മൊട്ടക്കുന്നിന്റെ ഭാഗത്ത് പ്രവേശിച്ചപ്പോഴേക്കും അതാ ദൂരെ, ഒരു പൊലീസുകാരൻ തോക്കും നീട്ടി ഞങ്ങൾക്കുനേരെ നിൽക്കുന്നു. കാടിന്റെ അതിർത്തിപ്രദേശമായിരുന്നു അത്.

എന്റെ കൈയിലിരുന്ന കുട രക്ഷയായി. ഞങ്ങളുടെ കൈയിലും തോക്കുണ്ടെന്ന് ധരിച്ച് തിരിച്ചു വെടിവെച്ചാലോ എന്ന ഭയമായിരുന്നു പൊലീസിന്. അയാളുടെ നീണ്ട വിസിലടി ചെവി തുളച്ചുകയറി. പരിസരത്താകെ നിന്ന പൊലീസ് എത്താനായിരുന്നു വിസിലടി. ഞങ്ങളിത് മനസിലാക്കി, അൽപ്പസമയം തിരിഞ്ഞുനിന്ന് മറുഭാഗം വഴി നടന്നു. നടക്കുകയായിരുന്നില്ല. എങ്ങനെയോ കാലെടുത്തുവെക്കുകയായിരുന്നു എന്ന് പറയുന്നതാവും ശരി. പിടിച്ചു പിടിച്ചില്ല എന്ന സ്ഥിതി, മറുഭാഗത്ത് കുറെദൂരെ ഒരു ചെറിയ കാട്ടുപ്രദേശമുണ്ടായിരുന്നു. എങ്ങനെയോ അവിടെയെത്തി. ആരും കാണാതെ ആ കുറ്റിക്കാട്ടിൽ പതിഞ്ഞുകിടന്നു.

വിസിലടികേട്ട് അവിടെ കേന്ദ്രീകരിച്ച പൊലീസുകാർ തോക്കും ബയണറ്റും നിവർത്തിപ്പിടിച്ച് ഞങ്ങൾ മുമ്പ് കഴിഞ്ഞിരുന്ന കാട്ടിനകത്തേക്ക് പ്രവേശിച്ചു. ഇരയെ പിടിക്കുന്നതിന് അവർ കാട്ടിലാകെ പാഞ്ഞു നടന്നു. നടക്കാനാവാതെ നാരായണ വാരിയരും ഒന്നുരണ്ട് സഖാക്കളും കിടന്നിരുന്നത് അതിനടുത്തായിരുന്നു.

വിശന്നലറി നടന്ന മൃഗത്തിന് ഇരയെ കിട്ടിയ ആവേശം. നാരായണവാരിയരെയും മറ്റ് സഖാക്കളെയും അവർ അറസ്റ്റു ചെയ്തു. പക്ഷേ, മുളങ്കാടിനുള്ളിൽ കിടന്നിരുന്ന കർഷക കാരണവരെ അവർക്ക് പിടികിട്ടിയില്ല. അറസ്റ്റിലായവരെ പൊലീസ് ക്യാമ്പിലേക്ക് കൊണ്ടുപോയി. മണിക്കൂറുകളോളം മർദിച്ചു. മർദനമേറ്റ് നടക്കാനാവാത്തവിധം അവർ അവശരായി. വൈകിട്ട് ആറുമണിയോടെ പൊലീസ് അവരെ എളേരിയിൽനിന്ന് കെട്ടിയെടുത്താണ് നീലേശ്വരത്തേക്ക് കൊണ്ടുപോയത്. കുന്നുംകൈ എന്ന സ്ഥലത്തൂടെ പൊലീസ് അകമ്പടിയോടെ അവരെ കൊണ്ടുപോയ ആ രംഗം ഇന്നും ഇന്നലെയെന്നപോലെ ഓർക്കുന്നു. അവിടെയാണ് ഞാനും കൃഷ്ണൻനായരും ഒളിച്ചിരുന്നത്. കൺമുന്നിലൂടെ അവരെ കൊണ്ടുപോകുന്നത് കണ്ടപ്പോൾ ഉള്ളൊന്ന് പാളിയോ? മനം തേങ്ങിയോ? എന്തോ എനിക്കറിയില്ല. പക്ഷേ, ഉള്ളിന്റെയുള്ളിൽ എവിടെയോ ഒരു നേരിയ വേദന.

ഞങ്ങളുടെ താവളം മനസിലാക്കാൻ പൊലീസിന് കഴിഞ്ഞില്ല. അങ്ങനെ കൂരിരുട്ടാകുന്നതുവരെ അവിടെത്തന്നെ കഴിഞ്ഞു. രാത്രിയും ചന്ദ്രികയും നക്ഷത്രക്കുഞ്ഞുങ്ങളുമൊക്കെ കവിഹൃദയങ്ങൾക്ക് വാചാ

ലങ്ങളാണ്. എനിക്കും അങ്ങനെതന്നെ. പക്ഷേ, ആ രാത്രി എനിക്ക് ഭീതിദമായിരുന്നു. പൂനിലാവിനെ അന്നാദ്യമായി ഞാൻ ഭയന്നു. കണ്ണിറുക്കുന്ന നക്ഷത്രക്കുരുന്നുകളോട് ഈർഷ്യതോന്നി. എങ്ങനെയും ഒരിടം തേടിപ്പിടിക്കണമെന്ന ചിന്ത മാത്രം മനസിൽ.

മറ്റൊരു ഭാഗത്തുണ്ടായിരുന്ന കർഷക കാരണവരും അവിടെത്തന്നെ കിടന്നു. രാത്രി ഞങ്ങളെണീറ്റ് ഇവരെയും തേടിപ്പിടിച്ച് ഒരു ഹരിജൻ കുടിലിലെത്തി. ആ കുടിലിന്റെ അധിപനായ കർഷകത്തൊഴിലാളിക്ക് ഞങ്ങളെ കണ്ടപ്പോൾ എന്തെന്നില്ലാത്ത സന്തോഷവും ആവേശവും. ഇത്തിരി ചൂടുവെള്ളം കുടിക്കാനുള്ള ആർത്തി. അദ്ദേഹം ആരെയോ ദൂരെ അയച്ച് ചായപ്പൊടിയും മറ്റും വാങ്ങിക്കൊണ്ടുവന്നു. പറഞ്ഞ നേരത്തിനുള്ളിൽ കുറച്ച് ചക്കയും അവർ പാകപ്പെടുത്തിയെടുത്തു.

ഇനിയും ഈ പ്രദേശത്ത് നിൽക്കുന്നത് കൂടുതൽ അപകടമാണെന്ന് മനസിലായി. എങ്കിൽ താമസിയാതെ പിടിവീഴും. അന്നു രാത്രി തന്നെ അവിടെനിന്ന് യാത്ര പറഞ്ഞിറങ്ങി. ആ പ്രദേശത്തെ എല്ലാ വഴികളും കൃഷ്ണൻനായർക്ക് നിശ്ചയമുണ്ടായിരുന്നു. അദ്ദേഹത്തോടൊപ്പം ഇരുപത്തിരണ്ട് നാഴിക അകലെയുള്ള കാഞ്ഞങ്ങാട്ടെ മടിക്കൈ ഗ്രാമത്തിലേക്ക് പുറപ്പെട്ടു. നേരം പുലരുന്നതിനുമുമ്പ് ഞങ്ങൾ ആ ഗ്രാമത്തിൽ എത്തുകയും പരിചയമുള്ള ഒരു കർഷകക്കുടിലിൽ താമസിക്കുകയും ചെയ്തു.

എളേരിയിൽ നടന്ന നരനായാട്ടിന്റെ കഥകൾ. അറസ്റ്റിന്റെയും മർദനത്തിന്റെയും കഥകൾ രാജ്യമാകെ പരന്നു കഴിഞ്ഞിരുന്നു. ഞങ്ങളവിടെനിന്ന് രക്ഷപ്പെട്ട കഥ മറ്റാരും അറിഞ്ഞിരുന്നില്ല. ഞാനവിടെ ഉണ്ടായിരുന്നു എന്ന വസ്തുത പൊലീസുകാർ മനസിലാക്കിയിരുന്നില്ല.

കർഷകർ മാത്രമല്ല, കുട്ടികളും അമ്മമാരും അത്രത്തോളം സുരക്ഷിതമായിട്ടാണ് ആ ഒളിവുജീവിതകാലത്ത് എന്നെ സംരക്ഷിക്കുകയും കാത്തുസൂക്ഷിക്കുകയും ചെയ്തത്. പൊലീസ് ആർക്കുവേണ്ടിയാണോ വലവീശിയിരിക്കുന്നത് അയാൾക്ക് അന്നവും അഭയവും നൽകിയാലുള്ള ശിക്ഷ ആരും പറയാതെതന്നെ അവർക്കറിയാം. എങ്കിലും കാടുകളിൽനിന്ന് അഭയം തേടിയെത്തിയ എന്നെ അവരാരും കൈവെടിഞ്ഞില്ല.

കുരുമുളക് കൃഷിക്കാരുടെ പ്രശ്നങ്ങളുയർത്തി കർഷകപ്രസ്ഥാനം ശക്തമായ സമരം ആരംഭിച്ചത് ഞാൻ പടിഞ്ഞാറേ എളേരിയിലായിരുന്ന ഘട്ടത്തിലാണ്.

പത്തിന് രണ്ട് എന്നത് മാറ്റി പത്തിനൊന്ന് ആക്കണമെന്നതായിരുന്നു കുരുമുളക് കൃഷിക്കാരുടെ ആവശ്യം. പത്തുവർഷത്തിൽ രണ്ട് തവണ വിളവ് നീലേശ്വരം രാജായ്ക്ക് നൽകണമെന്നാണ് അന്നത്തെ ജന്മിനിയമം. എന്നാൽ പത്തുവർഷം കഴിഞ്ഞാൽ മാത്രമേ ഒരു വർഷത്തെ വിളവ് ജന്മിക്ക് കൊടുക്കുകയുള്ളൂവെന്ന നിലപാട് കർഷ

കരും സ്വീകരിച്ചു. ഈ ആവശ്യത്തിനുവേണ്ടി സംഘടിതനീക്കംതന്നെ നടന്നു. ഇതൊഴിവാക്കും എന്ന വാശിയിലായിരുന്നു ജന്മിമാർ.

ഒളിവിലിരുന്നുകൊണ്ട് ഈ സമരം നയിക്കുന്നതിന് കൃഷിക്കാരെ സംഘടിതമായി അണിനിരത്തി. എന്നാൽ ഭൂവുടമയ്ക്കുവേണ്ടി കർഷ കസമരത്തെ അടിച്ചമർത്താനും ഒളിവിലുള്ളവരെ തിരഞ്ഞുപിടിക്കാനും തോക്കുധാരികളായ പൊലീസുകാർ അവിടെവന്ന് ക്യാമ്പുചെയ്തു. പതിനേഴ് ദിവസത്തോളം ക്യാമ്പ് അവിടെ തുടർന്നു. ഈ ഘട്ടത്തിൽ കടുത്ത മർദനമാണ് കൃഷിക്കാർക്കെതിരെ പൊലീസ് നടത്തിയത്.

കുഞ്ഞിരാമൻനായർ അടക്കമുള്ള കർഷകനേതാക്കളെ അവർ ആദ്യംതന്നെ അറസ്റ്റുചെയ്ത് മർദിച്ചു. ഇപ്പോൾ അദ്ദേഹം അവിടത്തെ സി പി ഐ നേതാവാണ്. ഒളിവിൽ പ്രവർത്തിച്ച കാലത്ത് എന്റെയൊപ്പം കൃഷ്ണൻ നായരും ഉണ്ടായിരുന്നു. അദ്ദേഹം ഇപ്പോൾ ജീവിച്ചിരിപ്പില്ല. നാരായണൻ നായർ ജീവിച്ചിരിപ്പുണ്ട്, പൊലീസുകാരുടെ കണ്ണിൽപ്പെ ടാതെ കുട്ടികളെയടക്കം സംഘടിതമായി അണിനിരത്തിക്കൊണ്ട് ഞങ്ങൾ ഹരിജനങ്ങളുടെയും ആദിവാസികളുടെയും പിന്തുണയോടെ കർഷക സമരത്തിന് ഊക്കും ഉശിരും നൽകി.

പൊലീസിന്റെ മർദനം ക്രൂരമായിരുന്നു. പത്തും പതിനഞ്ചും വയസ്സ് പ്രായമുള്ള കുട്ടികളെ പിടിച്ചുകൊണ്ടുപോയി പൊലീസ് ക്യാമ്പുകളിൽ മർദിച്ചവശരാക്കി. മറ്റ് പല തരത്തിലുള്ള ഭേദദണ്ഡ ങ്ങൾക്കും അവരെ ഇരയാക്കി. ഞങ്ങൾ കർഷക കുടിലുകളിൽ താമസി ക്കുമ്പോൾ പൊലീസുകാരുടെ ചലനങ്ങളെക്കുറിച്ച് മനസിലാക്കാൻ ഉപയോഗിച്ചിരുന്നത് ബാലസംഘം കുട്ടികളെയായിരുന്നു. ഹരിജന ങ്ങളും ആദിവാസികളും വേണ്ട സഹായങ്ങൾ ചെയ്തു.

കർഷക കുടിലുകളിൽ താമസിക്കാനാവാത്ത രീതിയിൽ അത്ര ക്രൂരമായിരുന്നു പൊലീസിന്റെ നരനായാട്ട്. ഒളിവിൽ പാർക്കാൻ നിർബ ന്ധിതരായിത്തീരുന്ന കൃഷിക്കാരും മറ്റ് യുവാക്കളും ഞങ്ങളോടൊപ്പമു ണ്ടായിരുന്നു. കർഷക കുടിലുകളിലോ വീടുകളിലോ ഒന്ന് തല ചായ്ക്കാൻ അവസരംകിട്ടാതെ കാടുകളിൽ ദിവസങ്ങളോളം താമസി ക്കേണ്ടി വന്നു.

രാത്രി ഒരു നേരത്തെ ഭക്ഷണം മാത്രമായിരുന്നു ആ ഘട്ടത്തിൽ ലഭിച്ചത്. പഴങ്കഞ്ഞിവെള്ളം കുടിച്ച് പകൽ വിശപ്പടക്കും. രാത്രിയാ യാൽ ചക്കയും മറ്റും പുഴുങ്ങിത്തിന്നും. ഇങ്ങനെ രണ്ടാഴ്ചയിലധികം കാടുകളിൽ പല സ്ഥലങ്ങളിലായി കഴിഞ്ഞു. സായുധ പൊലീസിന്റെ ക്യാമ്പുകൾ ദിവസങ്ങളോളം അവിടെ സജീവമായിരുന്നു.

ഇതുപോലുള്ള ഘട്ടങ്ങളിൽ കാടിനെക്കുറിച്ച് കൂടുതൽ അറിയാൻ കഴിഞ്ഞു. ഭീകരത മുറ്റി നിൽക്കുന്നതാണെങ്കിലും ഇടതിങ്ങിയ വന ത്തിന് ഒരു പ്രത്യേക ചന്തമുണ്ട്. കാട്ടുമൃഗങ്ങൾ ചുറ്റും ഓടി മറയു മ്പോൾ ഭയം തോന്നാറുണ്ടെങ്കിലും കാടിന്റെ നിബിഡത സുരക്ഷാവ ലയം സൃഷ്ടിക്കുന്നുവെന്ന തോന്നൽ. മനുഷ്യനോട് ഏറെ അടുപ്പം

പുലർത്താൻ അനാദികാലം മുതൽ തൽപ്പരരായ കുരങ്ങൻമാരും വേണ്ടുവോളമുണ്ടായിരുന്നു ആ വനത്തിൽ. മരം ചാടി കുരങ്ങൻമാരുടെ വൃക്ഷചലനങ്ങൾ മനസിലാക്കി മനുഷ്യന്റെ യാത്ര എങ്ങോട്ടാണെന്ന് കണക്കാക്കാൻ കഴിഞ്ഞു. ഈയൊരു പാഠം മനസിലാക്കിയത് വനവാസത്തിൽ നിന്നായിരുന്നു. കരിങ്കുരങ്ങുകളും കുറവായിരുന്നില്ല. ഇവയുടെ ചലനംനോക്കി പൊലീസിന്റെ ഗതി മനസിലാക്കാനും അപകടം മണത്തറിയാനും കഴിയുന്ന കർഷകരുമുണ്ടായിരുന്നു.

ഒരു ദിവസം മാനും മുയലുമെല്ലാം ഞങ്ങളുടെ അടുത്തുകൂടി നെട്ടോട്ടമോടുന്നത് കണ്ടു. ശാന്തപ്രകൃതികളായ ഈ ജന്തുക്കളുടെ പിടഞ്ഞോട്ടം കണ്ടപ്പോൾ വനത്തിന് പുറത്തെന്തോ ചലനമുണ്ടെന്ന് ഉടനെ പിടികിട്ടി. കാട് തിങ്ങി നിറഞ്ഞ ഒരു കുന്നിന്റെ മുകളിൽനിന്ന് മറ്റൊരു പ്രദേശത്തേക്ക് മാറിപ്പോകാൻ ഞങ്ങൾ തീരുമാനിച്ചു. ഇടയ്ക്ക് വനമില്ലാതിരുന്ന കുറെ സ്ഥലമുണ്ടായിരുന്നു. ആ വഴിയേ നീങ്ങാമെന്ന് കരുതി. ഞങ്ങളോടൊപ്പം കൃഷിക്കാരുമുണ്ടായിരുന്നു. ഈ യാത്ര എവിടേക്കാണെന്നോ എന്ന് അവസാനിക്കുമെന്നോ ഒരു പിടിയുമില്ല. എങ്കിലും ഒരു നല്ല നാളേക്കുവേണ്ടിയുള്ള ജൈത്രയാത്രയിൽ കർഷകർക്ക് എന്തെന്നില്ലാത്ത ആവേശം. ബഹുജനപിന്തുണയും ആത്മധൈര്യവുമുണ്ടെങ്കിൽ ഏത് മുൾവിരിച്ച പാതയിലൂടെയും കടന്നുകയറാമെന്ന് അനുഭവം തെളിയിച്ച ദിവസങ്ങൾ.

ഞങ്ങൾ ഇരുന്ന കാടിന്റെ മറുഭാഗത്തായി കാലിപ്പയ്യന്മാരും തമ്പടിച്ചിരുന്നു. രാഷ്ട്രീയമൊന്നും അവർക്കറിയില്ല. പക്ഷേ, കാട്ടിൽ കഷ്ടപ്പാട് സഹിച്ചുകഴിയുന്ന ഞങ്ങളോട് അവർക്ക് അനന്യസ്നേഹം. ഇവരെ പൊലീസിന്റെ കണ്ണിൽപ്പെടാതെ കാത്തുസൂക്ഷിക്കേണ്ടത് തങ്ങളുടെ സ്വന്തം കടമയായി അവർ ഏറ്റെടുത്തു. ഈ കുട്ടികളിൽ ചിലരെയൊക്കെ പൊലീസ് അറസ്റ്റ് ചെയ്തുകൊണ്ടുപോയി ക്യാമ്പുകളിലിട്ട് ക്രൂരമായി മർദിച്ചു. കരിക്കുകൊണ്ട് കുട്ടികളെ ഇടിച്ചു ചതയ്ക്കുക എന്നത് പൊലീസിന്റെ ക്രൂരവിനോദമായിരുന്നു. പത്തും പന്ത്രണ്ടും വയസുള്ള നിരപരാധികളും നിഷ്കളങ്കരുമായ കുട്ടികൾ, കരിക്കുകൊണ്ടുള്ള ഇടിയേറ്റ് അവരുടെ ശരീരം നീലിച്ചു. വേദനകൊണ്ട് പുളയുമ്പോഴും അവരുടെ നാവിൽനിന്ന് ഞങ്ങളെക്കുറിച്ച് ഒരക്ഷരം പുറത്തുവന്നില്ല. കിട്ടാവുന്നത്ര വിവരം ചോർത്താമെന്ന് കരുതിയവർക്ക് നിരാശമാത്രം ബാക്കി.

* * * * * *

രാത്രികാലങ്ങളിൽ ഞാൻ മലമ്പ്രദേശങ്ങളിലൂടെയാണ് യാത്ര ചെയ്തത്. മലമ്പാതയിലൂടെയുള്ള യാത്രയിൽ എന്തും സംഭവിക്കാമെന്ന് മനസിലാക്കി ഞാൻ ഒരു തോക്കും കൈവശം സൂക്ഷിച്ചിരുന്നു. ഈ നിശായാത്ര പലപ്പോഴും ആപൽക്കരമായിരുന്നു; പശ്ചിമഘട്ടത്തിന്റെ ചരിവിലൂടെയുള്ള യാത്ര വിശേഷിച്ചും. ഗ്രാമങ്ങളിൽനിന്ന്

ഗ്രാമങ്ങളിലേക്ക് റോഡുകൾ ഉണ്ടായിരുന്നെങ്കിലും പക്ഷേ, ഞങ്ങൾക്ക് അതിലേ നടക്കാൻ കഴിയുമായിരുന്നില്ല. ഞങ്ങൾക്ക് ശരണം ഊടുവഴികൾ മാത്രം. അതുകൊണ്ട് ചിലപ്പോഴൊക്കെ വഴിതെറ്റി ആപത്തിന്റെ വക്കുവരെ എത്തിയിട്ടുമുണ്ട്. രാത്രിയിൽ സഞ്ചരിക്കുമ്പോൾ ദിശ നിർണയിക്കണം. നക്ഷത്രങ്ങളാവും അതിന് സഹായിക്കുക. നക്ഷത്രം നോക്കി ദിശ നിർണയിച്ചതിന്റെ ഫലമായി വഴിയറിയാതെ വലഞ്ഞ അനുഭവങ്ങളും കുറവല്ല.

ഒരു ദിവസം രാത്രി ചീമേനിയിലൂടെ ഒരു സഖാവിന്റെകൂടെ നടക്കുകയായിരുന്നു. കുറ്റാക്കുറ്റിരുട്ട്. ഒന്നുംതന്നെ കാണാൻ ആവുന്നില്ല. ചെന്നുചാടിയത് വലിയൊരു വിഷപ്പാമ്പിന്റെ മുന്നിൽ. ഭാഗ്യത്തിന് അവിടെ നിന്നെടുത്തു ചാടി പാമ്പിന്റെ കടിയിൽനിന്നു രക്ഷപ്പെട്ടു. ഇതുപോലെ പാമ്പുകളിൽനിന്നും വന്യമൃഗങ്ങളിൽനിന്നും അത്ഭുതകരമായി രക്ഷപ്പെട്ട അനുഭവങ്ങൾ നിരവധിയാണ്.

ചിലപ്പോൾ രണ്ടും മൂന്നും ദിവസം ഭക്ഷണമൊന്നും കഴിക്കാതെ സഞ്ചരിക്കേണ്ടിവന്നു. ഒളിവിൽ കഴിയുന്ന ഞങ്ങൾ വീടുകളിൽ കയറിച്ചെന്ന് ഭക്ഷണം ചോദിക്കുന്നതെങ്ങനെ? എല്ലായിടത്തും ആപത്ത് പതിയിരിക്കുകയല്ലേ?

അനേകംതവണ പൊലീസ് എന്റെ സങ്കേതം വളഞ്ഞിട്ടുണ്ട്. രക്ഷപ്പെടാൻ പഴുതൊന്നും കാണാതെ അവരുടെ വലയിൽപ്പെട്ടു പോകുമോ എന്ന് സംശയിച്ച അവസരങ്ങളും കുറവായിരുന്നില്ല. പക്ഷേ, ഈ അവസരങ്ങളിലൊന്നും ലവലേശം ഭയമോ മനോവിഷമമോ അനുഭവപ്പെട്ടില്ല. ആപത്ത് നേരിടേണ്ടി വരുമ്പോൾ എന്റെ മനസ്സ് ജാഗ്രതയോടെ പ്രവർത്തിക്കും. വ്യക്തമായി ചിന്തിക്കാനും കഴിയും. ഈ ഒരു കഴിവാണ് എല്ലായ്പ്പോഴും രക്ഷപ്പെടാൻ എന്നെ സഹായിച്ചത്.

ഈ യാത്രയിൽ ഞങ്ങൾക്ക് അഭയം തന്നവരെല്ലാം തികച്ചും അപരിചിതർ. സ്വന്തം ജീവൻപോലും പണയപ്പെടുത്തിയായിരുന്നു അവർ ഞങ്ങൾക്കായി വാതിൽ തുറന്നുതന്നത്. ഓരോയിടത്ത് തങ്ങുമ്പോഴും പാർട്ടിയിൽനിന്ന് ഞങ്ങൾക്ക് സന്ദേശം കിട്ടും. അത് കൊണ്ടുതരുന്നവർക്ക് അറിയില്ല അതിലെ വാക്കുകളുടെ അർഥം. ഇമ്മാതിരി സന്ദേശവാഹകരുടെ ഒരു സംഘം തന്നെയുണ്ടായിരുന്നു അക്കാലത്ത്. അതുപോലെ മറ്റൊരു സംഘമുണ്ടായിരുന്നു — സഖാക്കളെ സുരക്ഷിത സങ്കേതങ്ങളിലെത്തിക്കുന്നവരുടെ സംഘം. അവർക്ക് പാർട്ടിജോലികൾ മറ്റൊന്നുമുണ്ടായിരുന്നില്ല.

5

സി പി എസ് യു (ബി)യും രാമായണവും

കുട്ടിക്കാലം മുതൽക്കേ ഉണ്ടായിരുന്ന വായനാശീലം എനിക്ക് വളർത്തിയെടുക്കാൻ കൂടുതൽ കഴിഞ്ഞത് ഒളിവുജീവിതകാലത്തായിരുന്നു. മാർക്സിസം-ലെനിനിസം സംബന്ധിച്ച് ഏറെ പുസ്തകങ്ങൾ ശേഖരിക്കാനും വായിക്കാനും കഴിഞ്ഞതും ആ ഘട്ടത്തിലായിരുന്നു. വായനയുടെയും പഠനത്തിന്റെയും എഴുത്തിന്റെയും ഒരു കാലഘട്ടം കൂടിയായിരുന്നു ഒളിവുജീവിതകാലം.

1941-42 കാലങ്ങളിൽ പയ്യന്നൂർ-കാസർഗോഡ് മേഖലകളിൽ കേന്ദ്രീകരിച്ച് പ്രവർത്തിച്ചിരുന്ന കാലത്ത് പയ്യന്നൂരിൽ എന്നെ സംരക്ഷിച്ചിരുന്നത് പാർട്ടി നേതാവായ തമ്പാനായിരുന്നു. അക്കാലത്തെ ചില സംഭവങ്ങളെപ്പറ്റി അൽപ്പം.

ജോൺ റീഡിന്റെ *ലോകത്തെ പിടിച്ചുകുലുക്കിയ പത്തുദിവസങ്ങൾ* (Ten Days that Shook the World) ഞാൻ വായിച്ചത് ഇക്കാലത്താണ്. വളരെയേറെ താൽപ്പര്യത്തോടെ ആ പുസ്തകം രണ്ടുതവണ വായിച്ചു. ലെനിനെക്കുറിച്ച് അദ്ദേഹത്തിന്റെ സഹധർമിണി ക്രൂപ്സകായ എഴുതിയ ലെനിന്റെ കുടുംബചരിത്രത്തെപ്പറ്റിയും ലെനിനെപ്പറ്റിയുമുള്ള പുസ്തകങ്ങളും അവയിൽ പ്രധാനപ്പെട്ടതാണ്. ഈ ഇംഗ്ലീഷ് ഗ്രന്ഥങ്ങളുടെ അറിവുവെച്ചാണ് ലെനിനെക്കുറിച്ച് എന്റെ ആദ്യപുസ്തകം ഞാനെഴുതിയത്. പക്ഷേ, അത് പൂർത്തിയാക്കി പ്രസിദ്ധീകരിച്ചത് 1946 നുശേഷമാണ്. കെ ദാമോദരന്റെ അവതാരികയോടുകൂടി പുറത്തിറങ്ങിയ ആ പുസ്തകത്തിന്റെ രണ്ട് പതിപ്പുകൾ പിന്നീട് ഇറങ്ങി. ഒന്ന് *വിപ്ലവാചാര്യനായ ലെനിൻ* എന്നും രണ്ടാമത്തേത് *ലെനിൻ* എന്നുമുള്ള തലക്കെട്ടിൽ.

അന്ന് വായിച്ചുകൂട്ടിയ ഗ്രന്ഥങ്ങളുടെ കൂട്ടത്തിൽ സോവിയറ്റ്-ചൈനീസ് പാർട്ടികളുടെ ചരിത്രങ്ങളും ഉണ്ടായിരുന്നു.

ഈ പുസ്തകങ്ങളൊക്കെ ഭദ്രമായി സൂക്ഷിക്കാനേൽപ്പിക്കുന്നത് ഞങ്ങൾ താമസിക്കുന്ന കുടിലുകളിലെ അമ്മമാരെയായിരിക്കും. അവർക്ക് ഇംഗ്ലീഷൊന്നും അറിയില്ല. പക്ഷേ, ഇത് പാർട്ടിയുടെ സ്വത്താണെന്ന് അവർക്കറിയാം. ഈ ഗ്രന്ഥങ്ങളെല്ലാം അമൂല്യങ്ങളാണെന്നും നിധി പോലെ സൂക്ഷിക്കേണ്ടവയാണെന്നും അവരറിഞ്ഞിരുന്നു. സ്വന്തം മക്കളേക്കാളുപരി അവരത് കാത്തുസൂക്ഷിക്കുകയും ചെയ്തു.

ഒരു ഡസനോളം പൊലീസുകാർ ചുറ്റിനുംനിന്ന് ഭീഷണിപ്പെടുത്തിയും മർദിച്ചും പെടാപ്പാടുപെടുത്തിയിട്ടും ആ പുസ്തകത്തിന്റെ ഉടമസ്ഥനെപ്പറ്റി ഒരക്ഷരം കല്യാണിയുടെ നാവിൽ നിന്ന് പുറത്തുവന്നില്ല. ഒരു മണിക്കൂറോളം പീഡനം സഹിക്കേണ്ടിവന്നിട്ടും അവർ ഇത്രമാത്രം പറഞ്ഞു. ഇതൊക്കെ എന്റെ ഭർത്താവിന്റെ പുസ്തകങ്ങളാണ്.

കാസർഗോഡ് താലൂക്കിന്റെ കിഴക്കൻ ഭാഗത്ത് പടിഞ്ഞാറേ എളേരി പഞ്ചായത്തിൽ കഴിയുന്ന കാലം. ഒളിവുജീവിതഘട്ടത്തിൽ ഞാൻ സഞ്ചരിക്കുമ്പോഴൊക്കെ മാർക്സിസ്റ്റ് താത്വിക ഗ്രന്ഥങ്ങൾ ഒപ്പം കരുതിയിട്ടുണ്ടാവും. എളേരിയിലേക്കുള്ള യാത്രയിൽ എന്റെ കൈവശമുണ്ടായിരുന്നത് മാർക്സും എംഗൽസും എഴുതിയ *കമ്യൂണിസ്റ്റ് മാനിഫെസ്റ്റോ*യും *സി പി എസ് യു (ബി) ചരിത്ര*വുമായിരുന്നു. അന്ന് സ്റ്റാലിന്റെ നേതൃത്വത്തിലുള്ള സോവിയറ്റ് പാർട്ടി കേന്ദ്രക്കമ്മിറ്റി പ്രസിദ്ധീകരിച്ചതായിരുന്നു ആ പുസ്തകം. അപൂർവമായേ ഈ പുസ്തകം ലഭിക്കുമായിരുന്നുള്ളൂ.

എളേരിയിലെ ഒരു കുടിലിൽ ദിവസങ്ങളോളം താമസിച്ചു. അവിടെ കൃഷിക്കാരെ സംഘടിപ്പിച്ച് ജന്മി-നാടുവാഴിത്തത്തിന്റെ ദുഷ്ചെയ്തികൾക്കെതിരെ ആഞ്ഞടിക്കാൻ തന്നെ ഞങ്ങൾ തീരുമാനിച്ചു. എന്നാൽ അധികാരികൾ വെറുതെയിരുന്നില്ല. കൃഷിക്കാരുടെ സമരത്തെ അടിച്ചമർത്താൻ സ്ഥിരമായ പൊലീസ് ക്യാമ്പുണ്ടായിരുന്നു. വീടുവീടാന്തരം പരിശോധന നടത്തി ഒളിവിലുള്ള പ്രവർത്തകരെ പിടിക്കാൻ അവർ തീവ്രശ്രമംതന്നെ നടത്തി.

പക്ഷേ, കൃഷിക്കാരുടെ സഹായത്തോടെ കർഷകപ്രസ്ഥാനവും കമ്യൂണിസ്റ്റ് പാർട്ടിയും കെട്ടിപ്പടുക്കുന്നതിൽ ഞങ്ങൾ മുന്നോട്ടുതന്നെ കുതിച്ചു. പൊലീസിന് ഞങ്ങളെയാരെയും അറസ്റ്റ് ചെയ്യാൻ കഴിഞ്ഞില്ല.

വെള്ളമുണ്ടെങ്കിൽ മത്സ്യത്തിന് രക്ഷപ്പെടാൻ കഴിയുന്നതുപോലെ കൃഷിക്കാരുടെയും ജനങ്ങളുടെയും പിന്തുണയുണ്ടെങ്കിൽ പൊലീസ് എത്ര തിരഞ്ഞാലും മർദിച്ചൊതുക്കിയാലും ഒളിവിലുള്ള പ്രവർത്തകർക്ക് ഒരാപത്തും സംഭവിക്കില്ല. അവരെ തെരഞ്ഞുപിടിക്കാനോ മർദിച്ചവശരാക്കാനോ കഴിയില്ലെന്ന് ഒരുപിടി അനുഭവങ്ങൾ തെളിയിച്ചിട്ടുണ്ട്.

ജനപിന്തുണ നഷ്ടപ്പെടുമ്പോൾ മാത്രമാണ് അവർ പൊലീസിന്റെയോ ഗുണ്ടകളുടെയോ ആക്രമണത്തിന് വിധേയരാവുന്നത്.

പൊലീസ് ക്യാമ്പുകൾ എളേരിയിൽ ദിവസങ്ങളോളം ഉണ്ടായിട്ടും എന്നെയോ എന്റെ കൂടെയുള്ള സഖാക്കളെയോ അറസ്റ്റുചെയ്യാൻ പോയിട്ട് ഞങ്ങളെ കാണാൻപോലും പൊലീസിന് കഴിഞ്ഞില്ല.

ഒരുദിവസം രാവിലെ വിവരം ലഭിച്ചു. പൊലീസ് ആ പ്രദേശത്ത് പരിശോധനയ്ക്ക് വരുന്നുണ്ടെന്ന്, വനത്തിന്റെ മധ്യത്തിലുള്ള ഒരൊറ്റപ്പെട്ട കുടിലിലായിരുന്നു എന്റെ താമസം. ഗൃഹനാഥനും ഭാര്യയുമാണ് അവിടത്തെ അംഗങ്ങൾ. രാമനെന്നും കല്യാണിയെന്നുമാണ് അവരുടെ പേരെന്നാണ് എന്റെ ഓർമ. ആ ദമ്പതികൾക്ക് കുട്ടികളില്ല.

ഗൃഹനാഥൻ രാവിലെതന്നെ വനത്തിലേക്ക് പോയതാണ്. പൊലീസ് വരുന്ന വിവരം അറിയിക്കുന്നതിന് നമ്മുടെ സഖാക്കൾക്ക് രാവിലെ അവിടെ എത്തിച്ചേരാൻ കഴിഞ്ഞിരുന്നില്ല. തൊഴിലാളിയായ കല്യാണി പണിക്ക് പോകാനിറങ്ങുമ്പോൾ കണ്ടു, ദൂരെനിന്ന് പൊലീസ് വരുന്നത്. ഒറ്റക്കുതിപ്പിന് അകത്തെത്തി.

ഞാൻ അകത്തിരുന്ന് വായിക്കുകയാണ്. പൊലീസ് വരുന്ന വിവരം കല്യാണി എങ്ങനെയോ പറഞ്ഞൊപ്പിച്ചു. വായിച്ചുകൊണ്ടിരുന്ന പുസ്തകം തട്ടിൻമുകളിൽവെച്ച് ഞാൻ അവിടെ നിന്നിറങ്ങിയോടി. തൊട്ടടുത്തുള്ള കാടിന്റെ മറവിൽ കുത്തിയിരുന്നു. ആ വീടും ഞാനിരുന്ന കാടും തമ്മിൽ ഇരുപത് അടി മാത്രമേ വ്യത്യാസമുണ്ടായിരുന്നുള്ളൂ. അവിടെയിരുന്നാൽ വീട്ടിൽ നടക്കുന്നതെല്ലാം കാണാം. പൊലീസുകാർ എന്തായിരിക്കും അവിടെ കാട്ടിക്കൂട്ടുക? എന്റെ ഹൃദയമിടിപ്പ് വർധിച്ചു. എനിക്ക് അഭയം തരുന്നവർ ഓരോരുത്തർക്കും നേരിടേണ്ടിവരുന്ന അഗ്നിപരീക്ഷകളെക്കുറിച്ച് ഓർത്തപ്പോൾ വല്ലാത്ത വിഷമം തോന്നി.

സായുധരായ പൊലീസുകാർ വീട് വളഞ്ഞു. ഞാൻ ശ്വാസമടക്കിപ്പിടിച്ചിരുന്നു. ഒറ്റമുറി മാത്രമുണ്ടായിരുന്ന ആ കുടിലിൽ കണ്ണിൽ കണ്ടതെല്ലാം അവർ വലിച്ചു വാരിയിട്ടു. അവർക്കാകെ കിട്ടിയത് *സി പി എസ് യു (ബി) ചരിത്ര*വും പിന്നെ ഒരു *രാമായണ*വും. കമ്യൂണിസ്റ്റു പാർട്ടിയുടെ ചരിത്രത്തെക്കുറിച്ച് ഒരു വിവരവുമില്ലാതിരുന്ന പൊലീസുകാർക്ക് സി പി എസ് യു (ബി)യെപ്പറ്റി എന്തറിയാനാണ്? എന്നാലും അത് കുഴപ്പംപിടിച്ച പുസ്തകമാണെന്ന നിഗമനത്തിൽ അവരെത്തി.

പിന്നെ കല്യാണിയോടായി ആ പുസ്തകത്തെപ്പറ്റിയുള്ള ചോദ്യം ചെയ്യൽ. നിരക്ഷരയായ അവർക്ക് രാമായണവും ഈ പുസ്തകവും തമ്മിൽ തിരിച്ചറിയുകപോലുമില്ല. എനിക്കൊന്നുമറിയില്ല. ഈ പുസ്തകങ്ങളൊക്കെ ഭർത്താവിന്റേതാണെന്ന് കല്യാണി. പക്ഷേ, പൊലീസുകാരുണ്ടോ സമ്മതിക്കുന്നു. അവളെ ഭീഷണിപ്പെടുത്തി. മർദിച്ചു. അവളുടെ തലമുടിക്ക് കുത്തിപ്പിടിച്ചു. അവളുടെ ബ്ലൗസ് വലിച്ചുകീറി. ഒരുപറ്റം പൊലീസുകാർ നിരപരാധിയായ ഒരു സ്ത്രീയെ ഇങ്ങനെ കൊത്തിവലിക്കുന്നത് കണ്ടിരിക്കാൻ എനിക്കായില്ല; ഇറങ്ങി അവരുടെ മുന്നിലെത്തിയാലോ എന്നുപോലും ആലോചിച്ചുപോയി, ഒരു നിമിഷം.

പക്ഷേ, അടുത്തക്ഷണം പാർട്ടി എന്നെ ഏൽപ്പിച്ച മഹത്തായ ദൗത്യത്തെക്കുറിച്ച് ഞാൻ ബോധവാനായി. രാമനും കല്യാണിയുമൊക്കെ അതിന്റെ ഭാഗം തന്നെയല്ലേ? ഞാൻ നിർന്നിമേഷനായി ആ വീട്ടിലേക്കു തന്നെ നോക്കി കുറ്റിക്കാട്ടിനിടയിൽ പതിഞ്ഞുകിടന്നു.

മർദനം അപ്പോഴും തുടരുകയാണ്. പക്ഷേ, ഒരു മറുപടിയുമില്ലാതെ, ഇതൊക്കെ തനിക്കായി വിധിക്കപ്പെട്ടപോലെ, അവളെല്ലാം സഹിച്ചു. അവൾക്ക് കിട്ടുന്ന ഓരോ അടിയും എന്റെ ദേഹത്താണ് പതിക്കുന്നതെന്ന് എനിക്ക് തോന്നി. വേദനകൊണ്ട് പുളയുന്ന അവളുടെ കണ്ണുകളിലെ ദൈന്യത എനിക്ക് മനസിലാക്കാൻ കഴിഞ്ഞു. എങ്കിലും മനസിന്റെ ഉറപ്പ് ആ മുഖത്ത് പ്രതിഫലിച്ചു.

അവൾ സഹിച്ച ഓരോ അടിയും പ്രസ്ഥാനത്തിനുവേണ്ടിയായിരുന്നു. നാളെ ഈ പ്രസ്ഥാനം മഹത്തായ ഒന്നായി മാറുമെന്ന വിശ്വാസം അവൾക്ക് കരുത്തേകിയിരുന്നിരിക്കണം. എന്തോ? പക്ഷേ, കല്യാണിയുടെ സഹനശക്തിയും പാർട്ടിക്കൂറും അത്ര ശക്തമായിരുന്നു. ഒരു മണിക്കൂറോളം പൊലീസ് കഠിനശ്രമം നടത്തിയെങ്കിലും സി പി എസ് യുവിന്റെ ഉടമസ്ഥനെക്കുറിച്ച് ഒരക്ഷരം അവൾ ഉരിയാടിയില്ല.

അവളുടെ സഹനശക്തിയിലും പാർട്ടിക്കൂറിലും എനിക്ക് അഭിമാനം തോന്നി. പൊലീസ് അവിടെനിന്നു പോയശേഷം ഞാൻ വീടിനുള്ളിലേക്ക് തിരികെ ചെന്നു. നടന്ന സംഭവങ്ങളെല്ലാം കല്യാണി വിവരിച്ചു. പക്ഷേ, തനിക്കേറ്റ ക്രൂരമർദനങ്ങളെപ്പറ്റി അധികം പറയാൻ അവൾ തയാറായില്ലെന്നത് അവളുടെ മഹത്വം ഒന്നുകൂടി വർധിപ്പിച്ചതായി എനിക്ക് തോന്നി. അവിടെ നടന്ന സംഭവങ്ങൾ നേരിട്ടുതന്നെ കണ്ടുവെന്ന് ഞാൻ കല്യാണിയോട് തുറന്നു പറഞ്ഞു. തന്റെ ഒരു കടമ നിർവഹിച്ചതിലപ്പുറം ഒന്നുമില്ലെന്ന മട്ടിൽ വിദൂരതയിലേക്ക് നോക്കിനിന്ന ആ ഗൃഹനാഥയുടെ പാർട്ടിബോധത്തിന് മുന്നിൽ ഞാനൊന്നുമല്ലെന്ന് എനിക്ക് തോന്നിപ്പോയി. ഇങ്ങനെയുള്ള എത്രയെത്ര വീട്ടമ്മമാരുടെ നിസ്വാർഥവും ത്യാഗപൂർണവുമായ പ്രവർത്തനങ്ങളുടെകൂടി ഫലമാണ് ഇന്ന് നാം കാണുന്ന നമ്മുടെ ഈ പ്രസ്ഥാനം.

* * * * *

കയ്യൂർസംഭവത്തിനുശേഷം കയ്യൂരും അതിന് ചുറ്റുമുള്ള ഗ്രാമങ്ങളും പൊലീസിന്റെ പിടിയിലായിരുന്നുവല്ലോ. ഭീകരമർദനം നടക്കുമ്പോഴും ഞങ്ങൾ അവിടെയൊക്കെത്തന്നെ ഒളിവിലിരുന്ന് കൃഷിക്കാരെ സംഘടിപ്പിച്ചു. അവരെ ബോധവൽക്കരിക്കാനുള്ള തീവ്രയത്നംതന്നെ ഞങ്ങൾ നടത്തി. വിത്തിട്ടാൽ വിളകൊയ്യാനുള്ള അവകാശം കർഷകനുണ്ടെന്ന് അവർക്ക് ബോധ്യപ്പെട്ടു തുടങ്ങി. കൃഷിക്കാർ ജന്മിമാരുടെയും കാര്യസ്ഥന്മാരുടെയും നേർക്കുനേരെ നിന്ന് അവകാശങ്ങൾ ഉന്നയിക്കാനും പോരാടാനും തുടങ്ങി.

ഞാൻ നീലായി എന്ന ഗ്രാമത്തിൽ പാർത്തിരുന്ന നാളുകൾ.

വിത്തിറക്കിയ കർഷകന് വിള കൊയ്യാനുള്ള അവകാശം നിഷേധിച്ച് ജന്മിഗുണ്ടകൾ ഭീഷണി മുഴക്കി. അന്നന്നുള്ള കാര്യങ്ങൾ ചർച്ച ചെയ്യാനും ഭാവിപരിപാടികൾക്കുമായി പതിവുപോലെ ഞങ്ങളുടെ രാത്രിസമ്മേളനത്തിൽ ഇക്കാര്യം ചർച്ച ചെയ്തു. തനിക്കവകാശപ്പെട്ട വിള കൊയ്തെടുക്കാൻതന്നെ കർഷകർ തീരുമാനിച്ചു. ഇതിനായി ചുറ്റുമുള്ള ചുറുക്കുള്ള യുവാക്കൾ വളണ്ടിയർമാരായ പ്രത്യേകസംഘം തന്നെ ഉണ്ടാക്കി. ജന്മിമാരുടെ ഗുണ്ടകൾ രംഗത്തെത്തിയാൽ അവരെ വേണ്ടതുപോലെ കൈകാര്യം ചെയ്യാനുള്ള പരിപാടിയും ആസൂത്രണം ചെയ്തു.

അങ്ങനെ ഒരുദിവസം നൂറുകണക്കിന് കർഷകയുവാക്കളുമായി ഞങ്ങൾ പാടത്തിറങ്ങി. കൊയ്ത്തരിവാൾ മാത്രമല്ല കൈയിലുണ്ടായിരുന്നത് വടികളും മറ്റും കരുതിയിരുന്നു. രാവിലെ പത്ത് മണിയോടെ ഞങ്ങളുടെ സംഘം പാടത്തിറങ്ങി. നാനാഭാഗത്തുനിന്നുമെത്തിയ കർഷക വളണ്ടിയർമാരെക്കൊണ്ട് പാടങ്ങളാകെ നിറഞ്ഞു. ആവേശം അലതല്ലിയ മുഹൂർത്തം. ഉശിരൻമാരായ കർഷക വളണ്ടിയർമാർ വിള മുഴുവൻ കൊയ്തെടുത്തു. മറുഭാഗത്ത് ജന്മിഗുണ്ടകൾ നോക്കിനിന്നതല്ലാതെ കർഷകമക്കളെ അഭിമുഖീകരിക്കാൻ അവർക്ക് ധൈര്യം വന്നില്ല. നൂറുകണക്കിന് അമ്മമാരും പെങ്ങന്മാരും ആ കൊയ്ത്തു മഹോൽസവത്തിൽ പങ്കെടുത്തത് അവരെ സ്തബ്ധരാക്കി. കൊയ്ത വിളയെല്ലാം ഓരോരുത്തരായെടുത്ത് മെതിച്ചു തുടങ്ങി.

വിത്തിട്ടവൻ വിള കൊയ്യുമെന്ന് പ്രഖ്യാപിച്ച സമരത്തിന്റെ തുടക്കം അവിടെയായിരുന്നു. കർഷകൻ പാടുപെടുന്നത് തമ്പുരാന്റെ പത്തായം നിറയ്ക്കാൻ വേണ്ടി മാത്രമല്ലെന്ന് അന്നാദ്യമായി ജന്മിമാരെ പഠിപ്പിച്ചുകൊടുക്കാൻ നീലായിയിലെ ആ സമരത്തിന് കഴിഞ്ഞു.

* * * * *

ആയിരത്തിത്തൊള്ളായിരത്തി നാൽപ്പത്തിരണ്ട് ആദ്യഘട്ടം. കാസർഗോഡ് ജില്ലയിലെ മടിക്കൈയിൽ ഒളിസങ്കേതത്തിൽ കഴിയുന്ന കാലം. എന്നോടൊപ്പം കെ മാധവനുമുണ്ട്. ഈ ഘട്ടത്തിലാണ് കീഴ്ക്കോടതി വിധി റദ്ദാക്കിക്കൊണ്ട് 1942 ഫെബ്രുവരി 24 ന് ഹൈക്കോടതി കെ പി ആറിന് വധശിക്ഷ വിധിച്ചത്. സാമ്രാജ്യഭരണാധികാരികളുടെ ഗൂഢാലോചനയും ഇവിടത്തെ പിന്തിരിപ്പൻ ശക്തികളുടെ നിഗൂഢനീക്കങ്ങളുമെല്ലാം ഇതിന് പിന്നിലുണ്ടായിരുന്നു. കെ പി ആറും മറ്റും ഇൻസ്പെക്ടർ കുട്ടികൃഷ്ണമേനോനെ കൊലപ്പെടുത്തിയെന്നതായിരുന്നുവല്ലോ സെപ്തംബർ 15 ന്റെ സംഭവത്തെത്തുടർന്നുള്ള അന്നത്തെ കേസ്. ഈ കേസിൽ കീഴ്ക്കോടതി ഏഴുവർഷത്തെ കഠിനതടവ് വിധിച്ചെങ്കിലും അതിനെതിരായി സർക്കാർതന്നെ അപ്പീൽ കൊടുത്ത കേസിലാണ് ജീവപര്യന്തം ശിക്ഷ വിധിച്ചത്.

ഈ വിധി എന്റെ മനസിൽ എവിടെയൊക്കെയോ പോറലുണ്ടാക്കി.

എന്തൊക്കെയോ നഷ്ടപ്പെടുന്ന ഒരു പ്രതീതി. പറഞ്ഞറിയിക്കാനാവാത്ത അസ്വാസ്ഥ്യം. ഞാനെന്നെത്തന്നെ മറക്കുകയാണോ? സ്വയം ചോദിച്ചു.

ഈ സംഭവത്തെക്കുറിച്ച് അന്ന് എന്റെ കൂടെയുണ്ടായിരുന്ന കെ മാധവൻ *പയസ്വിനിയുടെ തീരത്ത്* എന്ന ഗ്രന്ഥത്തിലെഴുതി:

> കെ പി ആർ ഗോപാലനെ തൂക്കാൻ വിധിച്ചപ്പോൾ ഞാൻ ഒളിവിലായിരുന്നു. കൂടെ ഇ കെ നായനാരുമുണ്ട്. ഞങ്ങൾ മടിക്കൈയിലെ മലപ്പച്ചേരിയിൽ അമ്പാടിയുടെ വീട്ടിലായിരുന്നു താമസിച്ചിരുന്നത്. അപ്പീലിൽ കെ പി ആറിനെ തൂക്കാൻ വിധിക്കുമെന്ന പ്രതീക്ഷ ആർക്കും ഉണ്ടായിരുന്നില്ല. പ്രതീക്ഷയ്ക്ക് വിപരീതമായ വിധിയുണ്ടായപ്പോൾ ഞങ്ങളൊക്കെ ഞെട്ടിപ്പോയി. ഈ വാർത്തകേട്ട് നായനാർ ആകെ പരവശനായിപ്പോയി. അദ്ദേഹത്തിന്റെ വ്യാകുലപ്പെട്ടുകൊണ്ടുള്ള ഓരോ വാക്കും എന്നെയും വേദനിപ്പിച്ചു. കെ പി ആറുമായുള്ള നായനാരുടെ ബന്ധത്തിന്റെ ആഴം അന്നാണ് ഞാൻ കണ്ടത്. കെ പി ആറും നായനാരും മച്ചുനിയന്മാരാണ്. മാത്രമല്ല, നായനാരുടെ രാഷ്ട്രീയ ഗുരുവാണ് കെ പി ആർ.

ത്യാഗത്തിന്റെ പരകോടിയിലെത്തിയ കെ പി ആറിന്റെ ജീവിതമാതൃക പിന്തുടരാൻ ഞങ്ങൾ അന്ന് തീരുമാനിച്ചു. പക്ഷേ, കാലം ചെന്നപ്പോൾ അദ്ദേഹത്തിന്റെ പല സിദ്ധാന്തങ്ങളോടും യോജിക്കാനാവാത്ത സ്ഥിതിയായി.

6

പാറുവിന്റെ പാർട്ടിബോധം

വടക്കേ മലബാറിലെ കാസർഗോഡ്, ചിറയ്ക്കൽ താലൂക്കുകളിൽ കമ്യൂണിസ്റ്റ് പാർട്ടി കെട്ടിപ്പടുക്കുന്നതിനുള്ള രഹസ്യപ്രവർത്തനത്തിന് ചുക്കാൻ പിടിക്കാനായി ഒരു കമ്മിറ്റിക്ക് രൂപം നൽകി. സി എച്ച് കണാരൻ, എ വി കുഞ്ഞമ്പു, ഞാൻ എന്നിവരായിരുന്നു അതിലെ അംഗങ്ങൾ. രഹസ്യമായി പാർട്ടി പുനഃസംഘടിപ്പിക്കുകയെന്ന ജോലിയായിരുന്നു ഞങ്ങൾക്ക് നിർവഹിക്കാനുണ്ടായിരുന്നത്.

ഇ എം എസും കൃഷ്ണപിള്ളയും അന്ന് ഒളിവിലായിരുന്നു. പാർട്ടി പുനഃസംഘടനയെന്ന ദൗത്യം ഞങ്ങൾ ഏറ്റെടുത്തു. പൊലീസിന്റെ നരനായാട്ടും ഗുണ്ടാ ആക്രമണവും ഈ മേഖലകളിൽ അരങ്ങ് തകർക്കുന്ന കാലം. ഒളിവിലുള്ളവരെ പിടിച്ചുകൊടുക്കാൻ ഗുണ്ടകൾ 'ദേശരക്ഷാഭടന്മാരായി' ചമയുന്ന കാലം. വീടുവീടാന്തരം പരിശോധന നടത്താൻ പൊലീസുകാരെ സഹായിക്കുന്നതിന് 'ദേശരക്ഷാഭടന്മാർ' ഓടിനടക്കുകയായിരുന്നു. നാട്ടിലാകെ പൊലീസ് നടത്തിയ മർദനങ്ങളുടെ കഥ അതിക്രൂരമായിരുന്നു. നൂറുകണക്കിന് കൃഷിക്കാരെയും യുവാക്കളെയും അറസ്റ്റുചെയ്ത് ചൊരിമണലിൽ പൊള്ളുന്ന വെയിലത്ത് വിവസ്ത്രരായി നിർത്തുകയെന്നത് പൊലീസിനൊരു ക്രൂരവിനോദമായിരുന്നു. തൃക്കരിപ്പൂർ ചെറുവത്തൂർ ഭാഗത്ത് മാധവൻനായർ എന്ന എം എസ് പി കമാണ്ടന്റ് കാട്ടിയ ക്രൂരത ഇന്നും മറക്കാനാവുന്നില്ല.

അപ്പോൾ ഒളിവിലിരുന്ന് പാർട്ടി പുനഃസംഘടിപ്പിക്കുകയെന്നത് ഭാരിച്ച ഉത്തരവാദിത്വമായിരുന്നു.

* * * * *

നാട്ടുകാർ അഭിസാരിക എന്ന് വിളിച്ചെങ്കിലും പാർട്ടിയോട് യഥാർഥ കൂറുള്ളവളായിരുന്നു പാറു. പൊലീസിന്റെ കടുത്ത മർദനമേറ്റ

പ്പോഴും അവളിൽനിന്ന് ഒരക്ഷരം ചോർത്തിയെടുക്കാൻ അവർക്ക് കഴിഞ്ഞില്ല. മുറിക്കുള്ളിൽ കണ്ട ബീഡിക്കുറ്റികൾ പെറുക്കിയെടുത്ത പൊലീസ് അതാര് ഉപയോഗിച്ചതാണെന്ന് പറയിക്കാൻ പഠിച്ച പതിനെട്ടടവും പയറ്റിയെങ്കിലും അവളുടെ നാവിൽനിന്ന് ശബ്ദംപോലും പുറത്തുവന്നില്ല. വിശ്വസ്തയായ അവൾ അങ്ങനെയാണ് പാർട്ടിയെ രക്ഷിച്ചത്.

ഇന്നും ആ സംഭവമോർക്കുമ്പോൾ പാറുവിനോട് ബഹുമാനം തോന്നുന്നു. ഒപ്പം കല്ലുകൊത്തുകാരൻ രാമനോടും.

ഹോസ്ദുർഗ്, ചിറയ്ക്കൽ താലൂക്കുകളിലെ പാർട്ടി സംഘടനയെപ്പറ്റി ആലോചിക്കാനും പരിപാടികൾ ആസൂത്രണം ചെയ്യാനും സി എച്ച് കണാരനും എ വി കുഞ്ഞമ്പുവും ഞാനുംകൂടി എത്തിച്ചേർന്ന രഹസ്യ സങ്കേതം മൊറാഴ ഗ്രാമത്തിലായിരുന്നു. സംഘടനാ-രാഷ്ട്രീയ രേഖകൾ തയാറാക്കുകയായിരുന്നു ഞങ്ങളുടെ പരിപാടി. ഒളിസങ്കേതം ലഭിക്കാൻ ഏറെ വിഷമമുള്ള കാലം. പൊലീസിനെ പേടിച്ചാരും പാർപ്പിക്കാൻ മുതിരില്ല. എന്നാലും കർഷക പ്രസ്ഥാനത്തോടും കമ്യൂണിസ്റ്റ് പാർട്ടിയോടും സ്നേഹമുള്ളവർ നാട്ടിലേറെയുണ്ടായിരുന്നു. അതുകൊണ്ട് വിഷമിച്ചാണെങ്കിലും രഹസ്യപ്രവർത്തനം സംഘടിപ്പിക്കാൻ കഴിഞ്ഞു.

അന്ന് ഞങ്ങൾ കേന്ദ്രീകരിച്ചിരുന്ന വീട് പ്രത്യേകതയുള്ളതായിരുന്നു. ഒരു സ്ത്രീ മാത്രമായിരുന്നു അവിടെ താമസം. പേര് പാറു എന്നിരിക്കട്ടെ. സദാചാരവിരുദ്ധയെന്ന് നാട്ടുകാർ മുദ്രകുത്തിയ അവൾക്ക് കർഷകപ്രസ്ഥാനത്തോട് അങ്ങേയറ്റം കൂറുണ്ടായിരുന്നു. ആ വീടിന് ചുറ്റുമുണ്ടായിരുന്ന മുസ്ലിം യുവാക്കളായിരുന്നു ഞങ്ങൾക്ക് കാവൽ. മൂന്നുദിവസം ഞങ്ങൾ ആ വീട്ടിൽ പാർട്ടിയുടെ സംഘടനാപ്രവർത്തനം ചർച്ച ചെയ്തു. ഞാനൊഴികെ മറ്റ് രണ്ടുപേരും സ്ഥലംവിട്ടു. രേഖകളൊക്കെ തയാറാക്കാൻ പിന്നെയും മൂന്നുദിവസം എനിക്കവിടെ താമസിക്കേണ്ടിയിരുന്നു. ആ ഇരുട്ടുമുറിയിൽ ചിമ്മിനി വിളക്കിന്റെ അരണ്ട വെളിച്ചത്തിൽ വേണ്ടിയിരുന്നു വായനയും രേഖകൾ തയാറാക്കലും.

അന്ന് വൈകുന്നേരമായതോടെ ഒരു യുവാവ് അവിടെവന്ന് പാറുവിനോട് വില പേശുന്നത് അകത്തിരുന്ന് ഞാൻ കണ്ടു. അയാൾ അന്നവിടെ ക്യാമ്പ് ചെയ്യുകയാണെന്ന് അവരുടെ സംഭാഷണത്തിൽനിന്ന് മനസിലായി.

കല്ലുകൊത്തുതൊഴിലാളിയായ കുഞ്ഞിരാമനായിരുന്നു അന്നവിടെ അവളോടൊപ്പം അന്തിയുറങ്ങാനെത്തിയ യുവാവ്. കർണാടകത്തിലേക്ക് ജോലിക്ക് പോകുന്ന വഴിക്ക് അയാളവിടെ വന്നതാണ്. കല്ലുകൊത്ത് തൊഴിലാളികൾ അന്ന് കർണാടകത്തിലേക്ക് ജോലിക്ക് പോകുന്ന പതിവുണ്ടായിരുന്നു. അവനന്ന് ആ വീട്ടിൽ അവളുടെ കൂടെ രാപാർക്കാൻ തീരുമാനിച്ചു വന്നതാണെന്ന് വരാന്തയിൽവെച്ചുള്ള അവരുടെ സംഭാഷണം വ്യക്തമാക്കി.

സന്ധ്യ കഴിഞ്ഞുകാണും. കുഞ്ഞിരാമൻ അകത്ത് പ്രവേശിച്ചു. കുടിലിന്റെ ഒരു ഭാഗത്തുള്ള മുറിയിലാണ് ഞാൻ താമസിച്ചത്. നേരെ അകത്ത് പ്രവേശിച്ച അവൻ നടന്നുവന്നത് ആ മുറിയുടെ ഭാഗത്തേക്കായിരുന്നു. മണ്ണെണ്ണവിളക്കിന്റെ വെളിച്ചത്തിൽ ഞാൻ പാർട്ടിരേഖകൾ വായിച്ചുകൊണ്ടിരിക്കയാണ്. എന്നെ കണ്ടതും അയാൾ ഞെട്ടി. കാരണം അവന് എന്നെ ശരിക്കും അറിയാമായിരുന്നു. അവിടെ വരാനുള്ള കാരണം ഞാൻ തിരക്കിയപ്പോൾ അവന് ഉത്തരം മുട്ടി. വാസ്തവത്തിൽ അവനോട് അത്തരമൊരു ചോദ്യം ചോദിക്കേണ്ടിയിരുന്നുവോ? പലതവണ ഞാനക്കാര്യം ആലോചിച്ചിട്ടുണ്ട്.

അവൻ ആ വീടിന്റെ ഒരു മൂലയിൽ അവളോടൊപ്പം ശയിക്കുകയാണ്. ഞാനവിടെ താമസിക്കുന്നത് എന്തിനാണെന്ന് അവനറിയാം. അധികം താമസിയാതെ സഖാക്കൾ വന്ന് എന്നെ കൂട്ടിക്കൊണ്ടുപോയി.

ഞങ്ങൾ അവിടെ ക്യാമ്പ് ചെയ്തത് ചില ഏജന്റുമാർ മുഖേന മണത്തറിഞ്ഞ പൊലീസ് രാത്രി പന്ത്രണ്ടുമണിയോടെ പാറുവിന്റെ വീട് വളഞ്ഞ് പരിശോധന നടത്തി. ഞാനാണെന്ന് കരുതി പൊലീസ് കുഞ്ഞിരാമനെ പിടികൂടി ക്രൂരമായി മർദിച്ചു. അപ്പോൾ താനാരാണെന്നും വന്നതെന്തിനാണെന്നും അവൻ പൊലീസിനോട് സമ്മതിച്ചു. പാറുവിനെയും അവർ വെറുതെ വിട്ടില്ല. പൊതിരെ തല്ലി. നാലുദിവസം ഞാനവിടെ താമസിച്ച വിവരം അവൾ പുറത്തുപറഞ്ഞില്ല. നട്ടപ്പാതിരയ്ക്ക് പൊലീസിന്റെ ക്രൂരമർദനങ്ങൾക്ക് ഇരയായപ്പോഴും അവളിലെ പാർട്ടിബോധത്തിന് ക്ഷതമേറ്റില്ല. അവൾ ആ പരമരഹസ്യം ഉള്ളിന്റെയുള്ളിൽ സൂക്ഷിച്ചു.

ഞാൻ താമസിച്ചിരുന്നിടത്താകെ ബീഡിക്കുറ്റികൾ ചിതറിക്കിടന്നിരുന്നു. ഇതെല്ലാം പെറുക്കിയെടുത്ത പൊലീസ് അലറി: “സത്യം പറ; ഇവിടെയുണ്ടായിരുന്നത് ആരാ? അയാളെ എവിടെ ഒളിപ്പിച്ചു?” ആ ബീഡിക്കുറ്റികൾ അവിടെ വലിച്ചെറിഞ്ഞ എന്നെ കണ്ടുപിടിക്കാനോ എന്തെങ്കിലും വിവരം അവളിൽനിന്ന് ചോർത്താനോ പൊലീസിന് കഴിഞ്ഞില്ല. പാവം പാറുവും കുഞ്ഞിരാമനും!

എന്നെ സഖാക്കൾ കൊണ്ടുപോയത് ആൾപാർപ്പില്ലാത്ത ഇടിഞ്ഞുപൊളിഞ്ഞ ഒരു ഇരുനില കെട്ടിടത്തിലേക്കായിരുന്നു. അതൊരു പീടികയായിരുന്നു. ഒരുവിധം ആ കെട്ടിടത്തിന്റെ മുകളിലത്തെ നിലയിലെത്തി. അവിടെ ഒരു പായയും തലയണയും വെച്ചിരുന്നു. ഇവിടെ ആരും വരാനിടയില്ലെന്ന വിശ്വാസത്തോടെ ഞാൻ പായ വിരിച്ചു കിടന്നു.

റോഡരികായതുകൊണ്ട് മെഴുകുതിരി കത്തിക്കരുതെന്ന് സഖാക്കൾ പോകാൻ നേരം എന്നെ ഓർമിപ്പിച്ചു.

ആ പ്രദേശം മുഴുവൻ പൊലീസ് എന്നെ തെരഞ്ഞു. ക്ഷീണിതരും നിരാശരുമായ പൊലീസുകാർ ഞാനൊളിച്ചിരുന്ന പൊളിഞ്ഞ പീടികയുടെ താഴത്തെ നിലയിൽവന്ന് വിശ്രമിക്കുന്നത് മുകളിൽനിന്ന് ഞാൻ കണ്ടു. ഇടിഞ്ഞുപൊളിഞ്ഞ ആ കെട്ടിടത്തിൽ ചിലന്തികൾക്കും പാറ്റകൾക്കുമിടയിൽ രണ്ടാഴ്ച മുഴുവൻ ഞാൻ കഴിച്ചുകൂട്ടി.

7

നയംമാറ്റം: എ വിയുമായി ഒരു സംവാദം

ആയിരത്തിത്തൊള്ളായിരത്തി മുപ്പത്തിനാല് മുതൽ നിയമവിരുദ്ധമായ കമ്യൂണിസ്റ്റ് പാർട്ടി നിയമവിധേയമായത് 1942 ജൂലായിലാണ്. എങ്കിലും ഞാൻ, എ വി കുഞ്ഞമ്പു തുടങ്ങിയവർക്ക് പുറത്തുവന്ന് പരസ്യപ്രവർത്തനം നടത്തുക അസാധ്യമായിരുന്നു. ഞങ്ങളെല്ലാം അന്ന് വിവിധകേസുകളിൽ പ്രതികളായിരുന്നു. ഞാൻ കയ്യൂർ കേസിലെ മൂന്നാം പ്രതി. എ വിയും സുബ്രഹ്മണ്യ ഷേണായിയും മൊറാഴക്കേസിലെ പ്രതികൾ, തന്മൂലം പാർട്ടി നിയമവിധേയമായപ്പോഴും ഞങ്ങൾക്ക് ഒളിവിൽത്തന്നെ കഴിയേണ്ടി വന്നു.

1941 ജൂണിൽ ജർമനി റഷ്യക്കെതിരായി യുദ്ധം പ്രഖ്യാപിച്ചു. റഷ്യയും ബ്രിട്ടനും അമേരിക്കയും ഒത്തുചേർന്ന് ജർമൻ ഫാസിസത്തിനെതിരെ നീക്കം തുടങ്ങി. ഇതോടെ യുദ്ധത്തിന്റെ സ്വഭാവത്തിൽ മാറ്റം വന്നു. സാമ്രാജ്യത്വയുദ്ധം ജനകീയയുദ്ധമായി മാറി. ഇതിനെത്തുടർന്നാണ് പാർട്ടിയുടെ മേലുള്ള നിരോധനം ബ്രിട്ടീഷ് ഗവൺമെന്റ് നീക്കിയത്. അപ്പോൾ കമ്യൂണിസ്റ്റ് പാർട്ടി മലബാറിൽ പരസ്യമായി ആപ്പീസ് സംഘടിപ്പിച്ചു. എട്ടുകൊല്ലം നിയമവിരുദ്ധമായി പ്രവർത്തിച്ച പാർട്ടി അങ്ങനെ പരസ്യപ്രവർത്തനം തുടങ്ങി. കൃഷ്ണപിള്ളയായിരുന്നു അന്ന് സെക്രട്ടറി.

1942 ആദ്യത്തെ മാസങ്ങളിൽ ഞാനും എ വിയും പയ്യന്നൂർ മണ്ഡലത്തിലെ പെരളം വില്ലേജിൽ കഴിയുകയായിരുന്നു. രാഷ്ട്രീയപ്രശ്നങ്ങൾ ഞങ്ങൾ നിരന്തരം ചർച്ച ചെയ്യാറുണ്ട്. യുദ്ധത്തെ സംബന്ധിച്ച പാർട്ടിയുടെ നയസമീപനം അത്തരത്തിലൊരു സംവാദത്തിന് വിഷയമായി. സാമ്രാജ്യത്വയുദ്ധം ജനകീയയുദ്ധമായി മാറിയ സാർവദേശീയ സാഹചര്യവും കമ്യൂണിസ്റ്റ് പാർട്ടിയുടെ നിലപാടും പ്രസ്ഥാനത്തിനകത്ത് ഏറെ വിവാദം സൃഷ്ടിച്ച സമയമായിരുന്നു അത്.

യുദ്ധം ഫാസിസ്റ്റ് വിരുദ്ധ യുദ്ധത്തിന്റെ സ്വഭാവം കൈക്കൊണ്ട പ്പോൾ പാർട്ടിയുടെ പുതിയ നയം വിശദീകരിച്ചുകൊണ്ടുള്ള രേഖകൾ ഞങ്ങൾക്ക് ലഭിച്ചത് അത് അംഗീകരിച്ച് ആറുമാസം കഴിഞ്ഞാണ്. യുദ്ധത്തോടുള്ള ഇന്ത്യൻ കമ്യൂണിസ്റ്റ് പാർട്ടിയുടെ സമീപനം സംബ ന്ധിച്ച രേഖകളും ബ്രിട്ടീഷ് കമ്യൂണിസ്റ്റ് പാർട്ടി സെക്രട്ടറി ഹാരി പോളി റ്റിന്റെ കത്തുമാണ് അന്ന് ഞങ്ങൾക്ക് കിട്ടിയത്.

കമ്യൂണിസ്റ്റ് ഇന്റർനാഷണലുമായി ഇന്ത്യൻ കമ്യൂണിസ്റ്റ് പാർട്ടി അന്ന് ബന്ധം സ്ഥാപിച്ചിരുന്നത് ബ്രിട്ടീഷ് കമ്യൂണിസ്റ്റ് പാർട്ടി മുഖേന യായിരുന്നു. രജനി പാംദത്തിനെയും ഹാരി പോളിറ്റിനെയും പോലുള്ള നേതാക്കളാണ് ഇന്ത്യൻ കമ്യൂണിസ്റ്റ് പാർട്ടിക്ക് ആവശ്യമായ നിർദേശ ങ്ങളും സാർവദേശീയ രേഖകളും നൽകി വന്നത്.

പയ്യന്നൂരിലെ ഒളിവുകേന്ദ്രത്തിൽവെച്ച് ഞാനും എ വിയും അതെല്ലാം വായിച്ചു. സാമ്രാജ്യത്വയുദ്ധം ജനകീയയുദ്ധമായി മാറിയ സാഹചര്യത്തിൽ പാർട്ടി കൈക്കൊള്ളേണ്ട സമീപനങ്ങൾ ഈ രേഖക ളിലും ഹാരി പോളിറ്റിന്റെ കത്തിലും വിശദീകരിച്ചിരുന്നു. യുദ്ധം ജനകീ യയുദ്ധമായി മാറി. ഹിറ്റ്ലറുടെ ഫാസിസത്തിനെതിരെയായ യുദ്ധ ത്തിൽ ലോകതൊഴിലാളിവർഗത്തിനെ, സോവിയറ്റ് യൂണിയനെ, സഹാ യിക്കാൻ ജനകീയയുദ്ധത്തിൽ സഹകരിക്കണമെന്ന നിർദേശങ്ങളായി രുന്നു രേഖയിലെ പ്രതിപാദ്യം. ഇന്ത്യൻ കമ്യൂണിസ്റ്റ് പാർട്ടി ഇത് അംഗീകരിക്കുകയും ചെയ്തു. പാർട്ടിയുടെ പരസ്യപത്രമായ *നാഷ ണൽ ഫ്രണ്ട്* ഈ സമയത്ത് പി സി ജോഷിയുടെ നേതൃത്വത്തിൽ പുറ ത്തുവന്നു.

1942 ആഗസ്റ്റിൽ കോൺഗ്രസിന്റെ നേതൃത്വത്തിൽ ക്വിറ്റ് ഇന്ത്യാസ മരം പ്രഖ്യാപിച്ചു. അതോടെ സ്വാതന്ത്ര്യസമരം തീക്ഷ്ണമായി. കമ്യൂ ണിസ്റ്റ് പാർട്ടിയുടെ നയം മാറ്റി. നയസമീപനത്തിൽ മാറ്റം വരുത്തുന്നത് ശരിയല്ലെന്നായിരുന്നു ഞങ്ങളുടെ അഭിപ്രായം. ജനങ്ങളിൽനിന്ന് പാർട്ടി ഒറ്റപ്പെടുമെന്നും ഞങ്ങൾക്ക് അഭിപ്രായമുണ്ടായിരുന്നു. പക്ഷേ, അന്ന് പാർട്ടിക്ക് ആ സമീപനത്തിൽനിന്ന് മാറി നിൽക്കാനാവില്ല. യഥാർഥത്തിൽ ദേശീയ ഒഴുക്കിനെതിരെയായിരുന്നു അന്ന് പാർട്ടിക്ക് നീന്തിക്കയറേണ്ടി യിരുന്നത്. കോൺഗ്രസിന്റെ ശക്തിയും എതിർപ്പും കമ്യൂണിസ്റ്റ് പാർട്ടി യുദ്ധത്തെ സഹായിക്കുന്നു എന്ന ആക്ഷേപവും ഒരേ സമയം പുറ ത്തുവന്നു. ഈ സമീപനം കൈക്കൊണ്ടതുമൂലമുണ്ടായ പിഴവുകൾ പിന്നീട് പാർട്ടി സ്വയംവിമർശനപരമായി വിലയിരുത്തുകയും തിരുത്തു കയും ചെയ്തു.

പാർട്ടി അംഗീകരിച്ച നയത്തോട് വിയോജിപ്പുണ്ടായിരുന്നുവെ ങ്കിലും അച്ചടക്കമുള്ളവരെന്നനിലയിൽ ഞങ്ങൾ അതേനയം പിന്തു ടർന്നു. നയപരമായ വിവാദങ്ങൾ അന്നേ കമ്യൂണിസ്റ്റ് പാർട്ടിയിലുണ്ടാ യിരുന്നുവെന്ന് ചൂണ്ടിക്കാണിക്കാനാണ് ഞാനിത്രയും പറഞ്ഞത്.

8

കല്യാണിയുടെ മഹാമനസ്കത

കയ്യൂർസംഭവത്തെത്തുടർന്ന് കർഷകസംഘത്തിന്റെ പ്രവർത്തനങ്ങൾക്ക് കൂടുതൽ ഊർജസ്വലത കൈവന്നു. രാത്രിയായാൽ സഖാക്കളെ കാണുകയും സംഘടനാപ്രവർത്തനം നടത്തേണ്ട കാര്യങ്ങളെ സംബന്ധിച്ച് വിശദമായി ചർച്ച നടത്തി പരിപാടികൾ ആവിഷ്കരിക്കുകയും ചെയ്തുപോന്നു.

അക്കാലത്തെ ചില ചിത്രങ്ങൾ ഇന്നലെ എന്നോണം എന്റെ മനസിൽ തെളിയുന്നു. അന്നത്തെ ആ കൊടുംയാതനകളും കയ്പ്പേറിയ അനുഭവങ്ങളും അഗ്നിപരീക്ഷണങ്ങളും മനസിലിട്ട് ചികയുമ്പോൾ വല്ലാത്ത ഒരു അനുഭൂതി. എന്തെന്നില്ലാത്ത ആവേശം.

കയ്യൂർ, ക്ലായിക്കോട് പഞ്ചായത്തുകളിൽ പ്രവർത്തിച്ചിരുന്ന ഘട്ടത്തിൽ രാത്രിയും പകലും കഴിച്ചുകൂട്ടിയത് വീടുകളിലായിരുന്നില്ല. ഈ രണ്ടു പഞ്ചായത്തുകളുടെയും മധ്യത്തിൽ ഇന്നു കാണുന്ന റോഡുകളും അന്നുണ്ടായിരുന്നില്ല. ഹൈസ്കൂളുകളും ഇല്ല. നിറയെ പാറക്കെട്ടുകൾ മാത്രം. പൊലീസ് വീടുകളിൽ കയറി പരിശോധന നടത്തുമ്പോൾ, സ്ത്രീകളും കുട്ടികളും മർദനമേറ്റ് പുളയുമ്പോൾ, ഞാനാ പാറക്കെട്ടുകൾക്കിടയിൽ മരവിച്ച മനസുമായി പിടികിട്ടാപ്പുള്ളിയായി കഴിഞ്ഞു. രണ്ടാഴ്ചയോളം ഇങ്ങനെ താമസിക്കേണ്ടി വന്നു. പകൽസമയത്ത് കന്നുകാലികളും അവയെ മേയ്ക്കുന്ന കുട്ടികളും അവിടെയെത്തും. പകൽ ഭക്ഷണത്തിനുള്ള ഏർപ്പാട് ചുറ്റുവട്ടത്തുള്ള വീട്ടിലെ അമ്മമാരുമായി ബന്ധപ്പെട്ട് ഏർപ്പാടു ചെയ്യും.

ധീരരക്തസാക്ഷികളെ പോറ്റി വളർത്തിയ കയ്യൂർ ഗ്രാമം, തന്റെയും കുടുംബത്തിന്റെയും നിലനിൽപ്പ് അനിശ്ചിതത്വത്തിലാണെന്ന് അറിഞ്ഞിട്ടും കമ്യൂണിസ്റ്റുകാരെ ഊട്ടിവളർത്തിയ കയ്യൂരിലെ മാതാക്കൾ. അക്കൂട്ടത്തിലൊരാളായിരുന്നു കല്യാണി.

അന്ന് ഒളിച്ചിരുന്ന പാറയുടെ താഴ്വാരത്തിൽ ചെറിയ ഒരു കൂരയുണ്ടായിരുന്നു. കല്യാണിയും മക്കളുമായിരുന്നു അവിടെ താമസം. നിത്യ പട്ടിണി മാറ്റാൻ പെടാപ്പാടുപെടുന്ന അലക്കുകാരുടെ കുടുംബം. ഉച്ചയ്ക്ക് പാറപ്പുറത്ത് അലക്കിയ തുണി വിരിക്കാനെത്തുന്ന കല്യാണി എനിക്ക് അന്നത്തേക്കുള്ള ഭക്ഷണം കൊണ്ടാവും വരിക. തന്റെ വിഹിതത്തിൽ നിന്നും മിച്ചം പിടിച്ചുകൊണ്ടുവരുന്ന ആ കഞ്ഞിയിൽ എന്റെ അന്നത്തെ ഭക്ഷണം ഒതുങ്ങും. അൻപതോളം വയസുള്ള ആ അമ്മയെ അന്ന് കൈയിൽ കിട്ടിയിരുന്നെങ്കിൽ പൊലീസ് ജീവച്ഛവമാക്കുമായിരുന്നു. എന്നാൽ അവരുടെ വീട് പലതവണ പരിശോധിച്ചിട്ടും കല്യാണിയെ കുടുക്കാൻ പൊലീസിന് കഴിഞ്ഞില്ല.

കമ്യൂണിസ്റ്റുകാരെ നായാടാൻ അന്ന് കെ കേളപ്പനടക്കം രംഗത്തിറങ്ങിയ ഘട്ടത്തിലും ഞാൻ ഈ പാറപ്പുറത്തുതന്നെ ഒളിച്ചിരുന്നു. ഗ്രാമീണർക്കും അമ്മമാർക്കും കർഷകപ്രസ്ഥാനത്തോടും കമ്യൂണിസ്റ്റ് പാർട്ടിയോടുമുണ്ടായിരുന്ന അടിയുറച്ച വിശ്വാസം തകർക്കാൻ ഭരണാധികാരികൾ അഴിച്ചുവിട്ട മർദനത്തിനായില്ല.

* * * * *

മംഗലാപുരം ആശുപത്രിയിലെ കിടക്കയിൽ യഥാർഥവേദനകൊണ്ട് പുളഞ്ഞും ഇല്ലാത്ത വേദന അഭിനയിച്ച് മുക്കിയും മൂളിയും കിടന്ന ആ ദിനങ്ങളെക്കുറിച്ചോർക്കുമ്പോൾ ഇപ്പോൾ ഏറെ രസം തോന്നുന്നു.

ഒളിവിലിരിക്കെ ഹൈഡ്രോസിൽ രോഗം ബാധിച്ച് അവശനായ എനിക്ക് എന്ത് ചെയ്യണമെന്നറിയില്ല. ശസ്ത്രക്രിയ കൂടാതെ മാറ്റാനാവില്ലെന്ന് ചില പാർട്ടി അനുഭാവികളായ ഡോക്ടർമാർ ഉപദേശിച്ചു. ആശുപത്രിയിൽ എങ്ങനെ കിടക്കും? മാത്രമല്ല, മലബാറിലെ ഏത് ആശുപത്രിയിൽ പ്രവേശിപ്പിക്കും? ഞാനും സഖാക്കളും ഏറെ ആലോചിച്ചതിനുശേഷം മംഗലാപുരം ഗവൺമെന്റ് ആശുപത്രിയിൽ പോകാൻ തീരുമാനിച്ചു. എന്റെ നാട്ടുകാരനായ കമ്പൗണ്ടർ രാഘവനുമുണ്ടായിരുന്നു അവിടെ. അദ്ദേഹം കമ്യൂണിസ്റ്റുകാരനല്ലെങ്കിലും നല്ലൊരു സുഹൃത്തായിരുന്നു. അദ്ദേഹവുമായി ബന്ധപ്പെട്ട് മംഗലാപുരം ഹെഡ് ക്വാർട്ടേഴ്സ് ആശുപത്രിയിൽ അഡ്മിറ്റ് ചെയ്യാനുള്ള ഏർപ്പാടുണ്ടാക്കി.

രണ്ട് സഖാക്കളെയും കൂട്ടി മംഗലാപുരം ആശുപത്രിയിലെത്തി. ശസ്ത്രക്രിയയ്ക്ക് തീയതിയും നിശ്ചയിച്ചു. രണ്ടുപേർക്കുമാത്രം കിടക്കാവുന്ന ഒരു പ്രത്യേക മുറിയിലാണ് എന്നെ കിടത്തിയത്. ഒരു പുതിയ പേരിൽ, മംഗലാപുരത്തെ ഒരു മേൽവിലാസത്തിലാണ് എന്നെ അവിടെ പ്രവേശിപ്പിച്ചത്. ഞാനാരാണെന്ന് രാഘവന് മാത്രമേ അറിയൂ.

എങ്കിലും മിക്കപ്പോഴും പൊലീസ് വന്ന് മലയാളി കമ്യൂണിസ്റ്റുകാരനെ തിരക്കുന്നു. കടുത്ത വേദന ഒരുവശത്ത്, കെണിയിൽ പെട്ടേക്കും എന്ന ഭയം മറുവശത്ത്. ഞാൻ അനങ്ങാതെ കിടക്കും. മലയാളവും പ്രാദേശികച്ചുവയുള്ള ശൈലിയും കൊണ്ട് സംസാരത്തിൽനിന്നുതന്നെ വേഗം

മനസിലാവും. അതുകൊണ്ട് ആരെങ്കിലും ചോദിച്ചാൽ വേദന അഭിനയിച്ച് ഞരങ്ങുകയും മൂളുകയും ചെയ്യും.

എന്റെ ഓപ്പറേഷൻ കഴിഞ്ഞ ദിവസംതന്നെ ഞാൻ കിടന്ന മുറിയിൽ ഒരാൾകൂടി എത്തി. കണ്ണൂരിൽനിന്ന് ഒരു എക്സൈസ് ഇൻസ്പെക്ടർ. അദ്ദേഹത്തിന്റെ ഭാര്യയും ഒപ്പമുണ്ടായിരുന്നു. കണ്ണൂരിലാണെന്നറിഞ്ഞപ്പോൾ അൽപ്പം സംശയിച്ചു. അദ്ദേഹത്തിന് എന്നെ തിരിച്ചറിയാനാകുമോ? പക്ഷേ, ഞാൻ ഷേവ് ചെയ്യാതിരുന്നതുകൊണ്ട് എന്റെ മുഖത്തിന് പഴയ രൂപമായിരുന്നില്ല. ഇൻസ്പെക്ടർക്കാണെങ്കിൽ എന്നെ പരിചയമില്ല. പേര് കേട്ടിട്ടുണ്ടാവുമെന്ന് മാത്രം. ദീർഘനാളത്തെ ചികിൽസയ്ക്കാണ് അദ്ദേഹം വന്നത്.

രണ്ടുമൂന്ന് ദിവസത്തേക്ക് ഇൻസ്പെക്ടറോട് ഒന്നും മിണ്ടിയില്ല. കടുത്ത വേദനകൊണ്ടെന്നപോലെ ഞരങ്ങുകയും മൂളുകയും ചെയ്തുകൊണ്ടിരുന്നു. താടി നന്നായി വളർന്നു കഴിഞ്ഞപ്പോൾ അൽപ്പം ധൈര്യം വന്നു. ഇൻസ്പെക്ടറുമായി എന്തെങ്കിലുമൊന്ന് സംസാരിക്കും. ആകുന്നത്ര മൗനം പാലിക്കും. ഒരാഴ്ച അങ്ങനെ കടന്നുപോയി.

ഇൻസ്പെക്ടറെ കാണാൻ എന്നും രാവിലെയും വൈകുന്നേരവും ചില പൊലീസുകാർ വന്നിരുന്നു. ഇത് കുഴപ്പത്തിലേക്ക് നീങ്ങുമോ എന്ന് ഞാൻ ഭയപ്പെട്ടു.

രോഗം പൂർണമായി മാറിയില്ലെങ്കിലും ഞാൻ ഈ വിവരം കാസർഗോട്ടെ സഖാക്കളെ അറിയിച്ചു. മലബാറിൽനിന്നും രഹസ്യപൊലീസുകാർ ഈ ആശുപത്രിയിൽവന്ന് രാഘവനുമായി ബന്ധപ്പെടാറുണ്ടായിരുന്നു. ഒളിവിൽ കഴിയുന്ന കമ്യൂണിസ്റ്റുകാരനെ പിടിക്കാൻ മംഗലാപുരത്തും പൊലീസ് വലവീശി നടക്കുന്ന കാലം. ആശുപത്രിയിൽ വരുന്ന മലബാറിലെ രഹസ്യപൊലീസുകാരെയും അവരുടെ നീക്കങ്ങളെയും സംബന്ധിച്ച് മുഴുവൻ വിവരവും രാഘവൻ എന്നോട് പറയാറുണ്ട്.

ഞാൻ ആശുപത്രിയിൽ കിടക്കുന്ന വിവരം അവർക്കറിയില്ല. അങ്ങനെ രണ്ടാഴ്ച വല്ലവിധേനയും കഴിച്ചുകൂട്ടി. ഒരു ദിവസം രാത്രി മറ്റൊരു സഖാവിനോടൊപ്പം ഞാൻ രഹസ്യമായി ആശുപത്രി വിട്ടു. പാത്തും പതുങ്ങിയും റെയിൽവെ സ്റ്റേഷനിലെത്തി. ടിക്കറ്റ് വാങ്ങാതെ തന്നെ വണ്ടിയിൽ കയറി.

കാസർഗോഡ് സ്റ്റേഷനിലിറങ്ങി. രാത്രിയിലായിരുന്നു. മുൻകൂട്ടി നിർദേശം നൽകിയതനുസരിച്ച് റെയിൽവെ സ്റ്റേഷനിൽ സഖാക്കൾ കാത്തുനിന്നു. അവരോടൊപ്പം ഏകദേശം രണ്ട് മണിയായപ്പോഴേക്കും കർഷകസംഘത്തിനും പാർട്ടിക്കും സ്വാധീനമുള്ള പെരുമ്പള ഗ്രാമത്തിലെത്തി. ശസ്ത്രക്രിയയോടെ രോഗത്തിന് ശമനമായി.

* * * * *

"എന്റെ കുടിലിൽ പട്ടിപോലും കയറില്ല. പിന്നെയാ ആളുകള്. കതക്

തുറന്ന് കിടക്കല്ലേ? കേറി നോക്കിയാട്ടെ......” പൊലീസുകാരുടെ മുന്നിൽ ഒരു കൂസലുമില്ലാതെനിന്ന ആ സ്ത്രീയെ ഇന്നും ഓർത്തുപോവുന്നു. വിപത്സന്ധികളിൽ പുരുഷന്മാരെക്കാൾ മനഃസാന്നിധ്യം സ്ത്രീകൾക്കായിരിക്കുമെന്ന് ഞാനെവിടെയോ വായിച്ചത് ഇവരെക്കുറിച്ചോർക്കുമ്പോഴൊക്കെ ശരിയാണെന്ന് തോന്നാറുണ്ട്. പെരുമ്പള ഗ്രാമത്തിലെ നമ്മുടെ സഖാവായ മലയൻ പണിക്കരുടെ ഭാര്യ.

പുഴക്കരയിൽ നിറഞ്ഞുകിടക്കുന്ന പെരുമ്പള ഗ്രാമം. തൊഴിലാളികളും കൃഷിക്കാരും ഇടവിട്ടിടവിട്ട് പാർക്കുന്ന ആ ഗ്രാമത്തിൽ മാസങ്ങളോളം ഞാൻ കർഷകസംഘം പ്രവർത്തനവുമായി തങ്ങി. ഒട്ടനവധി വീടുകളിൽ താമസിച്ചു. അവിടെയൊക്കെയുള്ള ഗൃഹനായികമാരുടെ തന്റേടവും സന്ദർഭോചിതമായ പെരുമാറ്റവും എന്നെ അത്ഭുതപ്പെടുത്തിയിട്ടുണ്ട്. കയ്യൂർ കേസിലെ പിടികിട്ടാപ്പുള്ളിയാണ് അകത്തിരിക്കുന്നതെന്ന് അവരിൽ പലർക്കും അറിയില്ല. എങ്കിലും ഒളിവിൽ കഴിയുന്ന ആളാണെന്നറിയാം. പക്ഷേ, അയാളെ പൊലീസ് പിടികൂടിയാൽ ആകെ കുഴപ്പമാകുമെന്ന കാര്യം അവർക്കെല്ലാമറിയാം.

ഞാൻ ഏറെ ദിവസങ്ങൾ താമസിച്ച വീടുകളിലൊന്ന് പണിക്കരുടേതായിരുന്നു. തെയ്യം കെട്ടുന്ന മലയവർഗത്തിൽപ്പെട്ടയാളാണ് പണിക്കർ. തെയ്യത്തിൽ പ്രാവീണ്യം നേടിയ ആൾ. അന്ന് കമ്യൂണിസ്റ്റ് അനുഭാവിയായിരുന്ന അദ്ദേഹം ഇന്നും സി പി ഐ (എം) അംഗമാണ്.

ഒറ്റമുറി മാത്രമുള്ള ചെറിയ കുടിൽ. പിന്നെ ഭക്ഷണം പാകം ചെയ്യാൻ ഒരു ചെറിയ ഇടവും. പണിക്കരും ഭാര്യയും കുട്ടിയുമാണ് അവിടെ താമസം. ഞാനവിടെ താമസിച്ച ദിവസങ്ങളിൽ പണിക്കരും കുടുംബവും പുറത്തു കിടക്കും. എന്നെ സുരക്ഷിതനായി അകത്ത് കിടത്തും. എന്റെ സുരക്ഷിതത്വത്തിൽ ആ ദമ്പതികൾ കാണിച്ചിരുന്ന ശുഷ്കാന്തിക്ക് മറ്റ് പലരോടുമെന്നപോലെ അവരോടും ഞാനെന്നും കടപ്പെട്ടിരിക്കുന്നു.

രാവിലെ പണിക്കർ തന്റെ തൊഴിലുമായി ബന്ധപ്പെട്ട് പുറത്തുപോകും. ഞാൻ മുറിയിൽ അടച്ചിരുന്ന് വായനയിൽ മുഴുകും. പണിക്കരുടെ ഭാര്യയാണെങ്കിൽ പാളകൊണ്ട് ഓരോ പണികൾ ചെയ്ത് വീടിനിറയത്തും മുറ്റത്തും കുട്ടിയോടൊത്ത് കഴിയും.

ഇതിനിടയിൽ പൊലീസ് വന്നന്വേഷിച്ച പല സന്ദർഭങ്ങളുമുണ്ടായിട്ടുണ്ട്. ഇതിലേ ആരെങ്കിലും വന്നോ? പുതിയ ആൾക്കാരാരെങ്കിലും പോകുന്നത് കണ്ടോ എന്നൊക്കെയായിരിക്കും ചോദ്യങ്ങൾ.

കുടിലിന്റെ ഇറയത്തിരിക്കുന്ന ആ സ്ത്രീ പൊലീസ് ദൂരെനിന്ന് വരുമ്പോൾ ഓലമറച്ച വാതിൽ തുറന്ന് അകത്തൊന്ന് കയറിയിട്ട് അവർ മുറ്റത്ത് എത്തുന്നതിനുമുമ്പ് അവരുടെയടുത്തേക്ക് ചെല്ലും. പൊലീസുകാർക്ക് പുറത്തുനിന്നാൽ കുടിലിന്റെ അകഭാഗം കാണാം. തുറക്കുന്ന കതകിന്റെ പിന്നിലാണ് ഞാനിരിക്കുന്നത്. കതക് തുറന്നു കിടന്നാൽ അകം കാണുമെങ്കിലും കതകിന്റെ പിന്നിലിരിക്കുന്ന ആളെ കാണില്ല. ശ്വാസമടക്കിപ്പിടിച്ചായിരിക്കും എന്റെ ഇരിപ്പ്.

“ഇവിടെ ആരൂല്ല. എന്റെ ആള് പണിക്ക് പോയതാ. ഞാനും കുട്ടിയേയുള്ളൂ..... ഈ തെയ്യം കൊണ്ടെന്തു ചെയ്യാനാ?” അവളുടെ കാടുകയറിയുള്ള പറച്ചിൽ കേൾക്കാൻ നിൽക്കാതെ പൊലീസുകാർ സ്ഥലംവിടും. ഒരുദിവസം അവർ പൊട്ടിത്തെറിച്ചു: “എന്റെ കുടിലിൽ പട്ടിപോലും കയറില്ല; പിന്നെയാ ആളുകള്.” ഇതുകേട്ട പൊലീസുകാർ തിരിച്ചുപോയി.

പണിക്കരെപ്പോലെതന്നെ അങ്ങേയറ്റം പാർട്ടിക്കൂറുള്ള സ്ത്രീയായിരുന്നു അവർ. ഏത് നിമിഷവും പുറത്തുനിന്നാളുകൾ വരുമ്പോൾ പ്രത്യേക സൂചന നൽകി, എനിക്ക് നിർദേശം തരും. അദ്ദേഹം ഒരു മലയപ്പണിക്കരായതുകൊണ്ട് പലരും ആ വീട്ടിൽ അന്വേഷിച്ച് വരിക സ്വാഭാവികം. പക്ഷേ, അവരാരും കാണാതെ എന്നെ സംരക്ഷിക്കുന്നതിൽ അവർ അതീവശുഷ്കാന്തി പുലർത്തി.

ആ വഴിക്ക് പോയാൽ ഞാൻ പണിക്കരെ തിരക്കാറുണ്ട്. മുഖ്യമന്ത്രിയായിരിക്കെ ആ വഴിയിലൂടെ പോയപ്പോൾ സ്ഥലം പെട്ടെന്ന് എന്റെ ഓർമയിലെത്തി. ഞാൻ വണ്ടി നിർത്തിച്ചു. പണിക്കരുടെ വീട്ടിലേക്ക് നോക്കി. അവിടെ തൊഴുകൈയോടെ അമ്പരന്നുനിന്ന വൃദ്ധയുടെ രൂപം എനിക്ക് മറക്കാനാവുന്നില്ല.

* * * * *

‘‘ഏയ് സ്ത്രീകൾ എഴുത്തും വായനയും പഠിക്കുകയോ. അതൊന്നും വേണ്ട. സ്ത്രീകൾ സംഘടിച്ചാൽ രക്ഷയുണ്ടാവില്ല.” അധ്വാനശീലനായ കണ്ണൻ നായരുടെ ഈ അഭിപ്രായത്തിന് കാലം മാറ്റം വരുത്തി. ആ കണ്ണൻനായർ ഇന്ന് ജീവിച്ചിരിപ്പില്ല.

പെരുമ്പള ഗ്രാമത്തിലെ കൃഷിക്കാരനാണ് കണ്ണൻ നായർ. ആറു പേരടങ്ങിയ ഒരു കുടുംബത്തിന്റെ നാഥൻ. അദ്ദേഹത്തിന്റെ വീട്ടിലും ഞാൻ കുറച്ചുദിവസം താമസിച്ചു.

പൊതുവെ അധ്വാനശീലരാണ് പെരുമ്പള ഗ്രാമത്തിലെ കൃഷിക്കാർ. പുകയില കൃഷിയുടെ സമയമായാൽ പുലർച്ചെ നാല് മണിക്കുതന്നെ ജോലിക്ക് പോകും. തലേന്ന് തയാറാക്കിയ കഞ്ഞിയുമെടുത്തായിരിക്കും പോവുക. അതും കഴിച്ച് രാവിലെ പത്തുമണിവരെ പണിയെടുക്കും. അത് കഴിഞ്ഞാൽ വീട്ടിൽ തിരിച്ചെത്തും.

കണ്ണൻനായരുടെ കുടുംബത്തിലുള്ളവരും ഇങ്ങനെയാണ് പണിയെടുത്തിരുന്നത്. ആ വീട്ടിലെ സ്ത്രീകൾക്ക് എഴുത്തും വായനയും അറിയില്ല. അവർക്ക് അക്ഷരങ്ങളുടെ ലോകത്തെക്കുറിച്ച് എന്തെങ്കിലുമൊന്ന് അറിയണ്ടേ, അതവരുടെ മൗലികാവകാശമല്ലേ, എന്നൊക്കെയുള്ള എന്റെ ചോദ്യങ്ങളൊന്നും ആ മനുഷ്യന് തീരെ ദഹിച്ചില്ല. മാത്രവുമല്ല, അദ്ദേഹം ശക്തിയായെതിർക്കുകയും ചെയ്തു. വളരെയധികം അധ്വാനശീലയായിരുന്നു കണ്ണൻനായരുടെ ഭാര്യ. കുടുംബത്തിന്റെ കെട്ടുറപ്പിനുവേണ്ടി ഭർത്താവിനോടൊപ്പം അവരും കഠിനാധ്വാനം ചെയ്തിരുന്നു. എങ്കിലും കണ്ണൻനായർ സ്ത്രീവിമോചനത്തിന് എതിരായിരുന്നു. സ്ത്രീകൾ

സംഘടിച്ചാൽ രക്ഷയുണ്ടാവില്ലെന്നായിരുന്നു അദ്ദേഹത്തിന്റെ അഭിപ്രായം. ഇത് പതിറ്റാണ്ടുകൾക്ക് മുമ്പത്തെ കഥ. അതേ വീട്ടിൽത്തന്നെ അദ്ദേഹത്തിന്റെ മക്കൾ പാർട്ടി പ്രവർത്തകരായി വളർന്നു. സ്ത്രീ വിമോചനത്തിനും പുരോഗമനാശയങ്ങൾക്കും വേണ്ടിയുള്ള പോരാട്ടങ്ങളിൽ അവർ പങ്കാളികളായി.

9

കയ്യൂർ സഖാക്കൾ കഴുമരത്തിലേക്ക്

ആയിരത്തിത്തൊള്ളായിരത്തി നാൽപ്പത്തിമൂന്ന് മാർച്ച് 29. കയ്യൂരിന്റെ വീരപുത്രന്മാർ കണ്ണൂർ സെൻട്രൽ ജയിലിൽ തൂക്കിലേറി. കേരളത്തിന്റെ രാഷ്ട്രീയചരിത്രത്തിൽ ചുവന്ന ലിപികളിലെഴുതിയ രക്തസാക്ഷിത്വം. പിറന്ന നാടിനുവേണ്ടി മരണത്തെ പുൽകാൻ കാത്തുനിന്ന ആ കയ്യൂർമക്കൾക്ക് അഭിവാദ്യം അർപ്പിക്കാനെത്തിയ ദേശീയ നേതാക്കളായ പി സി ജോഷിയും സുന്ദരയ്യയും പി കൃഷ്ണപിള്ളയും വികാരവിക്ഷുബ്ധരായപ്പോഴും അവരെ ആശ്വസിപ്പിച്ച ധീരവിപ്ലവകാരികൾ.

"ഇങ്ക്വിലാബ് സിന്ദാബാദ്" മുദ്രാവാക്യത്തിൽ അവസാനശബ്ദവും ശ്വാസവും നിലച്ച അപ്പുവും ചീരുകണ്ടനും കുഞ്ഞമ്പുനായരും അബൂബക്കറും. കർഷക ദരിദ്രർക്കിടയിൽനിന്ന് രാഷ്ട്രീയപ്രവർത്തകരായി മാറുകയും ദേശീയ പ്രസ്ഥാനപ്രവർത്തനവുമായി ബന്ധപ്പെട്ട് തൂക്കിലേറുകയും ചെയ്ത ധീരദേശാഭിമാനികളാണ് കയ്യൂർ സഖാക്കൾ. നാടിനുവേണ്ടി ഇത്രയല്ലേ ചെയ്യാൻ കഴിയുന്നുള്ളൂ എന്ന വ്യസനത്തോടെ ആ വീരസന്താനങ്ങൾ മാർച്ച് 29 ന് പുലർച്ചെ കഴുമരമേറുമ്പോൾ ജയിലിന്റെ ഭിത്തികൾക്കിപ്പുറത്ത് ആയിരങ്ങൾ വിങ്ങുന്ന ഹൃദയത്തോടെ അവർക്ക് അന്ത്യാഭിവാദ്യമർപ്പിക്കുകയായിരുന്നു.

* * * * *

ആയിരത്തിത്തൊള്ളായിരത്തി നാൽപ്പത്തിരണ്ട് ഫെബ്രുവരി രണ്ട്. അന്നാണ് കയ്യൂർ കേസിലെ അഞ്ച് സഖാക്കളെ തൂക്കിലേറ്റാൻ സെഷൻസ് കോടതി വിധി പ്രഖ്യാപിച്ചത്. ഭരണാധികാരികൾക്ക് എന്തും ചെയ്യാം എന്നതിന് തെളിവാണ് ഈ കേസിൽ അഞ്ചുപേരെ വധശിക്ഷയ്ക്ക് വിധിച്ചത്. മഠത്തിൽ അപ്പു, കോയിത്താറ്റിൽ ചീരുകണ്ടൻ, പൊടോര കുഞ്ഞമ്പുനായർ, പള്ളിക്കൽ അബൂബക്കർ, ചൂരിക്കാ

ടൻ കൃഷ്ണൻനായർ എന്നിവരെയാണ് മരണംവരെ തൂക്കിലേറ്റാൻ വിധിച്ചത്. പ്രായപൂർത്തിയായില്ലെന്ന കാരണത്താൽ കൃഷ്ണൻനായരുടെ ശിക്ഷ ജീവപര്യന്തമാക്കി മാറ്റി.

കയ്യൂരിന്റെ ആ നാല് വീരസന്താനങ്ങളെ തൂക്കിലേറ്റാതിരിക്കാൻ ആവുന്നതെല്ലാം ശ്രമിച്ചു. സെഷൻസ് കോടതിവിധി മദിരാശി ഹൈക്കോടതി ശരിവെച്ചു. അതിനെതിരെ കക്ഷിരാഷ്ട്രീയഭേദമെന്യേ ജനപ്രതിനിധികൾ മദിരാശി സർക്കാരിന് നൽകിയ ഹർജിയും നിരസിച്ചു. ഇന്ത്യാ ഗവൺമെന്റ് ദയാഹർജി തള്ളി. ബ്രിട്ടീഷ് പാർലമെന്റിൽ ചില അംഗങ്ങൾ നടത്തിയ ശ്രമവും പരാജയപ്പെട്ടു. ലോകപ്രസിദ്ധ നിയമജ്ഞരായ ഡി എൻ പ്രിട്ടും കൃഷ്ണമേനോനും പ്രിവി കൗൺസിലിൽ വാദിച്ചുനോക്കിട്ടും ഫലമുണ്ടായില്ല.

കയ്യൂർ കേസിലെ വിധിപ്പകർപ്പിൽനിന്ന്

> (.......) യുദ്ധവിരുദ്ധ പ്രവർത്തനങ്ങളിലും കമ്യൂണിസ്റ്റ് പ്രവർത്തനങ്ങളിലും മുഴുകിയിട്ടുള്ള കിസാൻ അഥവാ കൃഷിക്കാരുടെ സംഘടനകളുടെ കർഷകസംഘങ്ങൾ കാസർഗോഡ് താലൂക്കിലെ കയ്യൂരും കിണാവൂരും നീലേശ്വരത്തും (പാലായി) ക്ലായിക്കോടും (മുഴുക്കോത്ത്) മറ്റ് പ്രദേശങ്ങളിലുമുണ്ട്. അവയ്ക്കോരോന്നിനും ഖാദി യൂണിഫോം അണിഞ്ഞതും ലാത്തി വഹിക്കുന്നതുമായ വളണ്ടിയർമാർ ഉണ്ട്. കർഷകപതാകയുമായി ഈ കർഷകസംഘങ്ങളിലെ അംഗങ്ങളും വളണ്ടിയർമാരും ജാഥയായി മാർച്ച് ചെയ്യുകയും വിവിധ സ്ഥലങ്ങളിൽ പൊതുയോഗം നടത്തുകയും ചെയ്യുക പതിവാണ്. 1941 മാർച്ച് 28 ന് (മീനം 15 ന്) ഉച്ചതിരിഞ്ഞ് ഒരുമണിക്ക് കയ്യൂരിലെയും കിണാവൂരിലെയും പാലായിയിലെയും ക്ലായിക്കോട്ടെയും തിമിരിയിലെയും കർഷകസംഘാംഗങ്ങളും വളണ്ടിയർമാരും കയ്യൂരിന്റെ പടിഞ്ഞാറുഭാഗത്തുള്ള പൂക്കണ്ടത്തിൽ സമ്മേളിക്കുകയും അവിടെനിന്ന് ചെറിയാക്കരയിലേക്ക് കർഷകപതാകയും വഹിച്ച് യുദ്ധവിരുദ്ധ, കമ്യൂണിസ്റ്റ് മുദ്രാവാക്യങ്ങൾ വിളിച്ചും പാട്ടുകൾ പാടിയും മാർച്ച് ചെയ്യുകയും ചെയ്തു. അവർ പതിവുള്ള ഖാദി യൂണിഫോം അണിയുകയും ലാത്തി വഹിക്കുകയും ചെയ്തിരുന്നു...... മാരകമായ ആയുധങ്ങൾ (ലാത്തികൾ) അണിഞ്ഞ് കലാപം നടത്തിയെന്ന കുറ്റം എല്ലാ പ്രതികളുടെമേലും ആരോപിച്ചിരിക്കുന്നു..... പ്രതികൾ 1 മുതൽ 7 വരെ. 9, 10, 11, 13, 23 മുതൽ 32 വരെ, 51, 53, 54, 60 എന്നിവരുടെമേൽ ഐ പി സി സെക്ഷൻ 302, കെ പി സി സെക്ഷൻ 34 എന്നിവ അനുസരിച്ച് കൊലപാതകത്തിന് സഹായിച്ചു എന്നും മറ്റെല്ലാ പ്രതികളുടെയുംമേൽ ഐ പി സി 149 പ്രകാരം പൊതുലക്ഷ്യമായ കൊലപാതകം നടത്തിയ നിയമവി

> രുദ്ധ കൂട്ടത്തിലെ അംഗമായിരുന്നു എന്നുമുള്ള കുറ്റങ്ങൾ ചുമത്തിയിരിക്കുന്നു....

രാജ്യത്തെ മോചിപ്പിക്കാനുള്ള പോരാട്ടത്തിൽ കഴുമരത്തിലേറുന്ന തങ്ങളെക്കുറിച്ച് ഉത്ക്കണ്ഠപ്പെടേണ്ടതില്ലെന്ന് വധശിക്ഷ കഴിഞ്ഞ് കണ്ണൂർ സെൻട്രൽ ജയിലിൽ കഴിഞ്ഞ ആ സഖാക്കളെഴുതി.

സമാശ്വസിപ്പിക്കാനെത്തിയ ദേശീയനേതാക്കളെ ആ കയ്യൂർമക്കൾ തിരിച്ച് ആശ്വസിപ്പിച്ചു എന്ന് പറയുന്നതാവും ഒരളവോളം സത്യം. അതേക്കുറിച്ച് പി കൃഷ്ണപിള്ളയുടെ വരികൾതന്നെ ആവർത്തിക്കട്ടെ.

> ഉച്ചയ്ക്ക് പന്ത്രണ്ടുമണിക്ക് സെൻട്രൽ ജയിലിൽച്ചെന്ന് ജോഷി കയ്യൂർ സഖാക്കളെ കണ്ടു. ജോഷിയെ ഞാൻ അവർക്ക് പരിചയപ്പെടുത്തിക്കൊടുത്തു. അവർ തങ്ങളുടെ നേതാവിനെ അഭിവാദ്യം ചെയ്തു. അതിനുശേഷം ഇന്ത്യയുടെ നാനാഭാഗത്തുനിന്ന് അവർക്ക് പാർട്ടി ഘടകങ്ങളും വ്യക്തികളും അയച്ചിട്ടുള്ള കത്തുകൾ അവരെ വായിച്ചു കേൾപ്പിച്ചു. സഖാവ് ജോഷി ഹൃദയഭേദകമാംവിധം, ചുരുക്കം വാക്കുകളിൽ രാജ്യത്തിന്റെ സ്വാതന്ത്ര്യത്തിനും മർദിതരുടെ അവകാശസ്ഥാപനത്തിനുംവേണ്ടി ജീവത്യാഗം ചെയ്യുന്ന അവർക്ക് അഭിവാദനം നൽകി. അവരുടെ പാർട്ടി ശക്തിപ്പെട്ടിട്ടുള്ളത് എടുത്തുകാട്ടി. അവരെ ആവേശം കൊള്ളിച്ചു. അവരെപ്പോലുള്ള ധീരയോദ്ധാക്കളെ കിട്ടിയതിൽ കമ്യൂണിസ്റ്റു പാർട്ടി അഭിമാനം കൊള്ളുന്നു എന്നു പറഞ്ഞു. സംസാരിക്കുമ്പോൾ അദ്ദേഹത്തിന്റെ തൊണ്ട ഇടറി. കണ്ണീർ പുറത്തേക്ക് ചാടി. സഖാക്കൾ ഓരോരുത്തരും തങ്ങൾ മരിക്കുവാൻ തയാറാണെന്നും നാടിനുവേണ്ടി മരിക്കുന്നതിൽ തങ്ങൾ അഭിമാനംകൊള്ളുന്നുവെന്നും തങ്ങൾ മരിച്ചാലും പാർട്ടി അവസാനം വരെ ഈ സമരം മുന്നോട്ടു കൊണ്ടുപോകുമെന്ന് ഉറപ്പുണ്ടെന്നും പറഞ്ഞു. സഖാവ് ചീരുകണ്ടൻ "തനിക്കൊരു പ്രാവശ്യം മാത്രമല്ലേ നാടിനുവേണ്ടി മരിക്കാൻ സാധിക്കുന്നുള്ളൂ" എന്ന് വ്യസനിച്ചു. തങ്ങളുടെ കുടുംബങ്ങളെ ആശ്വസിപ്പിക്കാനും കഴിയുന്നത്ര സഹായങ്ങൾ ചെയ്തുകൊടുക്കാനും സഖാക്കൾ ആവശ്യപ്പെട്ടു. അതിനുശേഷം ഞങ്ങളെല്ലാവരും ജയിലറുടെ സമ്മതപ്രകാരം സഖാക്കളുടെ കൈപിടിച്ചു. പിന്നീട് മുഷ്ടി ചുരുട്ടി അവസാനത്തെ അഭിവാദ്യം ചെയ്തശേഷം മടങ്ങി. ഞാനിതെഴുതുമ്പോൾ അവർ മരിച്ചിരിക്കുന്നു. എങ്കിലും അവർ ഇപ്പോഴും എന്റെ കൺമുന്നിൽ മുഷ്ടിചുരുട്ടി നിൽക്കുന്നതായിട്ടാണ് ഞാൻ കാണുന്നത്.
>
> .....തോണിവഴി കയ്യൂരിലെത്തി. കയ്യൂർ സഖാക്കളുടെ കുടുംബാംഗങ്ങളുടെ ഫോട്ടോ എടുത്തു. ജോഷിയും ഞാനും ജയി

ലിൽവെച്ച് അവരുടെ കുട്ടികളെ കണ്ട വിവരവും ധൈര്യമായിരിക്കുവാനുള്ള അവരുടെ സന്ദേശവും മാതാപിതാക്കളെയും ബന്ധുക്കളെയും അറിയിച്ചു. ഇത്തരം ധീരസന്താനങ്ങളെ പെറ്റ അമ്മമാരും ഈ നാടും ശ്രേഷ്ഠമാണെന്ന് പറഞ്ഞു. പാർട്ടി സഖാക്കൾ മുഴുവൻ നിങ്ങളുടെ മക്കളാണെന്നും ഈ മക്കളെപ്പോലെ നിങ്ങൾ ഞങ്ങളെയും കണക്കാക്കണമെന്നും കയ്യൂർ സഖാക്കളുടെ അച്ഛനമ്മമാരോട് പറഞ്ഞു. പാർട്ടി അവരുടെ കുടുംബങ്ങൾക്ക് കൊടുക്കാൻ തീരുമാനിച്ച 500 രൂപ നാല് കുടുംബങ്ങൾക്കുമായി വീതിച്ചുകൊടുത്തു. അവരോട് ധൈര്യമായിരിക്കണമെന്ന് അഭ്യർഥിച്ചശേഷം പാലായിയിലേക്ക് മടങ്ങി.

(1943 ഏപ്രിൽ 4 ന്റെ ദേശാഭിമാനിയിൽ പ്രസിദ്ധീകരിച്ച പി കൃഷ്ണപിള്ളയുടെ ലേഖനത്തിൽനിന്ന്.)

ബ്രിട്ടീഷ് സാമ്രാജ്യത്വത്തിനെതിരായ പോരാട്ടത്തിൽ സ്വന്തം ജീവിതം ബലിയർപ്പിച്ച കയ്യൂർ രക്തസാക്ഷികൾ അമരന്മാരായി. അനശ്വരരായി ഇന്നും ജീവിക്കുന്നു. അവർ നട്ടുവളർത്തിയ പ്രസ്ഥാനം പടർന്ന് പന്തലിച്ചു. അവരുടെ ജീവത്യാഗം വെറുതെയായില്ല.

കയ്യൂർസംഭവത്തെത്തുടർന്ന് കർഷകസംഘത്തെ നിരോധിച്ചു. ചെങ്കൊടി ഇനി ഉയരില്ലെന്ന് കരുതിയവർക്ക് തെറ്റുപറ്റി. നാടിന്റെ നാനാഭാഗത്തും അത് കൂടുതൽക്കൂടുതൽ ഉയരത്തിൽ പറന്നുപൊങ്ങി. അതിനുകീഴിൽ ലക്ഷങ്ങൾ ആശ്വാസംകൊണ്ടു. കൃഷിക്കാരന് കൃഷിഭൂമി നൽകാൻ ആ പ്രസ്ഥാനത്തിന് കഴിഞ്ഞു. മരണം വിളിപ്പാടകലെയെത്തിയപ്പോഴും 'കർഷകസംഘ'ത്തിനും കമ്യൂണിസ്റ്റ് പാർട്ടിക്കും "സിന്ദാബാദ്" വിളിച്ച കയ്യൂർ സഖാക്കളുടെ സ്വപ്നം സാക്ഷാത്കരിക്കപ്പെട്ടു.

1957 ൽ കമ്യൂണിസ്റ്റ് ഗവൺമെന്റ് അധികാരത്തിൽ വന്നതോടെ കൃഷിക്കാരന് ഭൂമി നൽകാനുള്ള പ്രവർത്തനത്തിന് തുടക്കമിട്ടു. 1969 അവസാനം കേരള നിയമസഭ ഭൂപരിഷ്കരണ ഭേദഗതിനിയമം അംഗീകരിക്കുകയും ചെയ്തു. അങ്ങനെ ജന്മിത്തത്തിന്റെ കടയ്ക്കൽ കത്തിവയ്ക്കപ്പെട്ടു.

10

അമ്മയെന്ന സ്നേഹവൃക്ഷം

അങ്ങനെ രാത്രി ഒരു മണിയോടെ ഞാൻ മാളികമുകളിലുള്ള ആ മുറിയിലെത്തി. മണിക്കൂറുകളായി മകനെ ഒരുനോക്കു കാണാൻ കാത്തിരിക്കുന്ന എന്റെ അമ്മ. പരസ്പരം കൺനിറയെ കണ്ടു. അൽപ്പ നേരം രണ്ടുപേർക്കും ഒന്നും മിണ്ടാനായില്ല. നൂറ് ജന്മങ്ങളിലെ സ്നേഹ വായ്പ്പോടെ അമ്മ എന്റെ മുഖത്ത് തലോടി. കണ്ണുകളിൽനിന്ന് രണ്ട് നീർത്തുള്ളികൾ എന്റെ കൈത്തലത്തിൽ വീണു. ഒന്നും പറയാതെ എല്ലാം പറയുന്ന ആ നോട്ടത്തിന് മുന്നിൽ ഞാൻ സ്വയം മറന്നു. അമ്മ യെന്ന ആ സ്നേഹവൃക്ഷത്തിന്റെ തണലിൽ എല്ലാം മറന്നുനിന്ന അനർഘനിമിഷങ്ങൾ.

'എന്റെ അമ്മ ഇന്നും ജീവിച്ചിരുന്നെങ്കിൽ' പലപ്പോഴും ഞാൻ ആഗ്ര ഹിച്ചുപോകാറുണ്ട്; വെറും ബാലിശമായ ഒരു മോഹമാണെന്നറിഞ്ഞിട്ടു കൂടി. പക്ഷേ, എന്തോ ആ ആഗ്രഹം മനസിലിട്ട് അമ്മാനമാടാനുള്ള ഒരു ത്വര. അനുഭവിച്ച് മതിവരാത്ത ആ സ്നേഹവും വാൽസല്യവും. അതോർക്കുമ്പോൾ എന്റെ കണ്ണുകൾ ഇന്നും ഈറനണിയും. ജീവിത ത്തിൽ എന്നെ ആർക്കെങ്കിലും സ്വാധീനിക്കാൻ കഴിയുമായിരുന്നെങ്കിൽ അത് എന്റെ അമ്മയ്ക്ക് മാത്രമായിരുന്നു. പക്ഷേ, ഒരിക്കലും ആ സ്നേഹ മയി അതിന് ശ്രമിച്ചിട്ടില്ലെന്നതാണ് എന്റെ രാഷ്ട്രീയജീവിതത്തിന്റെ വിജ യവും. എല്ലാം ഉള്ളിലൊതുക്കി "എന്റെ വിധിയാണി"തെന്ന് സമാധാ നിച്ച അമ്മ. വിദ്യാർഥിയായിരിക്കുമ്പോൾ ദേശീയ പ്രസ്ഥാനത്തിലിറങ്ങി യതിന് അച്ഛന്റെ പ്രതിഷേധക്കൊടുങ്കാറ്റ് വീശിയടിച്ചപ്പോഴും എനിക്ക് ശീതളച്ഛായ പകർന്നുതന്നത് അമ്മയായിരുന്നു. അച്ഛൻ തല്ലിയാൽ "വേദ നിച്ചോ" എന്ന അന്വേഷണവുമായി എത്താറുള്ള കരുണാമയി.

വീട്ടിൽ സമയത്തിനും കാലത്തിനും എത്താതായ മകനെക്കുറിച്ച് ഉത്കണ്ഠപ്പെടുമ്പോഴും "അവന് ശരിയെന്ന് തോന്നുന്നത് അവൻ

ചെയ്യട്ടെ" എന്ന് സമാധാനം കൊള്ളുന്ന ഒരമ്മയുടെ മനസ്സ് എത്ര വലുതാണ്. "അവനെ കൂട്ടിക്കൊണ്ടുവരാൻ നിനക്ക് കഴിയോ" എന്ന് കൊച്ചു ശാരദയോട് ചോദിച്ചപ്പോഴും അവൻ രാഷ്ട്രീയം വിടില്ലെന്ന് ഉറച്ചു വിശ്വസിച്ച അമ്മയ്ക്ക് അതിൽ തീരെ കുണ്ഠിതമുണ്ടായിരുന്നില്ല. മറിച്ച് സംതൃപ്തിയായിരുന്നു. എന്നിട്ടും അമ്മ തളർന്നുപോയ നിമിഷങ്ങൾ പലതുണ്ടായി. ഞാൻ ഒളിവിലാണെന്നറിഞ്ഞപ്പോൾ. കയ്യൂർ കേസിലെ പിടികിട്ടാപ്പുള്ളിയാണെന്നറിഞ്ഞപ്പോൾ. ഇനിയൊരിക്കൽപ്പോലും കാണാൻ കഴിയില്ലെന്ന തോന്നലുണ്ടായപ്പോൾ ഇളയ മകനുവേണ്ടി ആ മനസെത്ര തുടിച്ചിട്ടുണ്ടാകണം.

കയ്യൂർസംഭവത്തെത്തുടർന്ന് നീണ്ടകാലം ഒളിവിൽ കഴിഞ്ഞ ഞാൻ ഒരിക്കൽ സന്ദർഭവശാൽ കല്യാശ്ശേരിയിലെത്തി. വീട്ടിൽ നിന്നകലെ പുഴവക്കിലുള്ള ദരിദ്ര കൃഷിക്കാരനായ കുഞ്ഞമ്പുവിന്റെ വീട്ടിലായിരുന്നു താമസം. സ്വന്തം ഗ്രാമം, എന്റെ മണ്ണ്; സത്യം പറയട്ടെ, എനിക്കെന്തോ വല്ലാത്ത അസ്വസ്ഥത. അമ്മയെ കാണണം എന്ന അദമ്യമായ ആഗ്രഹം. ആ കാൽപ്പാടുകളെങ്കിലും ഒന്ന് കാണാനായെങ്കിൽ. അമ്മയുടെ നിഴലെങ്കിലും സ്പർശിക്കാനായെങ്കിൽ......

കുഞ്ഞമ്പുവിന്റെ വീട്ടിലെന്നല്ല, കല്യാശ്ശേരിയിൽത്തന്നെ അധികം തങ്ങുന്നത് സുരക്ഷിതത്വത്തിന് സഹായകമല്ലെന്നറിയാം. എങ്കിലും അമ്മയെ കാണണമെന്ന എന്റെ ആഗ്രഹം സഖാക്കളെ അറിയിച്ചു.

നാളുകളായി ഒരുനോക്കു കാണാൻ ആറ്റുനോറ്റിരിക്കുന്ന മകൻ വിളിപ്പാടകലെയെത്തിയെന്ന വിവരം അമ്മയറിഞ്ഞു. രാത്രി പന്ത്രണ്ട് മണിയോടെ പരസ്പരം കാണാനുള്ള ഏർപ്പാടുകളൊക്കെയുണ്ടാക്കി. ഞങ്ങളുടെ വീട്ടിൽനിന്ന് കുറച്ചുമാറിയാണ് ഇളയമ്മയുടെ വീട് (ഇന്ന് ഇളയമ്മ ജീവിച്ചിരിപ്പില്ല). അർധരാത്രി കഴിഞ്ഞതോടെ ഒരു സഖാവിനോടൊപ്പം ഞാനാ വീട്ടിൽച്ചെന്നു. രോഗിയായ അമ്മ മാളികമുകളിലെ മുറിയിൽ എന്നെ കാത്തിരിക്കുന്നു. കോണിപ്പടികൾ കയറിയപ്പോൾ കാലുകൾ വിറച്ചുവോ? ഹൃദയമിടിപ്പ് കൂടിയോ? വായുവേഗത്തിൽ ഞാനാ മുറിയിലെത്തി. അമ്മയെ കണ്ടു; ആകെ ക്ഷീണിതയായിരിക്കുന്നു. വാചാലമായ നിമിഷങ്ങൾ. രണ്ടുപേർക്കും ഒന്നും സംസാരിക്കാനായില്ല. വളരെ നാളായി മകനെയോർത്ത് നീറിപ്പുകഞ്ഞുനിന്ന ആ മനസ്സ് തണുത്തുവോ? അമ്മയുടെ രണ്ടുതുള്ളി കണ്ണുനീർ എന്റെ കൈത്തലത്തിൽ വീണു. പിന്നെ എന്നെ കെട്ടിപ്പിടിച്ച് കരഞ്ഞു. "നീ എവിടെയായിരുന്നു മോനേ ഇത്രയും നാൾ കഴിച്ചുകൂട്ടിയത്?" ഇത്രമാത്രം ആ നാവിൽനിന്ന് പുറത്തേക്കുവന്നു.

വിതുമ്പലടക്കാൻ എനിക്കും അൽപ്പനേരം വേണ്ടിവന്നു. "ഞാൻ താമസിക്കുന്ന ഇടം പറഞ്ഞാൽ അമ്മയ്ക്ക് മനസിലാവില്ല, വീടുകളിൽ തന്നെയാണ് ഞാൻ കഴിയുന്നത്. ഈ രാജ്യത്തിലെ അമ്മമാരും സഹോദരിമാരും എനിക്ക് ഭക്ഷണം തരും. അവരുടെ മക്കൾ എനിക്ക് കാവലിരിക്കും.............."

നിശ്ശബ്ദതയുടെ, തേങ്ങലിന്റെ നിമിഷങ്ങൾ.

"ഇതെല്ലാം എന്റെ വിധിയാണ്......." വിധിയിൽ സമാധാനം കണ്ടെത്തുന്ന അമ്മയുടെ ആശ്വാസവാക്കുകൾ കണ്ടിട്ടും കണ്ടിട്ടും മതിവരുന്നില്ല. പക്ഷേ, ഇനിയും അവിടെ നിൽക്കുന്നത് പന്തിയല്ലെന്ന് തോന്നി. അമ്മയുടെ രണ്ടു കൈയും ചേർത്തുപിടിച്ച് ആ മുഖത്ത് നോക്കി ഞാൻ വിടവാങ്ങി. സ്നേഹക്കടൽപ്പോലുള്ള ആ കണ്ണുകളിലേക്ക് നോക്കിയപ്പോൾ ഒന്നും പറയാനുള്ള കെൽപ്പുണ്ടായിരുന്നില്ല. അൽപ്പനിമിഷമെങ്കിലും ആ സാമീപ്യം അനുഭവിച്ചതിലുള്ള കൃതാർഥതയോടെ മാളികമുകളിൽ നിന്നിറങ്ങി. ഇരുട്ടിലൂടെ പതിയെ നടന്നു. ഇന്നും ആ കൂടിക്കാഴ്ച എന്റെ മനസിൽ നിറഞ്ഞുനിൽക്കുന്നു.

* * * * *

ജീവിതത്തിൽ വേദനയോടെമാത്രം എന്നും ഞാനോർക്കുന്ന വലിയൊരു സംഭവമാണ് എന്റെ ഏക പെങ്ങൾ ലക്ഷ്മിക്കുട്ടിയുടെ മരണം.

പാർട്ടി നിരോധിക്കപ്പെട്ട ഘട്ടത്തിലെ എന്റെ ഒളിവുജീവിതത്തിനിടയിലായിരുന്നു അവളുടെ മരണം. അവളുടെ മൃതദേഹമെങ്കിലും ഒന്നു കാണാനുള്ള ഭാഗ്യം എനിക്കുണ്ടായില്ല. മാസങ്ങൾക്കുശേഷമാണ് മരണവാർത്ത ഞാനറിയുന്നതുതന്നെ. അന്നേരത്തെ എന്റെ മാനസികാവസ്ഥ എന്തായിരുന്നെന്ന് ഇന്നും പറയാനാവുന്നില്ല. നഷ്ടബോധം എന്നെ കീഴടക്കിയ നിമിഷങ്ങൾ.

ജീവിച്ച് കൊതിതീരാത്ത കുഞ്ഞിപ്പെങ്ങളുടെ ഓരോ ചലനവും എന്റെ മനസിലേക്കിരച്ചുകയറി. അകാലത്തിലേ കൊഴിഞ്ഞ എന്റെ ലക്ഷ്മിക്കുട്ടി. മനസ്സ് വിങ്ങിപ്പൊട്ടിയെങ്കിലും ഞാൻ പിടിച്ചുനിന്നു. പക്ഷേ, ആ നിമിഷം.......ഞാനവളുടെ സഹോദരൻ മാത്രമായി മാറുകയായിരുന്നു. ഇന്നും ലക്ഷ്മിക്കുട്ടിയെക്കുറിച്ചോർക്കുമ്പോൾ മനസിന് വല്ലാത്ത ഭാരം.

ഇക്കാലത്ത് എന്റെ അമ്മ അനുഭവിച്ച വേദനക്ക് അറുതിയില്ലായിരുന്നു. ഏകമകൾ മരിച്ചു. ഇളയ മകനാണെങ്കിൽ എവിടെയാണെന്നറിയില്ല. എന്നെ ഏറെ സ്നേഹിക്കുകയും എപ്പോഴും ഞാനടുത്തുവേണമെന്നാഗ്രഹിക്കുകയും ചെയ്ത എന്റെ അമ്മ. എന്റെ പ്രവർത്തനത്തിൽ ഒരിക്കലും തടസം നിൽക്കരുതെന്ന് മനസുകൊണ്ടുറച്ച അമ്മയ്ക്ക് ലക്ഷ്മിക്കുട്ടിയുടെ മരണവേളയിൽ ഞാനടുത്തില്ലാതെപോയത് അങ്ങേയറ്റത്തെ ആഘാതമായിരുന്നു.

എന്റെ ഒളിവുജീവിതകാലത്ത് അച്ഛനുമമ്മയും ഏറെ കഷ്ടതകൾ അനുഭവിക്കേണ്ടിവന്നു. പൊലീസ് അന്വേഷണം, ചാരൻമാരുടെ വരവ്. അങ്ങനെ എന്തെല്ലാം...... പക്ഷേ, അവരതൊക്കെ സഹിച്ചു.

എന്തൊക്കെ സഹിക്കേണ്ടിവന്നാലും, "ഇതെന്റെ തലേലെഴുത്താ"ണെന്ന് പറഞ്ഞ് അമ്മ വിധിയിൽ സമാധാനം കണ്ടെത്തിയത് പലപ്പോഴും എനിക്ക് സഹായകമായിരുന്നു; കാരണം, മറ്റൊരു പരാതി

യുമില്ലല്ലോ. ഞാൻ ചെയ്യുന്നത് എനിക്ക് ശരിയാണെന്ന് എന്റെ അമ്മ പൂർണമായും വിശ്വസിച്ചു.

പാർട്ടിപ്രവർത്തനം അവഗണിച്ച് തന്നോടൊത്ത് കഴിയണമെന്ന് അമ്മ ഒരിക്കലും ആവശ്യപ്പെട്ടില്ല. പക്ഷേ, ഇടയ്ക്കിടെ കാണണമെന്ന് അമ്മയ്ക്ക് നിർബന്ധമാണ്. മരണശയ്യയിൽ കിടക്കുമ്പോഴും അമ്മ അത് ഉരുവിട്ടുകൊണ്ടിരുന്നു.

അമ്മയോടൊത്ത് ജീവിച്ച് കൊതിതീരാത്ത എനിക്ക് അമ്മയുടെ മരണം താങ്ങാനാവാത്ത ആഘാതമായിരുന്നു.

അമ്മ രോഗബാധിതയായി കിടന്നപ്പോൾ ശുശ്രൂഷിക്കാനോ കാണാനോ എനിക്ക് കഴിഞ്ഞില്ല. അമ്മ മരിക്കുമ്പോൾ ഞാൻ മഞ്ചേരിയിലായിരുന്നു. കോഴിക്കോട്ട് എത്തിയപ്പോഴാണ് മരണവാർത്ത അറിഞ്ഞത്. ഞാൻ വീട്ടിലെത്തുമ്പോഴേക്കും ശവദാഹം കഴിഞ്ഞിരുന്നു. അമ്മയുടെ കെട്ടടങ്ങിയ ചിത മാത്രമേ എനിക്ക് കാണാൻ കഴിഞ്ഞുള്ളൂ. എന്റെ കണ്ണുകൾ നിറഞ്ഞൊഴുകി. ഹൃദയം ആയിരം നുറുങ്ങുകളായതുപോലെ.

അമ്മ മരിച്ച വാർത്ത അറിഞ്ഞയുടനെ എ കെ ജി വീട്ടിലെത്തി. ശവദാഹം കഴിയുന്നതുവരെ അദ്ദേഹം അവിടെത്തന്നെയുണ്ടായിരുന്നു. അദ്ദേഹത്തിന്റെ സാന്നിധ്യം എനിക്ക് ഏറെ ആശ്വാസം പകർന്നു.

അമ്മയുടെയും സഹോദരിയുടെയും സ്നേഹം മതിവരുവോളം അനുഭവിക്കാനാവാത്ത എനിക്ക് അവരുടെ രണ്ടുപേരുടെയും മൃതശരീരങ്ങൾപോലും കാണാനായില്ല.

11

പത്തായത്തിലെ കല്ലച്ച് യന്ത്രം

പാർട്ടിക്ക് ആവശ്യമുള്ള പ്രസിദ്ധീകരണങ്ങൾ എങ്ങനെ നടത്താം എന്നതിനെക്കുറിച്ച് കെ മാധവൻ ഉൾപ്പെടെയുള്ള സഖാക്കളുമായി ആലോചിച്ചുറപ്പിച്ചത് ഈ ഘട്ടത്തിലായിരുന്നു. മാധവൻ ഇപ്പോൾ കാസർഗോഡ് താലൂക്കിലെ പാർട്ടി നേതാവാണ്. ഇടയ്ക്ക് സി പി ഐയിൽ ചേർന്നുവെങ്കിലും പിന്നീട് ആ പാർട്ടി വിട്ട് സി പി ഐ (എം) ലേക്കുതന്നെ വന്നു.

പാർട്ടി പ്രസിദ്ധീകരണം അനിവാര്യമാണെന്ന അഭിപ്രായം എങ്ങുമുയർന്നു. കല്ലച്ച് യന്ത്രം വാങ്ങി രഹസ്യമായി ഏതെങ്കിലും ഷെൽട്ടറിൽ സ്ഥാപിച്ച് പ്രവർത്തനം തുടങ്ങണമെന്ന് നിശ്ചയിച്ചു. അതീവരഹസ്യമായിത്തന്നെ യന്ത്രം സംഘടിപ്പിച്ചു.

കാസർഗോഡ് താലൂക്കിന്റെ കിഴക്കൻ ഭാഗത്തുള്ള കാടകം ഗ്രാമത്തിലാണ് ഈ കല്ലച്ച് യന്ത്രം സ്ഥാപിക്കാൻ കഴിഞ്ഞത്. പരിചയമുള്ള ഒരു കൃഷിക്കാരന്റെ വീട് അതിനായി ഞങ്ങൾ തെരഞ്ഞെടുത്തു. കുറ്റിക്കാടുകളും പാറകളുംകൊണ്ട് ചുറ്റപ്പെട്ട ആ കൊച്ചുവീടിന് അയൽപക്കമുണ്ടായിരുന്നില്ല. കുഞ്ഞിരാമൻനായരും ഭാര്യയും മകനും മാത്രമേ അവിടെ ഉണ്ടായിരുന്നുള്ളൂ. കല്ലച്ച് യന്ത്രം പ്രവർത്തിപ്പിക്കാൻ അറിയുന്ന ഒരു സഖാവിനെ കണ്ടുപിടിച്ച് ആ വീടുമായി ബന്ധപ്പെടുത്തി.

പതിനഞ്ച് ദിവസത്തിലൊരിക്കൽ നാലുപേജുള്ള ഒരു വാർത്താ ബുള്ളറ്റിൻ തയാറാക്കി പ്രസിദ്ധീകരിക്കണമെന്നായിരുന്നു ഉദ്ദേശ്യം. ഞാൻ തന്നെയായിരുന്നു വാർത്ത തയാറാക്കിയിരുന്നത്. രഹസ്യ പാർട്ടി ഘടകങ്ങളിൽനിന്നും ലഭിക്കുന്ന കുറിപ്പുകളും നോട്ടുകളുമെല്ലാം ശേഖരിച്ച് വേറൊരു ഷെൽട്ടറിലിരുന്ന് ഞാൻ വാർത്ത തയാറാക്കും. പ്രത്യേക പരിശീലനംനേടിയ സഖാവ് രണ്ടുദിവസംകൊണ്ട് കല്ലച്ചിൽ അടിച്ച്

മറ്റൊരു ഷെൽട്ടറിലേക്ക് അത് എത്തിക്കും. ഏകദേശം അഞ്ഞൂറിലധികം കോപ്പികൾ അടിച്ച് തയാറാക്കി താലൂക്കടിസ്ഥാനത്തിൽ വെവ്വേറെ പാക്ക് ചെയ്യും. പിന്നീടത് മറ്റൊരു ഷെൽട്ടറിലെത്തിക്കുന്ന ചുമതല വേറൊരു സഖാവിന്റേതാണ്. അദ്ദേഹം ആ ജോലി കൃത്യമായി നിർവഹിച്ചു വന്നു.

വാർത്ത ശേഖരിക്കുന്നതിന്, പ്രത്യേകിച്ച് കണ്ണൂർ-കാസർഗോഡ് ജില്ലകളിൽ 'ടെക്' സമ്പ്രദായമാണ് ഞങ്ങൾ സ്വീകരിച്ചത്. പരസ്പരം ബന്ധപ്പെടാതെ, സഖാക്കൾ തമ്മിൽ അറിയാതെ പ്രത്യേകം ഷെൽട്ടർവെച്ചാണ് ടെക് സമ്പ്രദായം ഏർപ്പെടുത്തിയത്. അടിമുതൽ മുടിവരെ വീടുകളുമായി ബന്ധപ്പെട്ട് വാർത്തകളും പാർട്ടി റിപ്പോർട്ടുകളും എത്തിക്കാനുള്ള ഏർപ്പാടും അന്ന് സംഘടിപ്പിച്ചിരുന്നു.

രണ്ട് താലൂക്കുകളിൽ ഈ സമ്പ്രദായം സമർഥമായി സംഘടിപ്പിച്ചു. പൊലീസുകാർക്കും മറ്റ് ഗുണ്ടകൾക്കും പിടിച്ചെടുക്കാനാവാത്ത രീതിയിലായിരുന്നു ശൃംഖല ബന്ധപ്പെടുത്തിയത്.

പാർട്ടിയുടെ രഹസ്യപ്രവർത്തനത്തിന് ഇത്തരത്തിലുള്ളൊരു സംഘടനാരീതി ആവശ്യമാണെന്ന അറിവ് ആദ്യകാലത്തുണ്ടായിരുന്നില്ല. എന്നാൽ 1940 സെപ്തംബർ 15-ന് പൊലീസുമായുണ്ടായ ഏറ്റുമുട്ടലിനെ തുടർന്നുള്ള സംഭവങ്ങളും അതിന്റെ പേരിൽ നടന്ന മർദനമുറകളുംമൂലം അന്നത്തെ താൽക്കാലിക പാർട്ടി സംഘടനാ ബന്ധങ്ങൾ തകർന്നിരുന്നു. കൃഷ്ണപിള്ളയും ഇ എം എസുമെല്ലാം അക്കാലത്ത് കണ്ണൂർ ജില്ലയിൽ ഒളിവിലിരുന്ന് പ്രവർത്തിക്കുകയായിരുന്നു. ഇതിനുശേഷമാണ് രഹസ്യസംഘടന കെട്ടിപ്പടുക്കാനും 'ടെക്' സംഘടിപ്പിക്കാനും ഞങ്ങൾ മുതിർന്നത്. ഈ അനുഭവപരിചയമാണ് പിന്നീട് കേരളത്തിലെ പാർട്ടി നേതൃത്വവുമായി ബന്ധപ്പെടുന്നതിനും ജില്ലകളിൽ ഘടകങ്ങളുമായി ബന്ധപ്പെട്ട് പ്രവർത്തിക്കാനും ഞങ്ങളെ സഹായിച്ചത്. പാഠപുസ്തകങ്ങളിൽനിന്നും തത്വശാസ്ത്രഗ്രന്ഥങ്ങളിൽനിന്നുമുള്ള പരിജ്ഞാനമല്ല ഇതിനാധാരമായത്.

പാർട്ടി സംഘടനാ പ്രവർത്തനത്തിന്റെ അനുഭവത്തിൽനിന്നാണ് ഈ രീതി ആവിഷ്കരിച്ചതും സംഘടനാബന്ധങ്ങൾ ഉറപ്പിച്ചതും. സംഘടനാ പ്രവർത്തനം ഒരു പ്രത്യേക കല തന്നെയാണ്. അത് പരിശീലിക്കുകയെന്നതും പാർട്ടി പ്രവർത്തനത്തിന്റെ അവിഭാജ്യഘടകമാണ്.

അച്ചടിച്ചു കഴിഞ്ഞ ബുള്ളറ്റിന്റെ വിതരണത്തെക്കുറിച്ച് നേരത്തെ പരാമർശിച്ചുവല്ലോ. ബുള്ളറ്റിൻ മുഴുവനും കണ്ണൂരിൽ എത്തിക്കുന്ന ജോലി നിർവഹിച്ച സഖാവിന്റെ പേര് ഗോവിന്ദൻ എന്നായിരുന്നുവെന്നാണോർമ. അദ്ദേഹം ഇപ്പോൾ ജീവിച്ചിരിപ്പില്ല. കൃത്യസമയവും തീയതിയും നിശ്ചയിച്ച് കാസർഗോഡുനിന്ന് തീവണ്ടിമാർഗം ആ രഹസ്യബുള്ളറ്റിൻ കണ്ണൂരിലെത്തിക്കും. ആ ബുള്ളറ്റിനിന്റെ കോപ്പി ലഭിക്കുന്ന സഖാവ് മറ്റൊരു ഷെൽട്ടറിലെത്തിക്കുക എന്നതാണ് തീരുമാനം. അവിടെ എത്തിച്ചാൽ അത് താലൂക്കുകളിലേക്കും കീഴ്ഘടകങ്ങളിലേക്കും എത്തിച്ച് വിതരണം ചെയ്യുന്ന ജോലി മറ്റൊരു സഖാവിന്റേതായിരുന്നു. നിശ്ചിതദിവസംതന്നെ

ആ സഖാവ് ആ പാക്കറ്റ് അണികളിൽ എത്തിച്ചിരുന്നു. സഖാക്കൾ പരസ്പരം ബന്ധപ്പെടാതെയും അന്യോന്യം അറിയാതെയുമാണ് ബുള്ളറ്റിൻ വിതരണം നടന്നത്. കാരണം, ഇങ്ങനെ വിതരണം നടത്തുന്ന ഏതെങ്കിലുമൊരു സഖാവ് പൊലീസ് പിടിയിലായാൽ അയാൾക്ക് ക്രൂരമർദനം ഏൽക്കേണ്ടിവരുമെന്ന കാര്യത്തിൽ സംശയമില്ല. മർദനം സഹിക്കാനാവാതെ ചിലർ ചില ദുർബല നിമിഷങ്ങളിൽ രഹസ്യം ചോർത്തിക്കൊടുത്തെന്ന് വരാം (അപൂർവം സന്ദർഭങ്ങളിലെ അത് നടന്നിട്ടുള്ളൂ). ഇതെല്ലാം മുന്നിൽ കണ്ടുകൊണ്ടാണ് സഖാക്കൾ പരസ്പരം അറിയരുതെന്നും വിതരണം കൃത്യമായി നടക്കണമെന്നുമുള്ള ചിട്ട അംഗീകരിച്ച് പ്രവർത്തിച്ചത്.

അങ്ങനെ ആ വാർത്താബുള്ളറ്റിൻ ആറുമാസക്കാലം തുടർന്നു. പൊലീസിന്റെ നരനായാട്ട് നടക്കുന്ന ഘട്ടത്തിൽ ഈ കല്ലച്ച് യന്ത്രം സൂക്ഷിച്ചിരുന്ന വീടും പൊലീസിന്റെ ശ്രദ്ധയിൽപ്പെട്ടു. ഞങ്ങൾ ഇല്ലാത്തൊരു ദിവസം ഒരു ഹെഡ്കോൺസ്റ്റബിൾ അവിടെ വന്ന് അന്വേഷണം നടത്തി. ഒളിവിൽ പാർക്കുന്നവരെ അന്വേഷിച്ചാണത്രെ അവരെത്തിയത്.

പൊലീസ് വരുന്ന വിവരം കുഞ്ഞിരാമൻ നായരുടെ മകൻ ഗോപാലൻ (അവനന്ന് കുട്ടിയായിരുന്നു) മണത്തറിഞ്ഞു. അവൻ അമ്മയോടും അച്ഛനോടും വിവരം പറഞ്ഞു. പിന്നെ അടുത്ത മുറിയിൽ സൂക്ഷിച്ചിരുന്ന കല്ലച്ച് യന്ത്രം അപ്രത്യക്ഷമാകാൻ അധികസമയം വേണ്ടിവന്നില്ല. കല്ലച്ച് യന്ത്രം മുറിയിലുണ്ടായിരുന്ന പത്തായത്തിനകത്തായി. പൊലീസ് മുറികളെല്ലാം തെരഞ്ഞെങ്കിലും യന്ത്രം കാണാൻ കഴിഞ്ഞില്ല. അതുകഴിഞ്ഞ് ഒരാഴ്ച കഴിഞ്ഞപ്പോഴാണ് ഞാനും മാധവനും അവിടെയെത്തിയത്. ഞങ്ങൾ അവിടെ ഉള്ളപ്പോഴെല്ലാം ഗോപാലൻ വീടിന് ചുറ്റും നടന്ന് പൊലീസിന്റെ നീക്കത്തെക്കുറിച്ച് നിരീക്ഷണം നടത്തും. അവർ പോയാലുടൻ ഞങ്ങൾക്ക് വിവരം തരികയും ജോലി പുനരാരംഭിക്കുകയും ചെയ്യും.

എത്രതന്നെ മർദനമുറകളും എതിരാളികളുടെ ഗുണ്ടായിസവും ഉണ്ടായിട്ടും പാർട്ടി കെട്ടിപ്പടുക്കുന്നതിൽ സഖാക്കൾ വഹിച്ച പങ്കും അതിലവർ കാണിച്ച ശുഷ്കാന്തിയും വാക്കുകളിൽ ഒതുക്കാനാവുന്നതല്ല. കേളപ്പനും കോഴിപ്പുറത്ത് മാധവമേനോനും ഞങ്ങളെ വേട്ടയാടാൻ ആഹ്വാനം നൽകിയ ഒരു ഘട്ടമുണ്ടായിരുന്നു. പിന്നീട് ആ കേളപ്പൻതന്നെ നമ്മോടൊത്ത് സഹകരിച്ചിട്ടുമുണ്ട്, 1952 ൽ.

കേരളാടിസ്ഥാനത്തിലും പാർട്ടി രഹസ്യ സർക്കുലർ പുറത്തിറങ്ങിയിരുന്നു. കണ്ണൂർ ജില്ലയിലെ മാവിലായിയിൽ ഒളിവിലായിരുന്ന ഇ എം എസ് ആയിരുന്നു അതിന് നേതൃത്വം നൽകിയത്. ഈ അനുഭവങ്ങളാണ് *പാർട്ടി ബുള്ളറ്റിൻ* പ്രസിദ്ധീകരണത്തിന് ഞങ്ങളെ സഹായിച്ചത്.

പാർട്ടിക്ക് ഒരു പ്രസിദ്ധീകരണം അനിവാര്യമാണ്. കാരണം പാർട്ടിയുടെ ശബ്ദം ആ പ്രസിദ്ധീകരണം വഴി മാത്രമേ ജനങ്ങളിലെത്തിക്കാനാവൂ. ബൂർഷ്വാ പ്രസിദ്ധീകരണങ്ങൾ നിലവിലുള്ള ഭരണസംവിധാന

ത്തിന്റെ സ്തുതിപാഠകരാണ്. ഒരു തൊഴിലാളിവർഗപ്പാർട്ടി മുന്നേറണമെങ്കിൽ അതിന്റെ ആശയങ്ങളും ശബ്ദവും ജനങ്ങളിലെത്തിക്കണം. അതുകൊണ്ടാണ് 48 മുതൽ കിരാതമർദനം നടന്ന ഘട്ടത്തിലും പാർട്ടി നിരോധിച്ച ഘട്ടത്തിലും പാർട്ടി ബുള്ളറ്റിനുകൾ വേണമെന്ന് നിശ്ചയിച്ചതും അതിനുള്ള സാഹസികത കാണിച്ചതും.

ആറുമാസം *ബുള്ളറ്റിൻ* പ്രസിദ്ധീകരിച്ചു. രാഷ്ട്രീയഗതികളിൽ വന്ന മാറ്റത്തെത്തുടർന്ന് പരസ്യപ്രസിദ്ധീകരണം വേണമെന്ന ആശയം ഉടലെടുത്തു. പാർട്ടിയുടെ ജിഹ്വയും പടവാളുമായ ഒരു പത്രം എങ്ങനെ പ്രസിദ്ധീകരിക്കണമെന്ന അനുഭവം രഹസ്യമായിത്തന്നെ നേടിയിരുന്നു.

* * * * * *

പരസ്യവും രഹസ്യവും കൂടിക്കലർന്ന പ്രവർത്തനം മലബാർ മേഖലയിൽ നടത്തുന്നതിനേക്കാൾ നല്ലത് നാട്ടുരാജ്യങ്ങളിൽ പോയി പ്രവർത്തിക്കുന്നതാണെന്ന് പാർട്ടി കണ്ടു. അങ്ങനെ ഞങ്ങളെ അങ്ങോട്ടേക്കയക്കാൻ കേരളാ പാർട്ടി തീരുമാനിച്ചു.

എ വി കുഞ്ഞമ്പുവിനെ തിരുവിതാംകൂറിലേക്കും സുബ്രഹ്മണ്യഷേണായിയെ കൊച്ചിയിലേക്കും അയച്ചു. തിരുവിതാംകൂറിലെ ദിവാൻ സർ സി പി രാമസ്വാമി അയ്യരായിരുന്നു. തികച്ചും സ്വേച്ഛാധിപതിയായിരുന്ന സർ സി പി കമ്യൂണിസ്റ്റ് പാർട്ടിയെയും പുരോഗമന പ്രസ്ഥാനങ്ങളെയും അടിച്ചമർത്തുന്ന നയമാണ് കൈക്കൊണ്ടത്. ആ സ്വേച്ഛാധികാരിക്കെതിരായി കമ്യൂണിസ്റ്റ് പാർട്ടി പ്രക്ഷോഭങ്ങൾ സംഘടിപ്പിക്കുകയായിരുന്നു അപ്പോൾ.

കൃഷ്ണപിള്ള അന്ന് തിരുവിതാംകൂറിൽത്തന്നെ നിന്ന് പാർട്ടിയെ പുനഃസംഘടിപ്പിക്കാനുള്ള പ്രവർത്തനങ്ങൾ നടത്തി. പി ടി പുന്നൂസ്, എം എൻ ഗോവിന്ദൻനായർ തുടങ്ങിയവരുടെയെല്ലാം പ്രവർത്തനമേഖലയും ഇവിടെയായിരുന്നു.

എ വി കുഞ്ഞമ്പു മുൻകൂട്ടിത്തന്നെ ആലപ്പുഴയിലെത്തി. അവിടെ കേന്ദ്രീകരിച്ച് തിരുവിതാംകൂറിൽ കമ്യൂണിസ്റ്റ് പാർട്ടി സംഘടിപ്പിക്കുന്നതിലും മറ്റു സഹായങ്ങൾ നൽകുന്നതിലും ആലപ്പുഴയിൽ പാർട്ടി ശക്തമാക്കുന്നതിലുമുള്ള പ്രവർത്തനങ്ങളിൽ അദ്ദേഹം മുഴുകി. ഒ ജെ ജോസഫ് അതിനുമുമ്പുതന്നെ തിരുവിതാംകൂറിലെത്തി. ആ ഘട്ടത്തിലാണ് പാർട്ടി മലബാറിൽനിന്ന് എന്നെ തിരുവിതാംകൂറിലേക്ക് നിയോഗിച്ചത്. അങ്ങനെ സി എച്ച് കണാരനോടൊപ്പം 1942 ഡിസംബറിൽ ഞാൻ ആലപ്പുഴയിലെത്തി.

എ വി ആലപ്പുഴയിൽ പാർട്ടി ക്ലാസ്സ് എടുത്തുകൊണ്ടിരുന്ന സമയത്താണ് ഞങ്ങൾ എത്തിയത്. കൃഷ്ണൻനായർ എന്ന പേരിലായിരുന്നു എ വി അന്ന് അറിയപ്പെട്ടിരുന്നത്.

അന്ന് കൊച്ചിവരെ മാത്രമേ തീവണ്ടിയുണ്ടായിരുന്നുള്ളൂ. അതും

മീറ്റർഗേജായിരുന്നു. ഞങ്ങൾ കൊച്ചിയിൽനിന്ന് ബസിൽ അരുക്കുറ്റിവഴി രാത്രി ആലപ്പുഴയിലെത്തി. അരുക്കുറ്റി കടന്നപ്പോൾത്തന്നെ പൊലീസ് ഭരണത്തിന്റെ കാടത്തം ഞങ്ങൾക്ക് മനസിലായി.

തിരുവിതാംകൂറിൽ അന്ന് അഞ്ചുരൂപ പൊലീസ് ഭരണം കൊടികുത്തി വാഴുകയായിരുന്നു. യേമാൻ ഭരണത്തെക്കുറിച്ചും അവിടത്തെ ഭാഷയെയും നാണയവ്യവസ്ഥയെയുംകുറിച്ചും എനിക്ക് ഏറെ പഠിക്കേണ്ടിയിരുന്നു. എന്റെ സ്വതഃസിദ്ധമായ വടക്കേ മലബാർ ശൈലി എന്നെ വളരെ പെട്ടെന്ന് മറ്റുള്ളവരിൽനിന്ന് വേർതിരിച്ചറിയാൻ സഹായിക്കും. തിരുവിതാംകൂറിലെ നാണയവ്യവസ്ഥ മലബാറിൽനിന്ന് വ്യത്യസ്തമാണ്. കാശ്, ചക്രം ഇതൊക്കെ എനിക്ക് തികച്ചും അജ്ഞാതമായിരുന്നു. അതുകാരണം കടയിൽപ്പോയി സാധനം വാങ്ങിയാൽ കിട്ടുന്ന ചില്ലറയും വാങ്ങിപ്പോരും. കണക്കു പറയാൻ ഒരു പിടിയുമില്ല. പിന്നെ ആളുകളോടുള്ള പെരുമാറ്റത്തിലും ഏറെ ശ്രദ്ധിക്കേണ്ടിയിരുന്നു. തികച്ചും അന്യമായ, പുതിയൊരു സ്ഥലം. ഒളിവിലാണെങ്കിലും പരസ്യമായി സഞ്ചരിക്കുന്ന ഒരു പിടികിട്ടാപ്പുള്ളി. പക്ഷേ, പരസ്യമായി അറിയപ്പെടുന്ന ഒരു നേതാവല്ലാത്തതുകൊണ്ട് സൗകര്യമായി. അങ്ങനെ 1946 ജൂൺവരെ (നാലുകൊല്ലം) തിരുവിതാംകൂറിൽ ഒന്നുരണ്ട് വ്യാജപ്പേരുകളിൽ ഞാൻ പ്രവർത്തനം നടത്തി. ആലപ്പുഴ കേന്ദ്രമാക്കിയാണ് പാർട്ടിയാപ്പീസ് പ്രവർത്തിച്ചത്. എ വി കുഞ്ഞമ്പുവിനായിരുന്നു അതിന്റെ ചുമതല.

നാലുവർഷത്തിലധികം ഞാൻ തിരുവിതാംകൂറിന്റെ ഒട്ടുമിക്ക സ്ഥലങ്ങളിലും യാത്രചെയ്ത് നിരവധി സഖാക്കളുമായി ബന്ധപ്പെട്ട് രഹസ്യമായി പാർട്ടി സംഘടിപ്പിക്കുന്ന പ്രവർത്തനത്തിലേർപ്പെട്ടു. ആലപ്പുഴ, കോട്ടയം, മൂവാറ്റുപുഴ, പാലാ, ഭരണങ്ങാനം, പൂഞ്ഞാർ, തീക്കോയി, കൊല്ലം, പുനലൂർ, തെക്കൻ തിരുവിതാംകൂറിലെ തിരുവനന്തപുരം, കന്യാകുമാരി – ഇവിടങ്ങളിലെല്ലാം ഞാൻ ഇക്കാലത്ത് പ്രവർത്തിച്ചിട്ടുണ്ട്.

1946 ജൂണിലാണ് എന്റെ പേരിലുള്ള വാറണ്ട് പിൻവലിച്ചത്. അന്ന് മദിരാശി സംസ്ഥാനത്ത് അധികാരത്തിലുണ്ടായിരുന്നത് കോൺഗ്രസ് നേതൃത്വത്തിലുള്ള പ്രകാശം മന്ത്രിസഭയായിരുന്നു. വധശിക്ഷക്ക് വിധിക്കപ്പെട്ട കെ പി ആർ ഗോപാലൻ ഉൾപ്പെടെയുള്ളവരെ പല സമയങ്ങളിലായി വിട്ടയച്ചിരുന്നു. മൊറാഴക്കേസിൽ ജീവപര്യന്തം ശിക്ഷിക്കപ്പെട്ട് വെല്ലൂർ ജയിലിലായിരുന്ന എന്റെ സഹോദരൻ നാരായണൻ നായനാരെയും വിട്ടയച്ചു. ഞാൻ ആലപ്പുഴയിലായിരുന്ന കാലത്താണ് വാറണ്ട് പിൻവലിച്ചത്. ഞാനവിടെനിന്ന് നേരെ പോയത് കോഴിക്കോട്ടേക്ക്. അവിടെ *ദേശാഭിമാനി* പത്രാധിപസമിതിയിൽ ചേർന്ന് പ്രവർത്തനം ആരംഭിച്ചു.

തിരുവിതാംകൂറിൽ പ്രവർത്തിക്കുമ്പോൾ ഞാൻ അധികവും യാത്രചെയ്തത് ബസിലായിരുന്നു. കാരണം, ഇവിടത്തുകാർക്ക് എന്നെ പരിചയമില്ല. ഇക്കാലത്തെ ഒളിവു ജീവിതത്തിനിടയിലുണ്ടായ ചില അനുഭവങ്ങൾ ഞാനിനി കുറിക്കട്ടെ.

12

കുടിലിൽ വിരിഞ്ഞ സൗഹൃദം

തെങ്ങിൻ തലപ്പുകൾ മേലാപ്പു വിരിക്കുന്ന കായലോരം. കൊച്ചോളങ്ങളെ വകഞ്ഞുമാറ്റി തുഴഞ്ഞുനീങ്ങുന്ന വഞ്ചികൾ. കാറ്റൊന്നിളകിയാൽ നാണിച്ച് തലതാഴ്ത്തുന്ന തെങ്ങോലകൾക്കിടയിൽ വിരുന്നിനെത്തുന്ന കാക്കക്കറുമ്പികളും ധ്യാനത്തിൽ മുഴുകുന്ന കൊക്കുകളും.

ഗ്രാമത്തിന് ചന്ദനക്കുറി ചാർത്തുന്ന കായലോരത്തെ ഒരു കൊച്ചു കുടിലിലാണ് ഞാനന്ന് താമസിച്ചത്. ആ കുടിലിൽ പൊട്ടിവിരിഞ്ഞ സൗഹൃദം ഒന്ന് പരാമർശിക്കാതെ പോയാൽ ഈ ഓർമക്കുറിപ്പുകൾക്ക് ചിലപ്പോൾ ചാരുത ചോർന്നുപോയെന്നിരിക്കും. മാത്രമല്ല, അതങ്ങനെ മറച്ചുവെക്കേണ്ടതാണെന്ന് തോന്നുന്നുമില്ല. അങ്ങനെ ചെയ്താൽ അത് സത്യത്തോട് നീതിപുലർത്താതിരിക്കലാവും. ആ കുടിലിലെ അനുഭവങ്ങൾ ഞാനിവിടെ പകർത്തട്ടെ.

1943-ാമാണ്ട് വസന്തത്തിലെ ഒരു സായാഹ്നം. ഓലകൊണ്ട് മറച്ച ചെറ്റക്കുടിലിലിരുന്ന് പത്രം വായിക്കുകയാണ് ഞാൻ. അന്തിമസൂര്യന്റെ ചെങ്കതിരുകൾ ഓലമറയുടെ വിടവിലൂടെ അകത്തേക്കെത്തിനോക്കുന്നുണ്ട്. അതിനകത്തിരുന്നാൽ കായൽപ്പരപ്പ് കാണാം. ജലപ്പരപ്പിനോട് എന്തോ കിന്നാരം പറഞ്ഞ് പറന്നുപൊങ്ങുന്ന നീലപ്പൊന്മാനെ കാണാൻ എന്തു ചന്തമാണ്.

പല്ലിയും ഓന്തും മണ്ണുകൊണ്ട് മാളങ്ങൾ നിർമിച്ച കുടിലിന് പുറത്ത് സ്ഥിരതമാസമാക്കിയിരിക്കുന്നു. എലികളും ഒട്ടും കുറവല്ല. പക്ഷേ, ഇതൊക്കെയാണെങ്കിലും സ്വച്ഛന്ദസുന്ദരമായിരുന്നു ആ ചുറ്റുവട്ടം.

"സഖാവേ, നിങ്ങളുടെ പേരെന്താണ്?" ആ സായാഹ്നത്തിൽ അവളെന്നോട് ചോദിച്ചു. അവൾക്ക് എന്റെ പേരറിയണം. അറിഞ്ഞേ തീരൂ.... ഞാൻ നിങ്ങൾ വായനക്കാർക്കുവേണ്ടി അവൾക്ക് ഒരു പേരിടുന്നു, ലക്ഷ്മി.

“ലക്ഷ്മി, നിന്നോട് പേരുപറഞ്ഞല്ലോ.... വീണ്ടും ചോദിക്കുന്നതിന് അർഥമെന്താ?”

“നിങ്ങൾ പറയുന്നത് വിശ്വസിക്കാനാവുന്നില്ല. അത് ശരിയായ പേരാണെന്ന് തോന്നുന്നില്ല. യഥാർഥപേര് എന്നോട് പറഞ്ഞൂടെ സഖാവേ?” കുസൃതിയായ അവൾ വിടാൻ ഭാവമില്ല.

“അതുമാത്രം എന്നോട് മേലിൽ ചോദിക്കരുത്....” എന്റെ സ്വരത്തിന്റെ കാർക്കശ്യം മനസിലായിട്ടാവണം അവൾ ഒന്നും പറയാതെ അവിടെനിന്നുപോയി.

എട്ടടി നീളവും വീതിയുമുള്ള ആ ഓലച്ചെറ്റകൊണ്ടു മറച്ച മുറിയിൽ മൂന്നുമാസമായി താമസിക്കുകയാണ് ഞാൻ. അവിടത്തെ എന്റെ രക്ഷിതാക്കൾ ഒരമ്മയും പതിനെട്ട് വയസുള്ള ഒരു പെൺകുട്ടിയും. ആ അമ്മയെ ഞാൻ കൊച്ചമ്മയെന്ന് വിളിച്ചു.

സന്ധ്യ കഴിഞ്ഞാൽ ആ മുറിയിൽനിന്ന് ഞാൻ പുറത്തിറങ്ങും. പുലർച്ചെ മൂന്നുമണി കഴിയുന്നതോടെ തിരിച്ചെത്തും. രാത്രികാലങ്ങളിലായിരുന്നു സംഘടനാ പ്രവർത്തനം മുഴുവൻ നടത്തിയത്.

ആഴ്ചകൾ മാസങ്ങൾക്ക് വഴിമാറി. സമരഗാനം പാടാനും നാടിന്റെ സ്വാതന്ത്ര്യത്തിനുവേണ്ടി ദിവാൻഭരണത്തിനെതിരെ പോരാടാനുമുള്ള രാഷ്ട്രീയം ആ പെൺകുട്ടിക്ക് പറഞ്ഞുകൊടുത്തു.

യുവാവും കോമളനുമായ ആ ഏകാന്തവാസിയോട് ലക്ഷ്മി എന്ന പെൺകുട്ടിക്ക് എന്തെന്നില്ലാത്ത സ്നേഹവും ബഹുമാനവും. അനുദിനം അത് വർധിച്ചു. അതെല്ലാം രഹസ്യമായി ഉള്ളിലൊതുക്കാനറിയാത്ത പാവം പെൺകുട്ടി.

പ്രേമഗാനങ്ങൾ പാടുന്നത് അയാൾക്കിഷ്ടമായിരുന്നില്ല. അവൾ അതിനയാളെ പ്രേരിപ്പിച്ചു.

ഒളിവിൽ താമസിക്കുന്നയാളുടെ യഥാർഥപേര് അവൾക്കറിഞ്ഞേ തീരൂ. സുകുമാരൻ എന്നത് കള്ളപ്പേരാണെന്ന് എന്തോ അവൾ ഉറച്ചു വിശ്വസിച്ചു.

സുകുമാരൻ അവിവാഹിതനാണെങ്കിലും അദ്ദേഹത്തിന്റെ മുഴുവൻ ശ്രദ്ധയും തൊഴിലാളിവർഗപ്രസ്ഥാനം കെട്ടിപ്പടുക്കുന്നതിലും ദിവാൻഭരണം അവസാനിപ്പിക്കുന്നതിലുമായിരുന്നു.

പള്ളിക്കൂടം വിട്ട് വൈകിട്ട് വന്നാൽ ലക്ഷ്മി കുറെ സമയമെങ്കിലും സുകുമാരന്റെ അടുത്തുകൂടും. കുളിക്കാൻ പോകുന്നതും ഊണ് കഴിക്കുന്നതും ഒപ്പംതന്നെ. സ്ത്രീകളും പുരുഷൻമാരുമെല്ലാം ഒരേ കടവിൽ കുളിക്കുന്നതിൽ അന്ന് അസ്വാഭാവികതയൊന്നും ആർക്കും തോന്നിയിരുന്നില്ല.

പഠിക്കാനും സമരലക്ഷ്യം കൂട്ടുകാർക്ക് വിശദീകരിച്ച് കൊടുക്കാനും അവൾ സമർഥയായിരുന്നു.

സ്കൂളിൽനിന്ന് വന്നാൽ കുളികഴിഞ്ഞ് നല്ല ഉടുപ്പുമിട്ട്. പൊട്ടുതൊട്ട് അവൾ സുകുമാരന്റെ മുന്നിലെത്തും. ഒരുദിവസം പതിവില്ലാതെ രാവിലെ

വന്നപ്പോൾ അയാൾ ചോദിച്ചു: “എന്താ രാവിലെ?”

“ഇന്ന് നിങ്ങളുമായി അൽപ്പം സംസാരിക്കാനുണ്ട്.”

“പഠിപ്പ് ഉപേക്ഷിക്കുന്നത് ശരിയല്ല. നല്ല കുട്ടിയാവണമെങ്കിൽ പഠിച്ച് വളരണം: ക്ലാസിൽ ഒന്നാമതാകണം. എങ്കിൽമാത്രമേ രാഷ്ട്രീയത്തിൽ ശോഭിക്കൂ........വൈകുന്നേരം സമയമുണ്ടല്ലോ?”

“ഇല്ല.......ഇനി അധികം സമയമുണ്ടാവില്ല. നിങ്ങൾ എന്തൊക്കെയോ മറച്ചുവെക്കുന്നു...............”

“നീ എന്നെ അവിശ്വസിക്കുകയാണോ? പറയേണ്ടതെല്ലാം പറഞ്ഞു കഴിഞ്ഞു. അവസരം വരുമ്പോൾ ഇനി പറയുകയും ചെയ്യും..........”

“നിങ്ങളെന്നെ സ്നേഹിക്കുന്നില്ല. ഒരു ദിവസംപോലും നിങ്ങളെ കാണാതിരിക്കുന്നത് എനിക്ക് അസഹ്യമാണ്.......നിങ്ങൾ എന്നിൽനിന്ന് അകലാൻ പോണൂന്ന് ഞാനിന്നലെ സ്വപ്നം കണ്ടു.”

സുകുമാരന് പെട്ടെന്ന് ഒന്നും പറയാനായില്ല. തെല്ലിട നിർത്തി അയാൾ തുടർന്നു: “നീ പറയുന്നത് തികച്ചും ശരിയാണെന്ന് ഞാൻ വിശ്വസിക്കുന്നില്ല. ഞാൻ നാളെ ഇവിടെനിന്ന് പോവുകയാണ്. എങ്കിലും നിനക്കായി എന്റെ ഹൃദയത്തിൽ സ്ഥാനമുണ്ട്. എന്നെന്നേക്കുമായി നിന്നെ വിസ്മരിക്കുമെന്ന് കരുതരുത്.........”

“എങ്കിൽ എനിക്കും നിങ്ങളോടൊപ്പം വന്നൂടെ?”

“നീ ഇപ്പോൾ വരുന്നത് ശരിയല്ല. ജീവിതമെന്തെന്ന് നീ പഠിച്ചിട്ടില്ല. ജീവിതമാകുന്ന നദിയിലെ കല്ലുകളും പാറക്കെട്ടും ആഴമേറിയ കുഴികളും എന്താണെന്ന് നിനക്കറിയില്ല. കഷ്ടപ്പാടുകളെയും ജീവിതവൈഷമ്യങ്ങളെയും എതിർപ്പുകളെയും അഭിമുഖീകരിക്കാൻ പഠിക്കണം. എങ്കിൽ മാത്രമേ ഇന്നത്തെ മുതലാളിത്ത-നാടുവാഴി വ്യവസ്ഥയുടെ ചെറ്റത്തരം എന്താണെന്ന് നിനക്ക് മനസിലാകൂ..........”

അവൾ ഒന്നും മിണ്ടിയില്ല. അവിടെ നിന്നിറങ്ങി നടന്നു. പിറ്റേന്ന് രാവിലെയും അവൾ സുകുമാരന്റെ മുറിയിലെത്തി. എന്തൊക്കെയോ അറിയാനുള്ള ആകാംക്ഷ അവളെ പിടികൂടിയിട്ടുണ്ടെന്ന് എനിക്ക് തോന്നി.

“ലക്ഷ്മി എന്താ ഇന്ന് രാവിലെതന്നെ വന്നത്?”

“ഇന്ന് ഞാൻ സ്കൂളിൽ പോകുന്നില്ല..........”

അവളുടെ സ്വരത്തിൽ വല്ലാത്ത ദൈന്യത കലർന്നിരുന്നു.

“ശരി, നീ അറിയാത്ത ചില കാര്യങ്ങൾ ഞാൻ പറയാം. ശ്രദ്ധിച്ചു കേട്ടോളൂ........”

സുകുമാരൻ എന്താവും പറയുക? അവൾ ആകാംക്ഷയോടെ അയാളെത്തന്നെ നോക്കി.

“ഞാൻ രാത്രികാലങ്ങളിൽ ഈ കുടിലിൽനിന്ന് പോകുന്നത് എവിടേക്കാണെന്ന് നിനക്കറിയില്ല. തൊഴിലാളികേന്ദ്രങ്ങളിൽ അവരെ സംഘടിപ്പിക്കാനാണ് എന്റെ അത്തരം യാത്ര. ഇത്തരം രഹസ്യ പ്രവർത്തനത്തിനിടയിൽ പൊലീസുകാരും ഒറ്റുകാരും എന്നെ കണ്ടുമുട്ടിയിരുന്നെങ്കിൽ ഞാനിന്ന് ജീവനോടെ ഉണ്ടാകുമായിരുന്നില്ല. എന്റെ കണ്ഠരക്തം

കഴുമരത്തിന് നൽകേണ്ടിവരുമായിരുന്നു. കർഷകസമരത്തിൽ പങ്കെടുത്തതിനെത്തുടർന്ന് എന്റെ പേരിൽ ഇന്നും ബ്രിട്ടീഷ് സാമ്രാജ്യത്വം കൊലക്കേസ് ചുമത്തിയിട്ടുണ്ട്. എന്റെ സഹപ്രവർത്തകരായ നാല് സഖാക്കളെ ആ ഘാതകൻമാർ കണ്ണൂർ ജയിലിൽ കൊലമരത്തിലേറ്റി. യഥാർഥ സ്വാതന്ത്ര്യ സ്നേഹികൾ തൂക്കുമരത്തെപ്പോലും ഭയപ്പെടുന്നില്ല.... ഇതുമാത്രമേ എന്റെ ജീവിതത്തെക്കുറിച്ച് നിന്നെ അറിയിക്കാൻ ഉദ്ദേശിക്കുന്നുള്ളൂ...... നീ നന്നായി പഠിക്കുക... പ്രവർത്തന സ്വാതന്ത്ര്യം കിട്ടിയാൽ ആദ്യമായി നിന്നെയും കൊച്ചമ്മയെയും ഞാൻ വന്നു കാണും...."

അവളുടെ മുഖം വാടിയോ? അവൾ ഒരക്ഷരം ഉരിയാടിയില്ല. അവളുടെ നോട്ടത്തിൽ ദൈന്യതയോ? തെല്ലിട നിർത്തി സുകുമാരൻ തുടർന്നു:

"ഇനി ചില സംഗതികൾകൂടി പറയാം; പക്ഷേ, ആരോടും പറയരുത്; പറയാനുള്ള ഘട്ടം വന്നാൽമാത്രം പറയുക."

നിർന്നിമേഷയായി ഇരുന്ന അവൾ തലകുലുക്കി.

"സുഖവും ഭാവിയുമെല്ലാം ഇന്ന് ജനങ്ങളുടെ സ്വാതന്ത്ര്യസമരത്തിനുവേണ്ടി അർപ്പിച്ചുകഴിഞ്ഞവനാണ് ഞാൻ. പഴയ നാടുവാഴി-മുതലാളിത്ത സാമൂഹ്യവ്യവസ്ഥയും ദിവാൻഭരണവും തകർത്തില്ലെങ്കിൽ പുരുഷനും സ്ത്രീക്കും ഒരിക്കലും തുല്യത കൈവരിക്കാനാവില്ല. വൈയക്തിക സ്നേഹം സ്വാർഥത നിറഞ്ഞതാണ്. പൊതുപ്രശ്നത്തിന് മുന്നിൽ അത്തരം വ്യക്തിപരമായ സ്നേഹം തികച്ചും അപ്രധാനമാണ്.

സ്ത്രീപുരുഷന്മാർ തമ്മിലുള്ള പ്രണയബന്ധത്തെ മദോന്മത്തമായ ധനികവർഗം അവരുടെ കാമസമ്പൂർത്തിക്കുള്ള വിനോദമായിട്ടാണ് കാണുന്നത്. അതേസംബന്ധിച്ച എന്റെ ഇപ്പോഴത്തെ അഭിപ്രായം അതാണ്."

സുകുമാരൻ പറഞ്ഞതൊക്കെ അവൾക്ക് മനസിലായോ എന്തോ? അവൾ എല്ലാം സശ്രദ്ധം കേട്ടു.

സമയം ഉച്ചക്ക് പന്ത്രണ്ടുമണി. കത്തിജ്വലിക്കുന്ന സൂര്യൻ. കായലാകെ ആ ഉജ്വലവെളിച്ചത്തിൽ വെട്ടിത്തിളങ്ങുന്നു. ഈ ദൃശ്യം നാളെ തനിക്ക് ആസ്വദിക്കാനാകുമോ എന്ന ചിന്ത സുകുമാരന്റെ മനസിനെ മഥിച്ചു. ഈ കായലോരവും ഈ കുടിലും ഇവിടത്തെ മനുഷ്യരും തനിക്ക് സമ്മാനിച്ച ഒരുപിടി ഓർമകൾ. ഉള്ളിലെവിടെയോ അസ്വസ്ഥതയുടെ കരിനിഴൽ വീശിയോ?

ഊണ് കഴിക്കാൻ കൊച്ചമ്മ അകത്തേക്ക് വിളിച്ചു. സുകുമാരൻ ഊണ് കഴിച്ചു. അന്ന് ചെയ്യേണ്ട കാര്യങ്ങളെല്ലാം വേഗത്തിൽ പൂർത്തിയാക്കി.

വൈകിട്ട് ആറ് മണിയോടെ സുകുമാരൻ കുളിച്ചുവന്നു. പതിവിലും നേരത്തെ ആഹാരം കഴിച്ചു. നാളെയാണ് സ്ഥലംവിടാൻ തീരുമാനിച്ചതെങ്കിലും ചില നിർദേശങ്ങൾ ബന്ധപ്പെട്ടവരിൽനിന്ന് ലഭിച്ചതിനാൽ ഇന്നുതന്നെ സുകുമാരൻ ഇരുപത് നാഴിക അകലെയുള്ള മറ്റൊരു സ്ഥലത്തേക്ക് പുറപ്പെടുകയാണ്.

മുതലാളിമാരുടെയും ദിവാൻ ഭരണത്തിന്റെയും ഏജന്റുമാരുടെ

കൈയിൽനിന്ന് കഴിഞ്ഞ മൂന്ന് മാസക്കാലം തന്നെ സംരക്ഷിച്ച കൊച്ചമ്മയെയും ലക്ഷ്മിയെയും ആ ചെറിയ കുടിലിനെയും വിട്ടുപിരിയേണ്ട സമയമായി സുകുമാരന്. അയാളെ സംബന്ധിച്ചിടത്തോളം അത് തികച്ചും ദുഃഖകരമായിരുന്നു. എന്താ ഇങ്ങനെ ഒരു തോന്നൽ....

സുകുമാരന്റെ കൂടെ പോകാൻ നിർദേശിക്കപ്പെട്ട രണ്ട് സഖാക്കൾ കുടിലിന് പുറത്ത് നിൽക്കുന്നുണ്ട്.

അന്നത്തെ സന്ധ്യ മനോഹരമായിരുന്നെങ്കിലും പക്ഷേ, ഒരു ശോകച്ഛവി. കായലിലേക്ക് നോക്കിയപ്പോൾ വേർപിരിയാൻ മനസില്ലാത്ത ഓളവും തീരവും. തന്നിലെ കവിഹൃദയം ഉണരുകയാണെന്ന് സുകുമാരന് തോന്നി. ലക്ഷ്മി ഒരു ദുഃഖകവിതയായി മനസിൽ കിടന്നു.

ദിവാൻ ഭരണത്തിന്റെ ദല്ലാളൻമാരുടെ പിടിയിൽനിന്ന് മൂന്ന് മാസത്തോളം സ്വന്തം മകനെപ്പോലെ സംരക്ഷിച്ച ആ അമ്മയോടും മകളോടും എങ്ങനെ വിടപറയണമെന്ന് സുകുമാരന് അറിയില്ല. വാക്കുകൾ തൊണ്ടയിൽ കുരുങ്ങി........ എങ്കിലും ഒരുവിധം യാത്ര ചോദിച്ചു; കുടിൽവിട്ടിറങ്ങി.

താൻ അങ്ങേയറ്റം സ്നേഹിക്കുന്നതും എപ്പോഴും തന്റെ അടുക്കൽ വേണമെന്നാഗ്രഹിക്കുന്നതുമായ ഒരു വസ്തു കൈവിട്ടുപോകുന്ന വ്യാകുലതയോടെ, വിങ്ങിപ്പൊട്ടുന്ന ഹൃദയത്തോടെ, ലക്ഷ്മി എല്ലാം നോക്കിനിന്നു. അവളുടെ കണ്ണുകൾ നിറഞ്ഞൊഴുകുന്നത് സുകുമാരൻ കണ്ടു. അവസാനം അവൾ വാതിലിനടുത്തേക്ക് വന്നു... വാചാലമായ നിമിഷങ്ങൾ.

കൊച്ചമ്മയോട് യാത്രപറഞ്ഞ് ലക്ഷ്മിയുടെ കൈയിലൊന്ന് ചുംബിച്ച് വിങ്ങുന്ന ഹൃദയത്തോടെ രണ്ട് സഖാക്കളുമായി സുകുമാരൻ പുറപ്പെട്ടു.

ലക്ഷ്മിക്കും സുകുമാരനും പരസ്പരം സംസാരിക്കണമെന്ന ആഗ്രഹമുണ്ടായെങ്കിലും വാക്കുകൾ പുറത്തുവന്നില്ല. രണ്ടു നിമിഷം ഇരുവരും നിർന്നിമേഷരായി നോക്കിനിന്നു. അവൾക്ക് പറയാനുള്ളതെല്ലാം ആ കണ്ണുകളിൽ പ്രതിഫലിച്ചു. കാൽവിരൽകൊണ്ടവൾ മണ്ണിൽ കുത്തിക്കുറിച്ചു. ആ കണ്ണുകളിൽനിന്ന് രണ്ടിറ്റ് കണ്ണീർ കവിളുകളിലൂടെ ഒലിച്ചിറങ്ങി. മടിയിൽ സൂക്ഷിച്ചിരുന്ന ഒരു കത്തെടുത്ത് അവൾ സുകുമാരന് കൊടുത്തു.

"ഞാ.........ൻ..........പോ.............ക..........ട്ടെ"

ഇത്രമാത്രം എങ്ങനെയോ സുകുമാരന്റെ നാവിൽനിന്ന് പുറത്തുവന്നു. അയാൾ നടന്നുനീങ്ങി.

രാത്രി ഒരുമണിയോടെ രണ്ട് സഖാക്കളും സുകുമാരനും മുൻകൂട്ടി നിശ്ചയിച്ച സ്ഥലത്തെത്തി. വഴിക്കുവെച്ച് സുകുമാരന് ശത്രുക്കളുമായി ഏറ്റുമുട്ടേണ്ടി വന്നു. കൂടെ വന്നവരിലൊരാൾ അധ്യാപകനും മറ്റേയാൾ തൊഴിലാളിയുമായിരുന്നു.

* * * * * *

രാത്രി സുരക്ഷിതസ്ഥലത്തെത്തിയതിനുശേഷം കൂടെയുണ്ടായിരുന്ന കുഞ്ഞിരാമൻ മാസ്റ്ററോട് ഞാൻ ചോദിച്ചു: "ഇന്ന് നമ്മൾ വരുന്ന വഴിക്ക് ആ വ്യഭിചാരിണിയുടെ വീട്ടിനടുക്കൽ ലാത്തിയും ടോർച്ചുമായി നമ്മെ ആക്രമിക്കാൻ വന്നവർ പൊലീസുകാരോ? ജന്മിമാരുടെ ഏജന്റുമാരോ? അതോ ദിവാന്റെ ഗുണ്ടകളോ?"

"എനിക്ക് അവരെ മനസിലായില്ല. നാം പതിനഞ്ച് മിനിട്ടുകൂടി വൈകിയിരുന്നെങ്കിൽ അവരുടെ പിടിയിൽപ്പെടുമായിരുന്നു."

"അതെന്താ?"

"രണ്ട് ലോറി പട്ടാളം അവിടേക്ക് പോയിട്ടുണ്ട്. നാം വഴിക്ക് മറ്റൊരു വീട്ടിൽ കയറിയ അവസരത്തിൽ അവിടത്തെ കാരണവർ അപ്പുനായർ നമ്മളോട് പറഞ്ഞല്ലോ. ഏതായാലും നമ്മെ പിന്തുടർന്ന പത്തുപേരും ഭീരുക്കളാണെന്നതിൽ ഒരു സംശയവുമില്ല."

"അതെന്താ അങ്ങനെ പറഞ്ഞത്?"

"അല്ലെങ്കിൽ അവർക്ക് നമ്മെ പിടികൂടാമായിരുന്നു. നാം കഠാരിയെടുത്തപ്പോൾ അവർ ഓടിയല്ലോ. രണ്ടുപേർ ഭയന്ന് ചെളിക്കുണ്ടിൽ വീണുരുണ്ടതും നാം കണ്ടതല്ലേ? എന്തുകൊണ്ടവർക്ക് നമ്മെ പിടികൂടാൻ കഴിഞ്ഞില്ല?"

"നമ്മൾ ഈ രാജ്യത്തിലെ തൊഴിലാളിവർഗത്തിന്റെ ന്യായമായ ആവശ്യങ്ങൾക്കുവേണ്ടി പൊരുതുന്നവരാണ്. അവരാണെങ്കിൽ മർദകരായ മുതലാളിമാരുടെ പണം പറ്റുന്ന കൂലിപ്പട്ടാളവും. അവരെ നമുക്ക് പരാജയപ്പെടുത്താനാവും. ബഹുജനങ്ങൾ അജയ്യരാണ്. അതുകൊണ്ടാണ് മുതലാളിത്തത്തെ തോൽപ്പിക്കാൻ സോഷ്യലിസ്റ്റ് രാജ്യങ്ങളിലെ ജനങ്ങൾക്ക് കഴിഞ്ഞത്" ഞാൻ പറഞ്ഞു.

ഇങ്ങനെ ഒരു മണിക്കൂറോളം സംസാരിച്ചശേഷം ഞങ്ങൾ ഉറങ്ങാൻ കിടന്നു. മറ്റുരണ്ട് സഖാക്കളും സുഖമായി ഉറങ്ങുന്നുണ്ടെങ്കിലും, 'സുകുമാരന്' ഉറക്കം വന്നില്ല. ചിന്തകൾ മനസിനെ മഥിച്ചുകൊണ്ടിരുന്നു. ഒരടുക്കും ചിട്ടയുമില്ലാതെ അവ മനസിന്റെ കണ്ണാടിയിൽ പ്രതിഫലിക്കുന്നു. മനോമുകുരത്തിൽ കാണാനാവുന്ന ആ രൂപമായിരുന്നു ഈ ചിന്തകളുടെയെല്ലാം ഉറവിടം.

കൊച്ചമ്മയുടെ കൊച്ചുകുടിൽ. അവിടെ ലഭിച്ച പരിചരണം. അവിടെ വിരിഞ്ഞ സൗഹൃദം. അവിടെനിന്ന് ലഭിച്ച കത്ത്. അത് കൈയിൽ നിന്നുതിർന്നുവീണു.

മെഴുകുതിരി കത്തിച്ച് ലക്ഷ്മിയുടെ കത്ത് വായിക്കാൻ തുടങ്ങി. പിറ്റേന്ന് രാവിലെതന്നെ കൊടുത്തയക്കാൻ മറുപടി എഴുതി.

"പ്രിയപ്പെട്ട ലക്ഷ്മി,

നിന്റെ കത്ത് വായിച്ചു. എനിക്ക് നൽകിയ സഹായത്തിന് എന്നും നന്ദി. അതൊരിക്കലും വിസ്മരിക്കില്ല. സ്ത്രീസമൂഹത്തിന് സ്വാതന്ത്ര്യം കിട്ടാത്തിടത്തോളംകാലം മനുഷ്യസമൂഹത്തിന് സ്വാതന്ത്ര്യാരാമം അന്യമാണെന്ന് ഞാൻ പല പ്രാവശ്യം നിന്നോട് പറഞ്ഞുകഴിഞ്ഞതാണല്ലോ.

പ്രേമം വഴിഞ്ഞൊഴുകുന്നതാണ് നിന്റെ കത്ത്. നിന്റെ സ്നേഹത്തെ ആത്മാർഥമായും ഞാൻ വിലമതിക്കുന്നു. പക്ഷേ, ഇന്നതിന് മറുപടി നൽകാൻ ഞാൻ ഉദ്ദേശിക്കുന്നില്ല. നിഷേധാർഥത്തിലുള്ള മറുപടി നൽകി നിന്റെ ഇളം ഹൃദയത്തെ വേദനിപ്പിക്കാൻ ഞാനിഷ്ടപ്പെടുന്നില്ല.

സുകുമാരൻ"

13

പൂഞ്ഞാറിൽ കമ്യൂണിസ്റ്റ് ഗ്രൂപ്പ് ജനിക്കുന്നു കർഷകസംഘവും

അങ്ങനെ ഞാൻ ആ കുഗ്രാമം വിട്ടു. കൃഷിക്കാരെ സംഘടിപ്പിക്കുന്നതിനായി കോട്ടയം ജില്ലയിലെ പൂഞ്ഞാറിലേക്ക് പാർട്ടി എന്നെ നിയോഗിച്ചു. അവിടെ സ്വാതന്ത്ര്യസമരസേനാനിയായ ജോസഫ് തെള്ളിയുടെ വീട്ടിലായിരുന്നു എനിക്ക് താമസസൗകര്യം ഏർപ്പെടുത്തിയത്.

അങ്ങനെ 1943 അവസാനം തുടർച്ചയായി എട്ട് മാസത്തിലധികം തെള്ളിയുടെ വീട്ടിലും അതിന് ചുറ്റുമുള്ള വീടുകളിലുമായി ഞാൻ താമസിച്ച് പ്രവർത്തിച്ചു. ഭരണങ്ങാനം, പാലാ, തീക്കോയി തുടങ്ങിയ പ്രദേശങ്ങളായിരുന്നു എന്റെ പ്രവർത്തനമേഖല.

കേരളത്തിന്റെ വടക്കൻ പ്രദേശങ്ങളിൽനിന്ന് തികച്ചും വ്യത്യസ്തമായ ജീവിതരീതിയും ജനങ്ങളുടെ സ്വഭാവത്തിലുള്ള വ്യത്യസ്ത സമീപനവുമെല്ലാം എനിക്കൊരു പുതിയ അനുഭവമായിരുന്നു. ഇരുപ്രദേശങ്ങളിലെയും ഭരണ സംവിധാനത്തിലും മാറ്റമുണ്ടല്ലോ. മലബാറിൽ ബ്രിട്ടീഷ് സാമ്രാജ്യത്വത്തിന്റെ ദുർഭരണമായിരുന്നെങ്കിൽ ഇവിടെ സർ സി പിയുടെ നേതൃത്വത്തിലുള്ള ദിവാൻഭരണമായിരുന്നു.

യാതൊരുവിധ ജനാധിപത്യ സ്വാതന്ത്ര്യവും ഇവിടെ അനുവദിക്കപ്പെട്ടില്ല. തികഞ്ഞ സ്വേച്ഛാധിപത്യ ഭരണം. കൊടിയ മർദനം. സർവത്ര അഴിമതി. ഏകാധിപത്യവാഴ്ച താണ്ഡവമാടിയ തിരുവിതാംകൂറിന്റെ നഗ്നരൂപമായിരുന്നു പൂഞ്ഞാർ. ഒരുകാലത്ത് പൂഞ്ഞാറിൽ രാജവാഴ്ചയായിരുന്നു. അതിന്റെയെല്ലാം അവശിഷ്ടങ്ങൾ ഇപ്പോഴും ഉണ്ടെന്ന് കാണാം. അങ്ങനെയുള്ളൊരു പ്രദേശത്താണ് എനിക്ക് കഴിയേണ്ടിവന്നത്.

ഇതാണ് ഒരുവശമെങ്കിൽ ജനങ്ങളുടെ സ്വഭാവത്തിലുള്ള

വ്യത്യസ്ത നിലപാടായിരുന്നു മറുവശം. ക്രിസ്ത്യൻ ജനവിഭാഗമായിരുന്നു ഇവിടെ നല്ലൊരു വിഭാഗം. അധ്വാനശീലർ, വൻകിട-ചെറുകിട കൃഷിക്കാരും തോട്ടം ഉടമകളുമെല്ലാം ഉണ്ടിവിടെ. പ്രസിദ്ധമായ പൂഞ്ഞാർ പള്ളിയും ഇവിടെത്തന്നെ.

ജനങ്ങളിൽ കത്തോലിക്കാ വിശ്വാസികൾ കഴിഞ്ഞാൽ ഈഴവ നായരാദി വിഭാഗങ്ങൾ വളരെ ചുരുക്കമാണ്. കത്തോലിക്കാ സഭയുടെ നേതൃത്വം തികഞ്ഞ കമ്യൂണിസ്റ്റ് വിരുദ്ധ സമീപനമാണ് കൈക്കൊണ്ടത്. അതേസമയം ദിവാൻ ഭരണത്തോട് അവർക്ക് ആഭിമുഖ്യമുണ്ടായിരുന്നില്ല. ഈ സ്ഥിതിഗതികൾ മനസിലാക്കിത്തന്നെയാണ് കമ്യൂണിസ്റ്റ് പാർട്ടിയുടെ പ്രവർത്തനം സംഘടിപ്പിക്കാൻ ഞാൻ മുതിർന്നത്.

നിരവധി അവശതകൾ അനുഭവിക്കുന്ന കൃഷിക്കാർ ഒരു ഭാഗത്ത്; കമ്യൂണിസ്റ്റ് പാർട്ടിയെപ്പറ്റി കേട്ടിട്ടുണ്ടെന്നല്ലാതെ സംഘടനാപരിചയം എന്തെന്നറിയാത്ത അനുഭാവികൾ മറുഭാഗത്ത്. ഇങ്ങനെയുള്ളൊരു സാഹചര്യത്തിൽ ഈ രണ്ട് സംഘടനകളും വളർത്തുകയെന്നത് സാഹസികയത്നമാണ്. അങ്ങനെ ആദ്യമായി ഞാൻ പാർട്ടി അനുഭാവികളുടെ യോഗം ജോസഫ് തെള്ളിയുടെ വീട്ടിൽ വിളിച്ചുകൂട്ടി. പാർട്ടി സംഘടനയെപ്പറ്റിയും കമ്യൂണിസ്റ്റ് ആശയഗതികളെ സംബന്ധിച്ചും മതവർഗീയ ശക്തികൾ കമ്യൂണിസത്തെ എതിർക്കുന്നതിനെ സംബന്ധിച്ചുമെല്ലാം അവർക്ക് വിശദീകരിച്ചുകൊടുത്തു.

ആദ്യമായി ഒരു കമ്യൂണിസ്റ്റ് അനുഭാവി ഗ്രൂപ്പ് സംഘടിപ്പിച്ചു. എന്നാൽ കമ്യൂണിസ്റ്റ് പാർട്ടിയുടെ പല തത്വങ്ങളും പാലിക്കേണ്ടതെങ്ങനെ എന്നതിനെ സംബന്ധിച്ച് ഒന്നുമറിയാത്ത അനുഭാവികളായിരുന്നു അവിടെ ഉണ്ടായിരുന്നത്. ആ സ്വഭാവ വൈകൃതങ്ങളുടെ ഒരനുഭവംമാത്രം ഞാനിവിടെ പറയാം.

സ്വാതന്ത്ര്യസമര സേനാനിയും ആദരണീയനുമാണ് ജോസഫ് തെള്ളി. അദ്ദേഹം തന്നെയാണ് പാർട്ടിയുടെ അനുഭാവിഗ്രൂപ്പിന്റെ നായകൻ. ആഴ്ചയിൽ ഒരിക്കൽ ചേരുന്ന അനുഭാവിഗ്രൂപ്പ് യോഗത്തിൽ അദ്ദേഹം കൃത്യമായി പങ്കെടുക്കും. രാത്രിയിലാണ് ഞങ്ങൾ സാധാരണ യോഗം ചേരാറ്. പക്ഷേ, തികഞ്ഞ മദ്യപാനിയായ തെള്ളി നല്ല 'പൂസാ'യിട്ടായിരിക്കും യോഗത്തിനെത്തുക. ഫലമോ? അനുഭാവിഗ്രൂപ്പിൽ നടക്കുന്ന ചർച്ചകൾക്ക് ഏറെ വ്യതിയാനങ്ങൾ സംഭവിക്കും. പലപ്പോഴും വ്യക്ത്യാധിഷ്ഠിത ചർച്ചകളായി അവ മാറും. കുടിച്ച് മത്തനായിരിക്കുന്ന തെള്ളിയെ ഉപദേശിക്കാൻ മുതിരുന്നത് പാഴ്വേലയാവും.

ഒരു ദിവസം തർക്കം പൊടിപാറുകയാണ്. ഞാനൊരു നിർദേശം വെച്ചു. മദ്യപാനം പാടില്ലെന്നാണ് പാർട്ടിയുടെ നയം. എന്നാൽ ഇവിടെ ഞാനൽപ്പം ഇളവ് അനുവദിക്കുന്നു. ഒഴിച്ചുകൂടാനാവാത്തവർക്ക് മറ്റുള്ള സമയങ്ങളിൽ മദ്യപിക്കാം. പക്ഷേ, പാർട്ടി യോഗങ്ങളിൽ കുടിച്ചുവരരുത്. ആ നിർദേശം അനുഭാവിഗ്രൂപ്പിന്റെ തീരുമാനമാക്കി.

തെള്ളി മാത്രമല്ല, കുടിക്കുന്ന മറ്റ് പലരുമുണ്ടായിരുന്നു. അവ

രെല്ലാം ഈ നിർദേശം താൽക്കാലികമായെങ്കിലും അംഗീകരിച്ചു. പിന്നീട് അനുഭാവി ഗ്രൂപ്പ് യോഗം കുറച്ച് സമാധാനപരമായിത്തന്നെ നടന്നു. അഥവാ മദ്യപിച്ച് വന്നാൽത്തന്നെ ചർച്ചകൾ തികച്ചും സമാധാനപരമായി നടന്നു.

ആദ്യത്തെ കമ്യൂണിസ്റ്റ് ഗ്രൂപ്പ് പൂഞ്ഞാറിൽ ഉടലെടുത്തത് അങ്ങനെയായിരുന്നു — അരനൂറ്റാണ്ടിന് മുമ്പ്.

കമ്യൂണിസ്റ്റ് ഗ്രൂപ്പ് ഉടലെടുത്തതോടെ പൂഞ്ഞാറിൽ മറ്റ് ബഹുജന സംഘടനകൾ വളർത്തിക്കൊണ്ടുവരേണ്ടത് എങ്ങനെയെന്നും ചർച്ച ചെയ്തു. കർഷകസംഘത്തിലേക്കായിരുന്നു ആദ്യം ശ്രദ്ധ തിരിഞ്ഞത്.

1943 ൽ ഇന്ത്യയിലെ പല ഭാഗങ്ങളിലും ക്ഷാമം നീറിപ്പിടിച്ചു. പട്ടിണിമരണം പലേടങ്ങളിലും നടന്നു.

പശ്ചിമബംഗാളിൽ മുപ്പത് ലക്ഷംപേർ പട്ടിണികൊണ്ട് മരിച്ചത് ഈ കാലത്തായിരുന്നു. ചേർത്തലയിലും തിരുവിതാംകൂറിലും പകർച്ച വ്യാധിയും ദുരിതങ്ങളും പട്ടിണിമരണവും ചെറിയ തോതിലുണ്ടായി. ജനങ്ങൾക്ക് ചികിത്സ നൽകാനോ എന്തെങ്കിലുമൊരു സഹായഹസ്തം നീട്ടാനോ സാമ്രാജ്യത്വവും ദിവാൻ ഭരണവും തയാറായില്ല. എന്നുമാത്രമല്ല, ജനങ്ങളെ കൊള്ളയടിക്കാനും പൂഴ്ത്തിവെപ്പുകാരെ സംരക്ഷിക്കാനുമാണ് അന്നത്തെ ദിവാൻഭരണം ശ്രമിച്ചത്. പൂഴ്ത്തിവെപ്പുകാരെ തൂക്കിലേറ്റണമെന്ന് നെഹ്റുതന്നെ പ്രഖ്യാപിച്ച കാര്യം ഈ അവസരത്തിൽ പ്രത്യേകം എടുത്തുപറയട്ടെ.

പട്ടിണിപ്പാവങ്ങളെ എങ്ങനെ സഹായിക്കണമെന്നായി ഈ ഘട്ടത്തിലെ ഞങ്ങളുടെ ചിന്ത. അത് കർഷകസംഘത്തിന്റെ ഉദയത്തിന് തുടക്കം കുറിച്ചു. കൃഷിക്കാരുടെ അടിയന്തരാവശ്യങ്ങളും അതിന് പിന്നിലുണ്ടായിരുന്നു. തെള്ളിയുടെ വീട്ടിൽ താമസിക്കുന്ന ഘട്ടത്തിൽത്തന്നെ പൂഞ്ഞാറിലെ ആദ്യ കർഷകസംഘം യൂണിറ്റിന് രൂപം നൽകി. 1943 ൽ തെള്ളിയും കൂട്ടരും തന്നെയാണ് ഇതിന് മുൻകൈയെടുത്ത് പ്രവർത്തിച്ചതും.

പട്ടിണിമരണം നടന്ന ബംഗാളിലെ ജനങ്ങൾക്ക് ആശ്വാസമെത്തിക്കാൻ കപ്പയും മറ്റും കയറ്റി അയക്കാനും സംഭാവന പിരിച്ച് അവർക്ക് എത്തിച്ചുകൊടുക്കാനുമുള്ള ഏർപ്പാടുകൾ കർഷകസംഘത്തിന്റെ നേതൃത്വത്തിൽ പല ഭാഗങ്ങളിലും നടന്നു.

പൂഞ്ഞാറിലും ഞങ്ങൾ കപ്പ സംഭരിച്ച് പരസ്യമായി വിറ്റ് അതിൽ നിന്ന് കിട്ടിയ സംഖ്യ പശ്ചിമബംഗാളിലേക്ക് അയക്കാൻ ശ്രമിച്ചു.

ഇത് ചരിത്രത്തിന്റെ സംഘടനാപരമായ വശങ്ങളിലൊന്ന്. എന്നാൽ കമ്യൂണിസ്റ്റുകാരനോട് മിണ്ടുന്നതുപോലും പാപമാണെന്ന് കരുതിപ്പോന്ന അന്ധമായ കമ്യൂണിസ്റ്റ് വിരോധം മറ്റൊരു വശത്ത്. തെള്ളിയുടെ വീട്ടിൽ കഴിഞ്ഞ ആദ്യനാളുകളിലെ അനുഭവം അതിന് ഉദാഹരണമാണ്.

14

മറക്കാനാവാത്ത രണ്ട് കുടുംബങ്ങൾ

ഞാൻ തെള്ളിയുടെ വീട്ടിൽ താമസിച്ച ഘട്ടത്തിൽ ആദ്യത്തെ ഏതാനും മാസങ്ങളോളം അദ്ദേഹത്തിന്റെ ഭാര്യ (പേരോർക്കുന്നില്ല; ത്രേസ്യ എന്ന് തൽക്കാലം വിളിക്കാം) എന്നോട് സംസാരിച്ചിട്ടില്ല. ഞാനൊരു കമ്യൂണിസ്റ്റുകാരനായതുകൊണ്ടുതന്നെ.

ഉറച്ച ക്രിസ്തുമത വിശ്വാസിയായ അവർക്ക് കമ്യൂണിസത്തോട് അങ്ങേയറ്റം വെറുപ്പായിരുന്നു. പക്ഷേ, എനിക്ക് കൃത്യമായി ഭക്ഷണം തരുന്നതിൽ അവർ ശ്രദ്ധിച്ചിരുന്നു. ഭക്ഷണം പാകം ചെയ്ത് കഴിഞ്ഞാലുടൻ മേശപ്പുറത്ത് കൊണ്ടുവെക്കും: ഞാൻ പോയി കഴിക്കും. ഒന്നും സംസാരിക്കില്ല.

ദിവസവും രാവിലെ പള്ളിയിൽ പോകുന്ന ത്രേസ്യ രണ്ടുമൂന്ന് മണിക്കൂർ നേരത്തെ പ്രാർഥന കഴിഞ്ഞേ തിരിച്ചെത്താറുള്ളൂ. പള്ളിയിലാണെങ്കിൽ ചില പുരോഹിതന്മാർ കമ്യൂണിസ്റ്റുകാരെ കുറ്റപ്പെടുത്താനും അവർക്കെതിരെ വെറുപ്പുണ്ടാക്കാനുംവേണ്ടി പ്രത്യേകം ശ്രദ്ധിച്ചിരുന്നു എന്ന് പറഞ്ഞാൽ അതൊരു സത്യം മാത്രമാണ്. കുട്ടികൾപോലും കമ്യൂണിസ്റ്റുകാരെ ചെകുത്താന്മാരായാണ് കണക്കാക്കിയിരുന്നത്. ഒന്നുരണ്ട് വീടുകളിലെങ്കിലും അത്തരം അനുഭവം എനിക്കുണ്ടായി. സ്നേഹപൂർവം കുട്ടികളെ സമീപിച്ചാൽ അവർ മുഖം വെട്ടിത്തിരിക്കുകയോ അതല്ലെങ്കിൽ അവിടെനിന്ന് ഓടിപ്പോവുകയോ ചെയ്തിട്ടുണ്ട്.

നല്ല സാമ്പത്തികശേഷിയുള്ളതാണ് തെള്ളി കുടുംബം. പാർട്ടി അനുഭാവി മാത്രമല്ല, സ്ഥലത്തെ ഒരു പ്രധാനികൂടിയായിരുന്നു ജോസഫ് തെള്ളി. പക്ഷേ..... തെള്ളി ദമ്പതികൾക്ക് കുട്ടികളുണ്ടായിരുന്നില്ല. ഒരമ്മയാകാനുള്ള മോഹം സഫലീകരിക്കാത്തതിന്റെ ദുഃഖം

ത്രേസ്യ മനസിൽ പേറുന്നുണ്ടെന്ന് അവരുടെ മുഖഭാവം പലപ്പോഴും വ്യക്തമാക്കി. പക്ഷേ, അതൊന്നും പുറത്തുകാണിക്കാതെ, ഇതൊന്നും അത്ര വലിയ കാര്യമല്ലെന്ന മട്ടിൽ നടക്കുന്നു ജോസഫ് തെള്ളി.

ത്രേസ്യ മൂന്നുപ്രാവശ്യം ഗർഭിണിയായെങ്കിലും അതെല്ലാം അലസിപ്പോയിരുന്നു. നാലാമതും അവൾ ഗർഭിണിയായി. പക്ഷേ, അതും അലസിപ്പോകുന്ന ഘട്ടമെത്തി. അവർ തീരെ അവശയായി. അവരുടെ ആരോഗ്യം തീരെ തകർന്നു. ഗർഭം അലസൽമൂലമുണ്ടായ ബുദ്ധിമുട്ടുകൾ അവരെ മരണത്തിന്റെ വക്കിലേക്കെത്തിച്ചു. എനിക്ക് ആഹാരം കൊണ്ടുതന്ന ജോലിക്കാരനാണ് ഈ വിവരമെല്ലാം പറഞ്ഞത്. തെള്ളിക്ക് ഇതൊന്നും വലിയ പ്രശ്നമായി തോന്നിയില്ല. അദ്ദേഹം ഇക്കാര്യം ഗൗരവത്തോടെ കണ്ടിരുന്നോ എന്നുപോലും എനിക്ക് തോന്നിയിട്ടുണ്ട്. ഒരു പ്രത്യേക തരത്തിലുള്ള സ്വഭാവക്കാരനായിരുന്നു അദ്ദേഹമെന്ന് പറഞ്ഞുവല്ലോ.

ത്രേസ്യയുടെ വൃദ്ധമാതാവ് ഇടയ്ക്കിടെ ആ വീട്ടിൽ വരാറുണ്ട്. എന്നോട് വളരെ സ്നേഹത്തോടെയാണ് ആ അമ്മ പെരുമാറിയത്. മകൾ മരണത്തോട് അടുക്കുകയാണെന്ന് മനസിലാക്കിയ ആ മാതാവ് നിസ്സഹായതയോടെ കണ്ണീരൊഴുക്കി. ത്രേസ്യ ഇനി ജീവിക്കില്ലെന്ന് എല്ലാവരും വിധിയെഴുതി. ഒരു ഡോക്ടറെ കൂട്ടിക്കൊണ്ട് വരുന്നതിനേക്കാൾ ത്രേസ്യക്ക് അന്ത്യകൂദാശ നൽകാനായിരുന്നു തിടുക്കം. പുരോഹിതന്മാർ നിരനിരയായെത്തി. ത്രേസ്യക്കുചുറ്റും മെഴുകുതിരി കത്തിച്ചുവെച്ച് അവർ ചില കർമങ്ങളൊക്കെ ചെയ്തു. ജീവിച്ചു മതിയായില്ലെങ്കിലും മരണത്തെ ഓരോ നിമിഷവും പ്രതീക്ഷിച്ചു കിടക്കാൻ നിർബന്ധിതയായ ത്രേസ്യ. മകൾ മരണത്തോട് മല്ലടിക്കുന്നത് നിസ്സഹായതയോടെ നോക്കിയിരിക്കുന്ന വൃദ്ധമാതാവ്. ഇവരെ രണ്ടുപേരെയും കുറിച്ചോർത്തപ്പോൾ ഞാനാകെ അസ്വസ്ഥനായി. ഇല്ല: വൈദ്യസഹായം ലഭിക്കാതെ ത്രേസ്യയെ മരിക്കാൻ അനുവദിച്ചുകൂടാ. ഗർഭഛിദ്രത്തിന്റെ അവശിഷ്ടങ്ങൾ പൂർണമായും പുറത്തുപോകാത്തതിനെ തുടർന്നുണ്ടായ അസ്വസ്ഥതയാണ് സ്ഥിതിഗതികൾ ഇതുവരെ എത്തിച്ചതെന്ന് എനിക്ക് തോന്നി.

പുരോഹിതന്മാർ വരുന്നതും പോകുന്നതുമൊക്കെ ഞാൻ മാളികമുകളിലിരുന്ന് കണ്ടു. അന്ത്യകൂദാശക്കുള്ള എല്ലാ ഏർപ്പാടുകളും ചെയ്തുകഴിഞ്ഞു. ഇനിയും നോക്കിയിരുന്നാൽ പാവം ത്രേസ്യ മരിച്ചുപോകും. നഗരത്തിലെ പാർട്ടി അനുഭാവിയായ ഡോക്ടർക്ക് ഞാനൊരു സഖാവ് വശം വിവരങ്ങളൊക്കെ കാണിച്ച് കത്ത് കൊടുത്തയച്ചു. രാത്രി എട്ടുമണിയോടെ അദ്ദേഹം എത്തി. ഗർഭം അലസൽ പൂർത്തിയായിട്ടില്ലെന്ന് പരിശോധനയിൽ തെളിഞ്ഞു. അദ്ദേഹം വേണ്ട ചികിത്സകളൊക്കെ നടത്തി. ഇതൊന്നും പുരോഹിതന്മാർ അറിഞ്ഞില്ല.

മരിക്കാൻ കിടത്തിയിരുന്ന ത്രേസ്യയിൽ ജീവചൈതന്യം തുടികൊട്ടിത്തുടങ്ങി. അപകടനില അവർ തരണം ചെയ്തു. അങ്ങനെ ആ

ഡോക്ടറുടെ വിദഗ്ധ ചികിത്സയുടെയും പരിചരണത്തിന്റെയും ഫലമായി അവരുടെ ആരോഗ്യം മെച്ചപ്പെട്ടു.

ത്രേസ്യ മരിക്കുമെന്ന് കണക്കാക്കിയവരോടെല്ലാം അവർ മരിക്കില്ലെന്ന് ഞാൻ പറഞ്ഞു. അത് കാണാൻ കാത്തുനിന്നവരുടെ മനോഗതി എന്തായിരുന്നിരിക്കണം? രണ്ടുമൂന്നു ദിവസങ്ങൾക്കകംതന്നെ അവരുടെ രോഗനിലയിൽ വ്യക്തമായ മാറ്റം വന്നു. ആഴ്ചകൾക്കകം അവർ ആരോഗ്യം വീണ്ടെടുത്തു.

മരണത്തെ മുഖാമുഖം കണ്ടുകഴിഞ്ഞ ആ പാവം സ്ത്രീക്ക് ജീവിതം തിരിച്ചു കിട്ടിയപ്പോഴത്തെ മാനസികാവസ്ഥ വിവരിക്കാൻ വാക്കുകൾക്കാവുമോ? ഒരുതരം പുനർജന്മത്തിലേക്ക് തിരച്ചുവന്ന അവരുടെ സ്വഭാവത്തിൽ എന്തെന്നില്ലാത്ത മാറ്റം. എന്റെ വാക്കുകൾ അവർക്ക് ആശ്ചര്യകരങ്ങളായി. ത്രേസ്യയുടെ മാത്രമല്ല, അവരുടെ അമ്മയുടെ നിലപാടിലും വ്യക്തമായ മാറ്റം വന്നു. മകൾക്ക് ജീവൻ തിരിച്ചുകിട്ടിയത് ഞാൻ മൂലമാണെന്ന് ആ അമ്മ ഉറച്ചുവിശ്വസിച്ചു. അവർക്കെന്നോടുള്ള സ്നേഹം ഇരട്ടിച്ചു.

ഒരുദിവസം ഭക്ഷണം മേശപ്പുറത്ത് കൊണ്ടുവച്ചശേഷം ത്രേസ്യ എന്നോട് സംസാരിച്ചു. അത്രയും നാളുകളായിട്ടും അവർ അന്നാണ് എന്നോട് മിണ്ടുന്നത്. പിന്നീട് ഞാൻ വീട്ടിലുള്ളപ്പോഴൊക്കെ അവർ എന്തെങ്കിലും സംസാരിക്കും.

പൂഞ്ഞാർ പള്ളിയിലെ വിശേഷങ്ങളും പുരോഹിതന്മാരുടെ പ്രസംഗങ്ങളുമൊക്കെ ഞങ്ങളുടെ സംസാരവിഷയമായി. ബൈബിളും കന്യാമറിയവുമെല്ലാം സംഭാഷണങ്ങളിൽ സ്ഥാനം പിടിച്ചു.

തെള്ളിയും ഭാര്യയും തമ്മിൽ വലിയ സംസാരമൊന്നുമില്ല. സമ്പത്തിന്റെ നടുവിൽ കുട്ടികളില്ലാതെ ജീവിക്കുന്ന ആ ദമ്പതികളുടെ മേഖലകൾ തികച്ചും വ്യത്യസ്തങ്ങളായിരുന്നു. തന്റേതായ പ്രവർത്തനമണ്ഡലങ്ങളുള്ള തെള്ളി. ഉറച്ച മതവിശ്വാസിയായ ഭാര്യ. പുറംലോകവുമായി അവർക്കൊരു ബന്ധവുമില്ല.

കമ്യൂണിസ്റ്റുകാരുടെ ജീവിതവും പ്രവൃത്തിയും, അധ്വാനിക്കുന്നവർക്കും ഭാരം ചുമക്കുന്നവർക്കുംവേണ്ടി ക്രിസ്തുദേവൻ ചെയ്ത പ്രവർത്തനങ്ങൾ, ഒടുവിൽ ക്രിസ്തുദേവന് ലഭിച്ച തിക്താനുഭവങ്ങൾ — ഇതെല്ലാം ത്രേസ്യയുടെയും എന്റെയും സംസാരവിഷയങ്ങളായി.

ക്രിസ്തുദേവന്റെ പ്രഭാഷണങ്ങളിലെ മഹത്വങ്ങളും പള്ളിയിൽ നടക്കുന്ന ചില പ്രവർത്തനങ്ങളിലെ പൊരുത്തക്കേടുകളും ഞാൻ വിശദീകരിച്ചു. അങ്ങനെയാണ് ഒരു ദിവസം ഞാൻ *ബൈബിൾ* തന്നെ ഉദ്ധരിച്ച് ത്രേസ്യയുമായി സംവാദം നടത്തിയത്. *ബൈബിളി*ലെ പത്ത് കൽപ്പനകളിൽ ഓരോന്നുമെടുത്ത് ഞാൻ എന്റെ അറിവിനൊത്തവിധം വിശദീകരിച്ചു.

ഞാനല്ലാതെ അന്യദൈവങ്ങൾ നിനക്കുണ്ടാകരുത്;
വിഗ്രഹാരാധന അരുത്;

കള്ളം പറയരുത്;
ആറുദിവസം അധ്വാനിച്ച് ഏഴാം ദിവസം ദൈവത്തെ ധ്യാനിക്കുക;
മാതാപിതാക്കന്മാരെ ബഹുമാനിക്കുക;
കൊല ചെയ്യരുത്;
വ്യഭിചരിക്കരുത്;
മോഷ്ടിക്കരുത്;
കള്ളസാക്ഷി പറയരുത്;
അന്യന്റെ മുതൽ ആഗ്രഹിക്കരുത് — ഇവയാണല്ലോ ആ പത്ത് കൽപ്പനകൾ.

കമ്യൂണിസ്റ്റുകാരുടെ ജീവിതവും പ്രവർത്തനവും ഈ പത്ത് പ്രമാണങ്ങളിൽ പറഞ്ഞിട്ടുള്ള കാര്യങ്ങളും തമ്മിൽ പൊരുത്തക്കേടുണ്ടോ എന്ന് പരിശോധിക്കാനുള്ള വിവരമൊന്നും ത്രേസ്യക്കില്ലായിരുന്നു.

ഈ പത്ത് കൽപ്പനകളും നമ്മുടെ അനുഭവങ്ങളുമെല്ലാം ഞാൻ അവരുമായി സംസാരിച്ചു. ബംഗാളിലെ ക്ഷാമത്തെ സംബന്ധിച്ചും ഇവിടത്തെ സാമൂഹ്യ ചുറ്റുപാടുകളെക്കുറിച്ചുമെല്ലാം പരാമർശിച്ചു. അവസാനം അവർ ബംഗാൾ ഫണ്ടിലേക്ക് 25 പൈസയുടെ കപ്പ സംഭാവന ചെയ്തു. കമ്യൂണിസ്റ്റുകാരുമായി സംസാരിക്കുന്നതുപോലും ദൈവവിശ്വാസത്തിനെതിരായി കണക്കാക്കിയിരുന്ന ആ സ്ത്രീ കമ്യൂണിസ്റ്റുകാർ സംഘടിപ്പിച്ച ഫണ്ടിലേക്ക് നൽകിയ സംഭാവന ചെറുതായി കണക്കാക്കാനാവില്ല. മാത്രമല്ല, കമ്യൂണിസ്റ്റുകാരെ കാണുന്നതുപോലും പാപമാണെന്ന് കരുതിയിരുന്ന ഒരുറച്ച ക്രിസ്തുമത വിശ്വാസിയായ ആ വീട്ടമ്മ ഒരിക്കൽ മറ്റുള്ളവരോട് പറയുന്നത് ഞാൻ കേട്ടതാണ്. “ഇവിടെ താമസിക്കുന്ന കമ്യുണിസ്റ്റുകാരൻ ഒരു നല്ല മനുഷ്യനാണ്.”

മൂന്നുനാല് മാസത്തെ പരിശ്രമത്തിന്റെ ഫലമായാണ് മാനസികമായി അവരെ പ്രസ്ഥാനത്തിലേക്ക് അടുപ്പിക്കാൻ കഴിഞ്ഞത്. അന്ന് ഞാൻ ചില സഖാക്കളോട് പറഞ്ഞ വാക്കുകൾ ഇപ്പോഴും പ്രസക്തങ്ങളാണെന്ന് എനിക്ക് തോന്നാറുണ്ട്. “ഒരുറച്ച കത്തോലിക്കാ വിശ്വാസിയായ സ്ത്രീയെ പ്രസ്ഥാനത്തിലേക്ക് കൊണ്ടുവരാനും കാര്യങ്ങൾ പറഞ്ഞ് ബോധ്യപ്പെടുത്താനും വളരെയധികം സാഹസപ്പെടേണ്ടിവരുമെന്ന്.”

കമ്യൂണിസ്റ്റുകാരെ ചെകുത്താന്മാരായാണ് അക്കാലത്ത് മധ്യതിരുവിതാംകൂറിൽ പലയിടത്തും കണക്കാക്കിയിരുന്നതെന്ന് ഞാൻ പറഞ്ഞുവല്ലോ. ഒരിക്കലൊരു വീട്ടിൽ ചെന്നപ്പോൾ ഒരു ചെറിയ കുട്ടി വിളിച്ചുപറയുന്നത് ഞാൻ കേട്ടു: “ദേ ഒരു ചെകുത്താൻ വന്നിരിക്കുന്നു.”

പള്ളിയും മതവും ആശയപ്രചാരണവും പുരുഷന്മാരേക്കാൾ സ്ത്രീകളെയാണ് കൂടുതൽ സ്വാധീനിക്കുന്നത്. എന്റെ അനുഭവത്തിൽ നിന്നാണ് ഞാനീ സത്യം മനസിലാക്കിയത്. ഒരു ഘട്ടത്തിൽ ഞാൻ പല കത്തോലിക്കാ കുടുംബങ്ങളിലും താമസിച്ചു. പുരുഷന്മാർക്ക് കൂടുതൽ അടുത്തുവരാനും സംഘടിക്കാനും സാധിക്കും. പക്ഷേ, സ്ത്രീകൾ അതിന് ഒരുക്കമല്ല. കമ്യൂണിസ്റ്റ് പ്രസ്ഥാനത്തോട് അടുക്കുക എന്നു

പറഞ്ഞാൽ പള്ളിയെ തള്ളിപ്പറയുകയാണോ എന്നൊരു ചിന്ത അവരെ വിടാതെ പിടികൂടിയിരുന്നോ എന്നൊരു തോന്നൽ.

തെള്ളിയുടെ വീട്ടിൽ താമസിച്ച നാലഞ്ചുമാസത്തിലധികം കാലം ഞാനൊരു കമ്യൂണിസ്റ്റുകാരനാണെന്ന് പുറത്താരും അറിഞ്ഞിരുന്നില്ല. പക്ഷേ, ഒരു ദിവസം പുരോഹിതൻ പള്ളിയിൽ വെച്ച് ചെയ്ത പ്രസംഗം ത്രേസ്യ അതേപടി വന്നുപറഞ്ഞു. "ഏതോ ഒരു മലബാറുകാരൻ കമ്യൂണിസ്റ്റ് ഇവിടെവന്ന് താമസിക്കുന്നുണ്ട്." അവിടെ കേട്ടത് മാത്രമാണ് ത്രേസ്യ വന്നു പറഞ്ഞതെങ്കിലും അതിന്റെ ഭവിഷ്യത്ത് ഗുരുതരമായിരിക്കുമെന്ന് എനിക്ക് മനസിലായി. ബ്രിട്ടീഷ് ഭരണത്തിനെതിരായി ഒരു കേസ് എന്റെ പേരിൽ നിലവിലുണ്ടെന്ന് എനിക്കുമാത്രമല്ലേ അറിയൂ.... ആരെങ്കിലും ഒറ്റുകൊടുത്താൽ......

ഇനി അവിടെ അധികം താമസിക്കുന്നത് ശരിയല്ലെന്ന് എനിക്ക് തോന്നി.

* * * * * *

ജോസഫ് തെള്ളിയുടെ വീട്ടിൽനിന്ന് ഞാൻ നേരെപോയത് ഭരണങ്ങാനത്തേക്കായിരുന്നു. അവിടെ ഐ ഡി ചാക്കോയുടെ വീട്ടിലാണ് ഞാൻ താമസിച്ചത്.

ചാക്കോയുടെ വൃദ്ധമാതാവും പെങ്ങളും അടങ്ങിയതായിരുന്നു ആ കൊച്ചുകുടുംബം. അദ്ദേഹത്തിന്റെ ഭാര്യയെക്കുറിച്ചൊന്നും പറഞ്ഞിട്ടുമില്ല. ഞാൻ ചോദിച്ചിട്ടുമില്ല. ബുദ്ധിമുട്ടി കഴിയുന്ന ഒരു കുടുംബം. ഞാനവിടെയെത്തി അധികനാൾ കഴിയുന്നതിന് മുമ്പ് ആ വീട്ടിൽ നടന്ന ഒരു പ്രേമവിവാഹത്തിന് ഞാൻ സാക്ഷിയാകുക മാത്രമല്ല വക്താവാകുകകൂടി ചെയ്യേണ്ടിവന്നു.

ചാക്കോയുടെ വീട്ടിൽ പാലാക്കാരനായ യുവാവ് ഇടയ്ക്കിടെ വരാറുണ്ട്; അയാൾ കമ്യൂണിസ്റ്റ് അനുഭാവിയല്ലെങ്കിലും ദിവാൻ ഭരണത്തിനെതിരായി നടക്കുന്ന ജനകീയ പ്രക്ഷോഭങ്ങളോട് അയാൾക്ക് വല്ലാത്ത താൽപ്പര്യവും ആവേശവുമായിരുന്നു. അയാൾ ഇതേക്കുറിച്ചെല്ലാം താൽപ്പര്യത്തോടെ കേൾക്കും; വാചാലമായി സംസാരിക്കും. അയാളും ചാക്കോയുടെ പെങ്ങളും തമ്മിൽ പ്രേമമാണെന്ന് ഞാനറിയുന്നത് കുറച്ചുനാളുകൾ കഴിഞ്ഞപ്പോഴാണ്. പക്ഷേ, ചാക്കോയ്ക്ക് എന്തുകൊണ്ടോ ആ ബന്ധം ഇഷ്ടമായിരുന്നില്ല. പക്ഷേ, കമിതാക്കൾ രണ്ടുപേരും പിന്തിരിയാൻ ഭാവമില്ല. ഇതിന്റെ പേരിൽ ചാക്കോ ഒരു ദിവസം പെങ്ങളുമായി വഴക്കുണ്ടാക്കി. മക്കൾക്കിടയിൽ കിടന്ന് ചാക്കോയുടെ വൃദ്ധമാതാവ് പരുങ്ങി. അവർ ഈ വിവാഹത്തിന് അനുകൂലമായിരുന്നു. അവസാനം വളരെ ദിവസത്തെ എന്റെ പ്രേരണയുടെ ഫലമായി ചാക്കോ ആ വിവാഹത്തിന് സമ്മതിച്ചു.

തികഞ്ഞ കമ്യൂണിസ്റ്റ് അനുഭാവിയും ഉത്തരവാദഭരണത്തിനുവേണ്ടി സമരംചെയ്യുന്ന ധീരനുമായിരുന്നു ചാക്കോ. ആരെയും

കൂസാത്ത ആ മനുഷ്യൻ ഞാനുമായി ഏറ്റവുമധികം സൗഹൃദം പുലർത്തിയിരുന്നു.

ഒരു ചെറിയ ചെറ്റപ്പുരയായിരുന്നു ആ വീട്. അതിനാൽ മുറ്റത്ത് ചെറിയൊരു കട്ടിലിട്ട് പകൽ മുഴുവൻ അവിടിരുന്ന് വായിക്കും. രാത്രിയാണ് സംഘടനാപ്രവർത്തനം നടത്തിയത്. ചുറ്റുപാടുമുള്ള അനുഭാവികളെ ഉത്തരവാദഭരണത്തിനുവേണ്ടി സംഘടിപ്പിക്കുന്ന ജോലി കമ്യൂണിസ്റ്റ് പാർട്ടിയെപ്പറ്റി പരാമർശിക്കാതെ വേണം നടത്തേണ്ടിയിരുന്നത്. കാരണം പാർട്ടി അന്ന് നിയമവിരുദ്ധമായി പ്രവർത്തിക്കുകയായിരുന്നു.

കൃത്യമായി പള്ളിയിൽ പോവുകയും വീട്ടിലിരുന്ന് പ്രാർഥിക്കുകയും ചെയ്യുന്ന തികഞ്ഞ ദൈവഭക്തനായിരുന്നു ചാക്കോയുടെ വൃദ്ധമാതാവ്. ഞാൻ ഒളിവിൽ പ്രവർത്തിക്കുന്ന ആളാണെന്ന് അവർ എങ്ങനെയോ മനസിലാക്കി. ഞാനും ചാക്കോയും സംസാരിക്കുന്നതെല്ലാം അവർ ശ്രദ്ധിച്ചു.

മരപ്പണിക്കാരനായ ഒരു ഹിന്ദുവായിരുന്നു അയൽവീട്ടിൽ താമസിച്ചത്. അവിടത്തെ ഒരു ചെറുപ്പക്കാരനും എന്റെയടുത്ത് സ്ഥിരമായി വന്നിരുന്നു. സർ സി പിയുടെ കിരാതഭരണത്തിനെതിരായി എല്ലാ മതസ്ഥരും ഒരുപോലെ അണിനിരക്കുന്ന ഒരു പ്രവണത ഞാൻ മനസിലാക്കി. വളരെ സൗഹൃദപൂർണമായാണ് ആ രണ്ട് കുടുംബങ്ങളും കഴിഞ്ഞുപോന്നത് എന്ന് അനുഭവത്തിൽനിന്ന് എനിക്ക് മനസിലായി.

ചാക്കോയുടെ സഹോദരിയിലേക്കുതന്നെ മടങ്ങട്ടെ. എന്റെ ഒളിവുജീവിതം അവസാനിച്ചു. പ്രവർത്തനസ്വാതന്ത്ര്യവും ലഭിച്ചു. ഋതുക്കളും കാലവും കടന്നുപോയി. ഞാൻ രണ്ടുതവണ മുഖ്യമന്ത്രിയായി അധികാരമേറ്റു. ഈ ഘട്ടത്തിലൊന്നും ചാക്കോയുടെ വീട് സന്ദർശിക്കാൻ എനിക്ക് കഴിഞ്ഞില്ല. ചാക്കോയുടെ അമ്മയും ചാക്കോയും മരിച്ചു. വിവാഹിതയായ സഹോദരി ഭർത്താവും കുട്ടികളുമൊത്ത് മറ്റെവിടെയോയാണ് താമസം. അവരെ കാണണമെന്ന് പലവട്ടം ആഗ്രഹിച്ചെങ്കിലും അതിനുള്ള സാഹചര്യമുണ്ടായില്ല. പക്ഷേ, പെട്ടെന്നാണ് അതിനുള്ള അവസരമുണ്ടായത്.

ജോസഫ് തെള്ളിയുടെ സഹധർമിണി രോഗബാധിതയായി കിടക്കുന്ന വിവരമറിഞ്ഞപ്പോൾ അവരെയൊന്ന് കാണണമെന്ന് മനസിലുറച്ചു. അന്ന് ഞാൻ മുഖ്യമന്ത്രിയായിരുന്നില്ല. മുണ്ടക്കയത്ത് പരിപാടി വെച്ച ദിവസം ആ വീട് സന്ദർശിക്കാനും അവരെ കാണാനും നിശ്ചയിച്ചു. അങ്ങനെ പതിറ്റാണ്ടുകൾക്കുശേഷം ഒരിക്കൽക്കൂടി തെള്ളിയുടെ വീട്ടിലെത്തി. കമ്യൂണിസ്റ്റ് വിരോധിയായിരുന്ന്, അവസാനം, കമ്യൂണിസ്റ്റുകാരൻ നല്ലവനെന്ന് പറഞ്ഞ ആ സാധ്വി തീരെ അവശയായിരുന്നു. എന്നെ കണ്ടപ്പോൾ ആ മുഖത്ത് പ്രതിഫലിച്ച സന്തോഷവും ബഹുമാനവും എന്നെ ഒരു നിമിഷം സ്തബ്ധനാക്കി. കിടക്കയിൽനിന്ന് എഴുന്നേറ്റ് എന്റെ കൈപിടിച്ച് എന്തോ രണ്ട് വാക്ക് സംസാരിച്ചു. ഇപ്പോഴവർ ജീവിച്ചിരിപ്പില്ല.

തെള്ളിയുടെ വീട് സന്ദർശിച്ചശേഷം ഭരണങ്ങാനം പള്ളിയിൽ ചാക്കോയെ മറവ് ചെയ്ത സ്ഥലം സന്ദർശിക്കണമെന്ന് ഞാൻ മുൻകൂട്ടി നിശ്ചയിച്ചു. ഇത് പാർട്ടി സഖാക്കൾ ചാക്കോയുടെ സഹോദരിയെ മുൻകൂട്ടി അറിയിക്കുകയും ചെയ്തു.

രാവിലെ പതിനൊന്ന് മണിയോടെ ചാക്കോയെ മറവ് ചെയ്ത സ്ഥലം ഞാൻ സന്ദർശിച്ചു. ആ പഴയ സുഹൃത്തിന്റെയും അന്നദാതാവിന്റെയും ശവകുടീരത്തിൽ ഞാൻ പുഷ്പചക്രം അർപ്പിച്ചു.

തന്റെ മക്കളെയുംകൂട്ടി അവിടെനിന്ന ആ സ്ത്രീയെ എനിക്ക് പെട്ടെന്ന് തിരിച്ചറിയാനായില്ല. നാൽപ്പതിലേറെ വർഷങ്ങൾക്കുമുമ്പ് ഞാൻ താമസിച്ച ആ കൊച്ചു കുടിലിലെ പെൺകുട്ടി. കാലം അവളിൽ എത്രമാത്രം മാറ്റം വരുത്തി. സഹോദരന്റെ ശവകുടീരത്തിലെത്തുന്ന എന്നെ കാണാൻ അവൾ നേരത്തെതന്നെ അവിടെ എത്തിയിരുന്നു. പഴയകാല സ്മരണകൾ അവളിൽ ഓടിയെത്തിയിട്ടുണ്ടാവണം. ആങ്ങളയുടെ കടുംപിടിത്തത്തിന് അയവുണ്ടാക്കിക്കൊടുത്ത എന്നോട് അവൾക്ക് എന്തായിരിക്കും പറയാനുണ്ടാവുക? അൽപ്പനേരം സംസാരിച്ചു. എന്റെ കൂടെവന്ന പലർക്കും ഈ വസ്തുത അറിയില്ലായിരുന്നു. ആ സന്ദർശനം ചാക്കോയുടെ പെങ്ങളെയെന്നപോലെ എന്നെയും അങ്ങേയറ്റം സന്തോഷഭരിതനാക്കി. മക്കളുമൊത്ത് അവർ നടന്നുനീങ്ങി.

സർ സി പിയുടെ കിരാതഭരണത്തിൻകീഴിൽ എനിക്ക് അഭയം നൽകിയ ആ കുടുംബത്തെ എനിക്ക് മറക്കാനാവില്ല. അതിൽ ജീവിച്ചിരിക്കുന്ന ഏകാംഗമാണ് ചാക്കോയുടെ സഹോദരി.

ചാക്കോയെ സംസ്കരിച്ച സ്ഥലം സന്ദർശിക്കുമ്പോൾ എന്റെകൂടെ പുരോഹിതന്മാരും ഉണ്ടായിരുന്നു. അവരുടെ സന്ദർശക പുസ്തകത്തിൽ ഞാൻ കുറിച്ചിട്ടു:

"ആശ്രിതർക്ക് ആശ്വാസം നൽകാൻ പള്ളിക്ക് കഴിയട്ടെ."

പള്ളിയിൽ അൽഫോൺസാ മാതാവിന്റെ ബലികുടീരം സന്ദർശിക്കാൻ പുരോഹിതന്മാർ എന്നോട് നിർദേശിച്ചു. ഞാനത് സ്വീകരിച്ചു. അവിടെയും ഞാൻ പുഷ്പചക്രം അർപ്പിച്ചു. ഞാനവിടം സന്ദർശിച്ച ചിത്രങ്ങൾ *ദീപിക* പത്രം പ്രസിദ്ധീകരിച്ചത് ഞാനോർക്കുന്നു.

15

തിരുവനന്തപുരത്തെ ഒളിവുജീവിതം

തിരുവനന്തപുരത്തെ എന്റെ ഒളിവു ജീവിതകാലം ഇവിടെ തുടങ്ങുന്നു. രണ്ട് ഘട്ടത്തിൽ ഞാനിവിടെ അജ്ഞാതവാസം നയിച്ചു. ആദ്യത്തേത് 1943-44 നുശേഷമാണെങ്കിൽ അടിയന്തരാവസ്ഥക്കാലത്തായിരുന്നു രണ്ടാമത്തേത്. രണ്ട് ഘട്ടങ്ങളിലെയും അനുഭവങ്ങൾ തികച്ചും വ്യത്യസ്തമായിരുന്നു.

ദിവാൻ ഭരണത്തിൽ സംസ്ഥാനത്ത് കൊടിയ മർദനം കെട്ടഴിച്ചുവിട്ട കാലമായിരുന്നു ആദ്യഘട്ടം. പൊലീസ് വാഴ്ചയായിരുന്നു അന്നെന്ന് പറയുന്നതാവും ശരി.

മലബാറിന്റെ മണ്ണിൽനിന്നും തിരുവനന്തപുരം നഗരത്തിലെത്തിയ എനിക്ക് പുതിയൊരു ലോകത്ത് വന്നുചേർന്നതുപോലെ. മലബാറിലെ കർഷകർക്കിടയിൽനിന്ന് പൂഞ്ഞാറിലേക്കും ഭരണങ്ങാനത്തേക്കും പറിച്ചുനടപ്പെട്ട ഞാൻ അവസാനം ഈ നഗരത്തിലെത്തി. മണ്ണിന്റെ മക്കളായ കർഷകരോടൊത്ത്, അവരുടെ ഗന്ധം അനുഭവിച്ചറിഞ്ഞ്, അവരുടെ സമരാവേശത്തിന്റെ ചൂടും ചൂരും ഉൾക്കൊണ്ട്, അവരുടെ പട്ടിണി പങ്കിട്ട്, പാറക്കെട്ടുകൾക്കിടയിലും കാടിനുള്ളിലും ചെറ്റക്കുടിലുകളിലും പുൽമാടങ്ങളിലും അന്തിയുറങ്ങിയ എനിക്ക് ഈ നഗരത്തിൽ ആ കർഷകമക്കളുടെ അഭാവം തീർത്തും അസഹ്യമായി.

എനിക്ക് വറ്റ് കരുതിവെച്ചിട്ട് കഞ്ഞിവെള്ളം കുടിച്ച് വിശപ്പടക്കിയ കർഷക കുടുംബങ്ങൾ എത്രയെത്ര? എനിക്കുവേണ്ടി ഉറക്കമിളച്ച ആ കർഷകമക്കൾക്കുവേണ്ടി എന്നെങ്കിലുമൊരിക്കൽ എന്തെങ്കിലും ചെയ്യാനാവുമോ എന്ന ചിന്ത എന്നും എന്റെ മനസിനെ വേട്ടയാടിക്കൊണ്ടിരുന്നു.

ദിവാൻഭരണത്തിനെതിരെ അടങ്ങാത്ത പ്രതിഷേധമുണ്ടെങ്കിലും

രാജഭക്തികൊണ്ട് നാവനക്കാൻ വയ്യാത്ത ഒരു ജനത. ദിവാൻ സർ സി പി രാമസ്വാമി അയ്യർക്കെതിരെ ശബ്ദിക്കുന്നവരെ കുടുക്കിലാക്കാൻ വേട്ടപ്പട്ടികളെപ്പോലെ പിന്തുടരുന്ന പൊലീസ്. കമ്യൂണിസ്റ്റുകാരെന്ന് കേട്ടാൽ സാധാരണക്കാർ ഞെട്ടി വിറക്കുന്ന തിരുവനന്തപുരം നഗരം. ഇവിടേക്കാണ് രഹസ്യപാർട്ടി പ്രവർത്തനത്തിന് എന്നെ നിയോഗിച്ചത്. ഉള്ളിന്റെയുള്ളിൽ അഭിമാനം തിളച്ചുപൊങ്ങി. ഇത്രയും വലിയൊരു കാര്യം ഏൽപ്പിക്കാൻ തക്കവിധം താൻ പ്രാപ്തനായിരിക്കുന്നു. അപ്പോഴും ലെനിൻ പറഞ്ഞ വാക്കുകൾ മനസിലേക്കോടിയെത്തി. ജന പിന്തുണയുള്ള ഒരു പാർട്ടി വെള്ളത്തിലെ മത്സ്യംപോലെയാണ്.

മലബാർ ഗ്രാമീണനായ എന്നെ നഗരത്തിന്റെയും നഗരവാസികളുടെയും പത്രാസ് അൽപ്പമൊന്ന് അമ്പരപ്പിച്ചു. എന്റെ ഭാഷയാണെങ്കിലോ തീർത്തും വ്യത്യസ്തം. ജീവിതശൈലിയോട് പൊരുത്തപ്പെടാൻ പ്രത്യേക പരിശീലനമൊന്നും വേണ്ടല്ലോ.

നഗരത്തിൽനിന്ന് കുറച്ചകലെ ശംഖുമുഖം കടപ്പുറത്തിനടുത്ത് കുളത്തുങ്കൽ പോത്തന്റെ വസതിയിലായിരുന്നു എനിക്ക് താമസിക്കാൻ ഏർപ്പാട് ചെയ്തത്. കെ സി ജോർജിന്റെയും പി ടി പുന്നൂസിന്റെയും തികഞ്ഞ പിന്തുണക്കാരനായിരുന്ന പോത്തൻ ദിവാൻ ഭരണത്തെ നഖശിഖാന്തം എതിർത്തിരുന്നു. ആദ്യം കമ്യൂണിസ്റ്റുകാരനായിരുന്ന പോത്തൻ പിന്നീട് കമ്യൂണിസമൊക്കെ വിട്ട് വൻ വ്യവസായിയായി. മാത്രമല്ല, വ്യവസായ പ്രമുഖരിൽ പ്രധാനിയായി മാറി. ഭാര്യയും മൂന്ന് മക്കളും അടങ്ങിയതായിരുന്നു പോത്തന്റെ കുടുംബം. അദ്ദേഹത്തിന്റെ മക്കൾ പിൽക്കാലത്ത് സിനിമാരംഗത്തേക്ക് കടന്ന് നിർമാതാക്കളും അഭിനേതാക്കളുമൊക്കെയായി.

ഒരുകാലത്ത് വ്യവസായ പ്രമുഖനായിരുന്ന പോത്തൻ കാലം ചെന്നതോടെ സാമ്പത്തികമായി ഏറെ തകർന്നു. അങ്ങേയറ്റം അധഃപതിച്ചു. അദ്ദേഹത്തിന്റെ മരണശേഷം സാമ്പത്തികമായി തകർന്ന മക്കൾക്ക് പിടിച്ചുനിൽക്കാൻ ഏറെ ബുദ്ധിമുട്ടേണ്ടിവന്നു. സാമ്പത്തികരംഗത്ത് വന്ന മാറ്റംമൂലം അവർക്ക് സ്വത്തുക്കളെല്ലാം അന്യാധീനപ്പെടുന്ന സ്ഥിതിയുണ്ടായി.

1980–81 ൽ ഞാൻ മുഖ്യമന്ത്രിയായ ഘട്ടത്തിൽ പോത്തന്റെ ഭാര്യ എന്നെ സമീപിച്ച് നിയമപരമായ സഹായം ആവശ്യപ്പെട്ടകാര്യം ഇപ്പോഴുമോർക്കുന്നു. അന്ന് കുറച്ചൊക്കെ സഹായിക്കാൻ എനിക്ക് കഴിഞ്ഞു. ഇപ്പോഴവർ ജീവിച്ചിരിപ്പില്ല.

അതുപോലെതന്നെ എനിക്കഭയം നൽകിയ മറ്റൊരു വീടായിരുന്നു പേട്ട കരുണാകരന്റേത്. മത്സ്യത്തൊഴിലാളികളുടെ കേന്ദ്രമായ ശംഖുമുഖം കടപ്പുറത്ത് എനിക്ക് പരിചയക്കാരും സുഹൃത്തുക്കളും ഏറെയുണ്ടായി. സർ സി പിയുടെ ഭരണവും അതിന്റെ ഭാഗമായ മർദനവും പൊടിപൊടിക്കുന്ന കാലത്തും പരക്കെ അറിയപ്പെടുന്ന ഒരാളായിരുന്നു പേട്ട കരുണാകരൻ. ആരുടെയും മുന്നിൽ കൂസാത്ത ധീരൻ. കമ്യൂണി

സ്റ്റെന്ന് കേട്ടാൽ നെറ്റിചുളിക്കുകയോ പുറംതിരിഞ്ഞോടുകയോ ചെയ്തിരുന്ന തിരുവനന്തപുരത്തുകാർക്കിടയിൽ തലയെടുപ്പോടെ നടന്ന സംഘാടകൻ. ഇന്നദ്ദേഹം ശരീരസുഖമില്ലാതെ വിശ്രമജീവിതം നയിക്കുന്നു.

തിരുവനന്തപുരത്തെ താമസത്തിനിടയിലാണ് ഞാൻ പട്ടം താണുപിള്ളയെ പരിചയപ്പെടുന്നത്. എന്റെ മലബാർ ശൈലി കേട്ടപാടെ അദ്ദേഹം പറഞ്ഞ വാക്കുകൾ ഞാനിന്നും ഓർക്കുകയാണ്. "സൂക്ഷിക്കണം, തിരുവനന്തപുരം സുരക്ഷിതമല്ല.'' ഇന്നലെയെന്നപോലെ തോന്നുന്നു അതൊക്കെ. കുളത്തുങ്കൽ പോത്തനോടൊപ്പമാണ് ഞാൻ പട്ടം താണുപിള്ളയെ കാണാൻ പോയത്. അതിനുമുമ്പ് പട്ടത്തിനെ കണ്ടിട്ടുപോലുമില്ല. സർ സി പിക്കെതിരായ ദേശീയ സമരത്തിലും ഉത്തരവാദഭരണത്തിനുവേണ്ടിയുള്ള പ്രക്ഷോഭത്തിലുമെല്ലാം മുൻനിരക്കാരനായിരുന്ന അദ്ദേഹത്തെ നേരിൽ കാണുകയെന്നത് എന്നെ സംബന്ധിച്ചിടത്തോളം ചെറിയ കാര്യമായിരുന്നില്ല.

പട്ടത്തിന്റെ താമസസ്ഥലത്ത് രാത്രി പത്ത് മണിയോടെ ഞാനും പോത്തനും എത്തി. എന്നെ പോത്തൻ അദ്ദേഹത്തിന് പരിചയപ്പെടുത്തി. ഞാൻ കമ്യൂണിസ്റ്റാണെന്ന് അദ്ദേഹത്തിന് മനസിലായി. എങ്കിലും ദിവാൻ ഭരണത്തിനെതിരായ സമരത്തിൽ അദ്ദേഹം ഞങ്ങളോട് ആഭിമുഖ്യം കാട്ടി. വെറും ആഭിമുഖ്യമല്ല. അതിരറ്റ താൽപ്പര്യംതന്നെ അദ്ദേഹം പ്രകടിപ്പിച്ചു. സർ സി പിയുടെ ഭരണം അവസാനിപ്പിക്കുന്നതിനുള്ള പോരാട്ടത്തിൽ അദ്ദേഹം അടിയുറച്ച് നിൽക്കുകയാണെന്ന് മനസിലാക്കാൻ എനിക്ക് അധികസമയം വേണ്ടിവന്നില്ല. ദിവാൻ ഭരണത്തിന്റെ കാടത്തത്തെക്കുറിച്ചും ഉത്തരവാദഭരണ പ്രക്ഷോഭത്തെക്കുറിച്ചുമെല്ലാം ഏറെ കാര്യങ്ങൾ സംസാരിച്ചു. ഒടുവിൽ അദ്ദേഹം എനിക്കൊരുപദേശവും തന്നു: "ഇവിടെ ഭരണം നടത്തുന്ന ദിവാന്റെ ക്രൂരമായ ചെയ്തികളെ എതിർക്കാൻ നിങ്ങൾ തയാറാകുമ്പോൾ തന്നെ അങ്ങേയറ്റം ജാഗ്രത പുലർത്തുകയും വേണം. കാരണം, പൊലീസിന്റെ പിടിയിൽപ്പെടുകയാണെങ്കിൽ നിങ്ങളെ അവർ കശാപ്പു ചെയ്യും. അതുകൊണ്ട് വളരെ സൂക്ഷിക്കണം; എപ്പോഴും കരുതൽ വേണം....'' ആത്മാർഥത നിറഞ്ഞ വാക്കുകൾ.

ഒളിവിലാണ് ഞാൻ പ്രവർത്തിക്കുന്നതെങ്കിലും പരസ്യമായി യാത്ര ചെയ്താണ് പാർട്ടി സംഘടനയും മറ്റ് ബഹുജനസംഘടനകളും വളർത്താൻ പ്രവർത്തിച്ചത്.

അന്ന് തെക്കൻ തിരുവിതാംകൂർ കേരളത്തിന്റെ ഭാഗമായിരുന്നു. ഐക്യകേരളം ഉടലെടുത്ത് കഴിഞ്ഞിരുന്നില്ല. തിരുവനന്തപുരം മുതൽ നാഗർകോവിൽ വരെ ബസ് യാത്ര ചെയ്താണ് പാർട്ടി പ്രവർത്തനം നടത്തിയത്. ഈ ഭാഗങ്ങളിൽ അന്ന് ആർക്കും എന്നെ പരിചയമില്ലാത്തതുകൊണ്ട് ബസ് യാത്ര ചെയ്യുന്നതിൽ വിഷമമുണ്ടായില്ല. ചില പാർട്ടി സഖാക്കളെ കാണാൻ പലതവണ നാഗർകോവിലിൽ പോയി. നെയ്യാ

റ്റിൻകര, വിളവൻകോട്, മാർത്താണ്ഡം, നാഗർകോവിൽ, കന്യാകുമാരി എന്നിവിടങ്ങളിലെല്ലാം ഈ കാലഘട്ടത്തിൽ ഞാൻ സഞ്ചരിച്ചു. അന്നത്തെ എന്റെ വേഷവിധാനം കണ്ടാൽ ഒരു മുസ്ലീമാണെന്നേ തോന്നൂ. കള്ളിമുണ്ടാണ് ഞാൻ പതിവായി ഉപയോഗിച്ചിരുന്നത്. ആ വേഷത്തിൽത്തന്നെ എവിടെയും പോകും.

തെക്കൻ തിരുവിതാംകൂറിന്റെ പ്രകൃതിരമണീയത എത്ര ഹൃദയ ഹാരിയാണെന്ന് ഞാനറിഞ്ഞത് ആ കാലഘട്ടത്തിലാണ്.

ഭൂമിക്ക് പച്ചമേലാപ്പ് വിരിക്കുന്ന തേങ്ങോലകളും വൃക്ഷത്തലപ്പുക ളും, സമൃദ്ധമായ ഇളനീർക്കുലകളെ താങ്ങാനാവാതെ വീർപ്പുമുട്ടുന്ന കേരവൃക്ഷങ്ങൾ. മണ്ണിനെ പച്ചപ്പുതപ്പണിയിക്കുന്ന നെൽപ്പാടങ്ങൾ. മണ്ണിന്റെ മണം എനിക്ക് ജീവവായുവാണ്. ഗ്രാമഭംഗി എനിക്ക് ആശ്വാ സദായിനിയും. മണ്ണിനെയും ഗ്രാമഭംഗിയെയും അത്രയധികം സ്നേഹി ക്കുന്ന എന്നെ സംബന്ധിച്ചിടത്തോളം ഈ ബസ് യാത്ര വല്ലാത്ത ഹര മായിരുന്നു. ഈ പ്രകൃതിദൃശ്യങ്ങളിൽ മുഴുകി സ്വയം മറന്നിരുന്ന ഞാൻ പലപ്പോഴും ഇറങ്ങേണ്ട സ്ഥലത്ത് ഇറങ്ങാൻപോലും മറന്നുപോ യിട്ടുണ്ട്.

അന്ന് തെക്കൻ തിരുവിതാംകൂറിൽ എനിക്ക് ഏറ്റവും അടുപ്പമുള്ള ഒരാളായിരുന്നു ജി എസ് മണി. അന്ന് അദ്ദേഹം മാർത്താണ്ഡത്ത് പ്രസ് നടത്തുകയായിരുന്നു. ഇന്ന് മണി ജീവിച്ചിരിപ്പില്ല. അദ്ദേഹത്തെ അനു സ്മരിച്ചുകൊണ്ട് *ദേശാഭിമാനി* പുറത്തിറക്കിയ ഒരു സപ്ലിമെന്റിൽ ഞാനെഴുതി:

> ജി എസ് മണിയെ ഞാൻ പരിചയപ്പെട്ടത് അഞ്ച് പതിറ്റാണ്ടു കൾക്ക് മുമ്പായിരുന്നു. അപ്പോൾ തമിഴ്നാടിന്റെ ഭാഗമായ മാർത്താണ്ഡത്ത് ഒരു പ്രസ് നടത്തുകയായിരുന്നു അന്ന് മണി. 1943 കാലത്ത് ഞാൻ ഒളിവിൽ പ്രവർത്തിക്കുമ്പോൾ തിരുവനന്ത പുരം മുതൽ കന്യാകുമാരി വരെയുള്ള സ്ഥലത്തെ പാർട്ടിയുടെ ചുമതല സഖാവ് പി കൃഷ്ണപിള്ള എന്നെ ഏൽപ്പിച്ചിരുന്നു. മാർത്താണ്ഡത്ത് എനിക്ക് രണ്ട് താവളമുണ്ടായിരുന്നതിൽ ഒന്ന് മണിയുടെ ഉടമസ്ഥതയിലുള്ള ആ പ്രസായിരുന്നു. എന്നെയാ ണെങ്കിൽ പരസ്യമായി ജനങ്ങൾക്ക് പരിചയവുമില്ല. ഒളിവിൽ പ്രവർത്തിച്ച് പാർട്ടി കെട്ടിപ്പടുക്കുന്ന ഉത്തരവാദിത്വമായിരുന്നു എനിക്ക്.
>
> അന്നൊരു ഘട്ടത്തിൽ ഞാൻ ജി എസ് മണിയുമായി തിരുവട്ടാർ ലോക്കപ്പിലുണ്ടായിരുന്ന പുന്നൂസിനെ സന്ദർശിക്കുകയുണ്ടായി. അങ്ങനെ ജയിലിലും പുറത്തുമുണ്ടായിരുന്ന സഖാക്കളുമായി ബന്ധപ്പെട്ട് പ്രവർത്തിക്കുന്ന സന്ദർഭത്തിൽ മാർത്താണ്ഡത്തെ പാർട്ടി ഘടകത്തിന്റെ ഉത്തരവാദിത്വമേറ്റെടുത്ത് പ്രവർത്തിച്ചിരു ന്നത് ജി എസ് മണിയായിരുന്നു.

ദിവാൻ സർ സി പിയുടെ ഭരണകാലത്ത് നിരോധിക്കപ്പെട്ട അവസ്ഥയിലായിരുന്നു പാർട്ടി. നിയമപരമായി നിരോധിച്ചിട്ടില്ലെങ്കിലും പ്രായോഗികമായി നിരോധിച്ച സ്ഥിതിയാണ് നിലവിലിരുന്നത്. അക്കാലത്ത് ഒരു കമ്യൂണിസ്റ്റുകാരനെ പൊലീസ് പിടിച്ചാൽ ലോക്കപ്പിൽനിന്ന് പുറത്തുവരിക തീർത്തും സാഹസികമായ ഒന്നായിരുന്നു. ഈ സ്ഥിതിവിശേഷത്തെയും എല്ലാവിധ മർദന സംവിധാനങ്ങളെയും പ്രതികൂല സാഹചര്യത്തെയും നേരിട്ടുകൊണ്ടാണ് പാർട്ടി കെട്ടിപ്പടുക്കുന്ന പ്രവർത്തനങ്ങളിൽ ജി എസ് മണി ഏർപ്പെട്ടത്, അദ്ദേഹം നടത്തിവന്ന പ്രസിലാണ് പാർട്ടിയുടെ രഹസ്യരേഖകളും സാഹിത്യങ്ങളും അച്ചടിച്ചിരുന്നതും.

ജി എസ് മണിയുടെ വേർപാട് അന്ന് കേരളത്തിന്റെ ഭാഗമായിരുന്ന ഇന്ന് തമിഴ്നാടിന്റെ ഭാഗമായ മാർത്താണ്ഡത്തും സമീപപ്രദേശങ്ങളിലും പാർട്ടിക്ക് തീരാനഷ്ടമാണ്.

(*ദേശാഭിമാനി*, 93 ഒക്ടോബർ 5)

തിരുവനന്തപുരത്തെ ഒളിവുപ്രവർത്തനത്തിനിടയിൽ ഞാൻ ആദ്യമായി ഒരു വീട്ടിലെ അംഗമെന്നപോലെ ബന്ധപ്പെട്ടത് കാട്ടായിക്കോണം വി ശ്രീധറിന്റെ വീടുമായാണ്. അദ്ദേഹത്തിന്റെ പ്രിയമാതാവ് എത്രയോ ദിവസം എന്നെ സംരക്ഷിച്ചിട്ടുണ്ട്. രാഷ്ട്രീയം എന്തെന്നറിയില്ലെങ്കിലും എല്ലാക്കാര്യങ്ങളിലും ആ അമ്മ സഹകരണവും സംരക്ഷണവും നൽകി.

ഏകദേശം അമ്പത് വർഷത്തിനുമുമ്പത്തെ കഥകളാണിവിടെ ചുരുളഴിയുന്നത്. ഉള്ളൂർ ഗോപിയും കെ സി ജോർജുമൊക്കെയായിരുന്നു അന്ന് അദ്ദേഹത്തിന്റെ സുഹൃത്തുക്കൾ. രഹസ്യമായി പാർട്ടി സെൽ സംഘടിപ്പിക്കുന്നതിൽ അദ്ദേഹം എനിക്ക് സഹായമേകി.

അക്കാലത്തെ രസകരമായ ഒരു കാര്യം ഇന്നലെയെന്നപോലെ ഓർമയിലെത്തുന്നു. ഒരുദിവസം രാത്രി ശ്രീധറിന്റെ അമ്മാവന്റെ വീട്ടിൽ ഞങ്ങൾ രഹസ്യമായി പാർട്ടിയോഗം ചേരുകയാണ്. കാരണവരുടെ മകൻ സദാനന്ദനും ആ യോഗത്തിൽ പങ്കെടുത്തിരുന്നു. ഞങ്ങൾ നാലഞ്ചുപേരുണ്ട്. ചർച്ച പൊടിപൊടിക്കുകയാണ്. സുരക്ഷിതമായ ഒരു യോഗസ്ഥലം കിട്ടിയാലുള്ള ആത്മവിശ്വാസം പറയേണ്ടതില്ലല്ലോ. അപ്പോഴായിരുന്നു ശ്രീധറിന്റെ അമ്മാവനും സദാനന്ദന്റെ പിതാവുമായ കുടുംബകാരണവരുടെ വരവ്. അസലായി മദ്യപിച്ചിട്ടുമുണ്ട്. പിന്നത്തെ പുകില് പറയാനുണ്ടോ? കണ്ണടച്ച് തുറക്കുന്നതിനുമുമ്പ് കൈയിലൊരു വടിയുമായി ഞങ്ങളുടെ മുന്നിൽ ചാടിവീണു. എല്ലാറ്റിനെയും തല്ലിച്ചതക്കുമെന്ന ഭീഷണി. ‘‘എന്റെ മകനെക്കൂടി നിങ്ങൾ ചീത്തയാക്കും’’ അദ്ദേഹം ആക്രോശിച്ചു.

ഇനിയും അവിടെ നിൽക്കുന്നത് പന്തിയല്ലെന്ന് ഞങ്ങൾക്ക് ബോധ്യമായി. മാത്രമല്ല, ഇനി അവിടെയിരുന്നാൽ തല്ല് കിട്ടിയതുതന്നെ. അപ്പോൾത്തന്നെ യോഗം പിരിച്ചുവിട്ട് ഞങ്ങൾ സ്ഥലം വിട്ടു. പക്ഷേ, അച്ഛനെതിർത്തുവെങ്കിലും സദാനന്ദൻ ശ്രീധറിനോടൊപ്പം പാർട്ടി പ്രവർത്തനങ്ങളിൽ മുഴുകി. ദിവാൻഭരണത്തിനെതിരെയും കമ്യൂണിസ്റ്റ് പാർട്ടി സംഘടിപ്പിക്കുന്നതിനുംവേണ്ടിയുള്ള പ്രവർത്തനം ശക്തിപ്പെടുത്തി. സദാനന്ദൻ ഇന്ന് സി പി ഐ നേതാവാണ്. പാർട്ടി രണ്ടായതോടെ അദ്ദേഹം സി പി ഐയിലേക്ക് പോയി.

കാട്ടായിക്കോണം ശ്രീധറിനെക്കുറിച്ച് അൽപ്പം വിശദമായിത്തന്നെ പറയാം. അന്നു മുതൽ മരണം വരെയും ഉറച്ച കമ്യൂണിസ്റ്റായി ജീവിച്ച കാട്ടായിക്കോണം ശ്രീധർ ത്യാഗനിർഭരമായ പ്രവർത്തനത്തിലൂടെ ആരാധ്യനായിത്തീർന്നു. തിരുവിതാംകൂറിലെ കമ്യൂണിസ്റ്റ് പ്രസ്ഥാനത്തിന്റെ സ്ഥാപകനേതാക്കളിൽ പ്രമുഖനായ അദ്ദേഹം ഇക്കഴിഞ്ഞ മാർച്ച് 29 ന് പുലർച്ചെയാണ് അന്തരിച്ചത്. അരനൂറ്റാണ്ടിലധികം കമ്യൂണിസ്റ്റ് പ്രസ്ഥാനത്തിനുവേണ്ടി ഉഴിഞ്ഞുവെച്ച ആ ജീവിതത്തിന് അന്ന് തിരശ്ശീല വീണു. മരിക്കുന്നതിന് രണ്ടു ദിവസം മുമ്പ് ഞങ്ങൾ തമ്മിൽ കണ്ടതാണ്. അന്ന് ഞങ്ങളൊന്നിച്ച് മെഡിക്കൽ കോളേജ് ആശുപത്രിയിൽ പോകുന്ന സമയത്ത് ഒളിവിലെ സ്മരണകൾ അയവിറക്കിയതാണ്. '43 ആദ്യകാലത്ത് അദ്ദേഹത്തിന്റെ വീടുമായുള്ള ബന്ധത്തെക്കുറിച്ചും അമ്മയെക്കുറിച്ചുമൊക്കെ ഞങ്ങൾ പലതും സംസാരിച്ചു. അവയിൽ ചിലതൊക്കെ എന്റെ *ഒളിവുകാല സ്മൃതികളിൽ* വരണമെന്നും അദ്ദേഹം നിർദേശിച്ചു.

അന്ന് വൈകിട്ടുതന്നെ ഞാൻ കാസർഗോട്ടേക്ക് പോയി. മംഗലാപുരത്ത് ഞാനും പി കെ വിയും ഒരേ യോഗത്തിൽ സംസാരിക്കേണ്ടിയിരുന്നു. അന്ന് ഗസ്റ്റ് ഹൗസിൽ താമസിച്ചു. പിറ്റേന്ന് കയ്യൂർ ദിനം. അന്ന് കയ്യൂർ ദിനാചരണ പരിപാടിയിൽ സംബന്ധിക്കേണ്ടിയിരുന്നു. 29 ന് രാവിലെ ആറുമണിക്കാണ് ശ്രീധർ നമ്മെ വിട്ടുപിരിഞ്ഞ വാർത്ത എനിക്ക് ലഭിച്ചത്. പക്ഷേ, അദ്ദേഹം 3.20 ന് അന്തരിച്ചുവെന്നാണ് തിരുവനന്തപുരത്ത് വന്നപ്പോൾ എനിക്കറിയാൻ കഴിഞ്ഞത്. ഞാനെത്തിയശേഷം മാത്രമേ മൃതദേഹം സംസ്കരിക്കാൻ പാടുള്ളുവെന്ന് ഞാൻ അപ്പോൾത്തന്നെ അറിയിച്ചു. ആ മൃതദേഹമെങ്കിലും ഒന്ന് കാണണമെന്ന വല്ലാത്തൊരാഗ്രഹം എന്നെ പിടികൂടി. മനസിലെവിടെയൊക്കെയോ അസ്വസ്ഥത പടർന്നുകയറുന്നു. എട്ടരമണിയോടെ ഞാൻ അദ്ദേഹത്തിന്റെ തറവാട്ടിലെത്തി. എനിക്ക് ഒരുനോക്ക് കാണാൻവേണ്ടി മാത്രം സൂക്ഷിച്ചുവെച്ച ആ മൃതദേഹത്തിൽ ഞാൻ പുഷ്പചക്രം വെച്ച് അഭിവാദ്യമർപ്പിച്ചു. പാർട്ടിനേതാക്കളെല്ലാം അവിടെത്തന്നെ ഉണ്ടായിരുന്നു. കാട്ടായിക്കോണത്തെ കുടുംബവളപ്പിൽ മൃതദേഹം സംസ്കരിച്ചു. അങ്ങനെ സംഭവബഹുലമായ ആ ജീവിതത്തിന് തിരശ്ശീല വീണു. ആ കമ്യൂണിസ്റ്റ് വിപ്ലവകാരിയുടെ ജീവിതം എങ്ങനെയായിരുന്നുവെന്ന്

ഞാനോർത്തുപോയി.

എം എൽ എ എന്ന അപരനാമത്തിൽ അറിയപ്പെട്ടിരുന്ന സഖാവിന്റെ താവളം എം എൽ എ ഹോസ്റ്റലായിരുന്നു. അനക്സ് ബ്ലോക്കിലെ മൂന്നാം നമ്പർ മുറിയിലെ അന്തേവാസിയായിരുന്ന ആ എഴുപത്തഞ്ചുകാരനായ അവിവാഹിതന് കുടുംബം പാർട്ടിയായിരുന്നു. നാൽപ്പതിലേറെ വർഷം അദ്ദേഹം അവിടെ താമസിച്ചു.

കേരളത്തിലെ കമ്യൂണിസ്റ്റ് പ്രസ്ഥാനത്തിന്റെ ചരിത്രത്തിൽ കൂടുതൽകാലം ജില്ലാ സെക്രട്ടറിയായിരുന്ന റെക്കോഡ് ശ്രീധറിനാണ്. തിരുവിതാംകൂർ സ്റ്റേറ്റ് കോൺഗ്രസിലൂടെ പൊതുപ്രവർത്തനത്തിനിറങ്ങിയ ശ്രീധർ കമ്യൂണിസ്റ്റ് പാർട്ടിയിലെത്തി. '42-ൽ പാർട്ടി അംഗമായി. അന്ന് വയസ്സ് 22. തുടർന്ന് ഒളിവിലും തെളിവിലും ജയിലിലുമൊക്കെയായി കമ്യൂണിസ്റ്റ് പ്രസ്ഥാനം ശക്തമാക്കാനുള്ള ദൗത്യനിർവഹണവുമായി ഓടിനടന്നു.

അവിഭക്ത കമ്യൂണിസ്റ്റ് പാർട്ടിയുടെ ജില്ലാ സെക്രട്ടറിയായിരുന്ന സഖാവ് പാർട്ടി ഭിന്നിച്ചതിനെത്തുടർന്ന് സി പി ഐ (എം) ന്റെ ജില്ലാ സെക്രട്ടറിയായി. 91 നവംബർ വരെ ആ സ്ഥാനത്ത് തുടർന്നു. സംസ്ഥാന കമ്മിറ്റിയംഗവുമായിരുന്നു.

* * * * * *

വീണ്ടും ഒളിവുകാലത്തിലേക്കു മടങ്ങട്ടെ. കുടുംബത്തിലെ കാരണവരുടെ നോട്ടപ്പുള്ളിയായ സ്ഥിതിക്ക് തൽക്കാലം താവളം മാറ്റുന്നതാണ് യുക്തിയെന്ന് ഞങ്ങൾക്ക് തോന്നി. ഇനി ടൗണിലേക്ക് മാറിത്താമസിക്കാം എന്നൊരു തീരുമാനത്തിലെത്തി ഞങ്ങൾ. അങ്ങനെ ഒരു ദിവസം ശ്രീധറിന്റെ സുഹൃത്തുമായി ഞാൻ പട്ടണത്തിലേക്ക് പോന്നു. പുളിമൂട്ടിലുള്ള ഒരു വാടകമുറിയിൽ താമസമാക്കി. അന്നത്തെയും ഇന്നത്തെയും നഗരത്തിന് ഒരു സാമ്യവുമില്ല. അലകും പിടിയും മാറിയാലത്തെ വ്യത്യാസം.

കെ സി ജോർജിനോടൊപ്പമാണ് ഞാൻ താമസിച്ചത്. വളരെ ചെറിയ മുറി. രണ്ടുപേർക്ക് കഷ്ടിച്ച് കഴിഞ്ഞുകൂടാവുന്ന മുറി. യോഗം ചേരാൻ പാർട്ടി സഖാക്കൾ എത്തിയിരുന്നതും ആ മുറിയിൽത്തന്നെ. തീരെ സ്ഥലസൗകര്യമില്ലാത്ത അവിടെനിന്ന് മറ്റൊരു സ്ഥലത്തേക്ക് മാറി താമസിക്കാതെ നിവൃത്തിയില്ല. അങ്ങനെ ഞാൻ നഗരത്തിലുള്ള മറ്റൊരു വീട്ടിലേക്ക് വന്നു. പക്ഷേ, ആ വീട് അത്ര സുരക്ഷിതമല്ലെന്ന് അന്ന് വൈകിട്ടുതന്നെ എനിക്ക് മനസിലായി. ഗൃഹനാഥനും അദ്ദേഹത്തിന്റെ യുവതിയായ ഭാര്യയും സഹോദരിമാരും അടങ്ങിയതായിരുന്നു ആ കുടുംബം. പകൽതന്നെ അവരുടെ പെരുമാറ്റം കണ്ടപ്പോൾ അത്രത്തോളം സുരക്ഷിതമല്ലെന്ന തോന്നൽ എന്നിലുണ്ടായി. പൊലീസ് ഉദ്യോഗസ്ഥർ അവിടെ നിത്യസന്ദർശകരായിരുന്നുവെന്ന് പിന്നീടാണ് മനസിലായത്. വൈകിട്ട് നാലുമണിയോടെ ഒരു പൊലീസുദ്യോഗ

സ്ഥൻ വന്ന് അവിടത്തെ സ്ത്രീകളുമായി സംസാരിക്കുന്നതുകണ്ടു. ഞാനപ്പോൾത്തന്നെ എന്റെ സഞ്ചിയുമെടുത്ത് പിൻഭാഗത്തുകൂടി സ്ഥലംവിട്ടു. നേരെനടന്ന് കഴക്കൂട്ടത്തേക്ക് പോയി. രാത്രിയായപ്പോൾ ശ്രീധറിന്റെ വീട്ടിലെത്തി. മുമ്പുപറഞ്ഞ ആ വീട്ടിൽ താമസിച്ചിരുന്നെങ്കിൽ ഞാൻ പൊലീസിന്റെ പിടിയിൽപ്പെട്ടേനെ. ഭാഗ്യത്തിന് രക്ഷപ്പെട്ടുവെന്ന് പറഞ്ഞാൽ മതി.

16

കേരളകൗമുദിയിൽ

തിരുവനന്തപുരത്ത് താമസിച്ച് പ്രവർത്തിക്കുന്ന ഘട്ടത്തിലാണ് *കേരള കൗമുദി*യിൽ ജോലി ചെയ്യാനുള്ള സാഹചര്യമുണ്ടായത്. കെ സി ജോർജും *കേരളകൗമുദി* സ്ഥാപക പത്രാധിപരായ സുകുമാരനും അടുത്ത സുഹൃത്തുക്കളായിരുന്നു.

ഒരു ദിവസം കെ സി ജോർജ് എന്നോടു ചോദിച്ചു: "*കേരള കൗമുദി*യിൽ ഒരൊഴിവുണ്ട്. അതൊന്ന് തരപ്പെടുത്തിയാലോ?"

ആ അഭിപ്രായം എനിക്ക് സ്വീകാര്യമായി. സർക്കാർ അനുകൂലപത്രമായിരുന്ന *കേരളകൗമുദി*യിൽ ചേർന്നാൽ ഒരു സംശയത്തിനും വഴിയില്ല. ഒളിവിൽ കഴിയുന്ന പാർട്ടി പ്രവർത്തകരെ തിരക്കി *കേരളകൗമുദി*യിൽ ഒരു പൊലീസ് ഉദ്യോഗസ്ഥനും വരില്ല.

അങ്ങനെ കെ സി ജോർജിന്റെ ശുപാർശ അനുസരിച്ച് *കേരളകൗമുദി*യിൽ എനിക്ക് ജോലികിട്ടി. പത്രാധിപവിഭാഗത്തിലായിരുന്നു എന്റെ നിയമനം. ആദ്യത്തെ കുറച്ചുദിവസങ്ങൾ പ്രൂഫിലും പിന്നെ എഡിറ്റോറിയൽ വിഭാഗത്തിലും പ്രവർത്തിച്ചു. കമ്യൂണിസ്റ്റ് പാർട്ടിയുടെ ഒളിവിലുള്ള പ്രവർത്തകനാണ് ഞാനെന്ന് പത്രത്തിന്റെ സ്ഥാപകനും പത്രാധിപരുമായ കെ സുകുമാരൻ അറിഞ്ഞിരുന്നില്ല. ഞാനൊരു കൊച്ചിക്കാരൻ സുകുമാരനായാണ് ജോലിയിൽ പ്രവേശിച്ചത്. മാസം നൂറു രൂപയാണ് ശമ്പളം എന്നാണെന്റെ ഓർമ. എന്റെ സംസാരത്തിലെ സ്വതഃസിദ്ധമായ മലബാർശൈലി മൂടിവെക്കാൻ ഞാൻ വളരെ ശ്രദ്ധിച്ചു. അതുകൊണ്ട് അപൂർവമായേ സംസാരിച്ചിരുന്നുള്ളൂ.

*കേരളകൗമുദി*യിൽ വരുന്നതിനുമുമ്പ് പത്രപ്രവർത്തനരംഗവുമായി എനിക്ക് ഒരു ബന്ധവുമുണ്ടായിരുന്നില്ല. സർ സി പിയുമായി ഏറ്റവും അധികം ബന്ധമുള്ള പത്രമായിരുന്നല്ലോ *കേരളകൗമുദി*. 'സർ

സി പിയുടെ മുഖപത്ര'മെന്നുതന്നെ അതിനെ വിശേഷിപ്പിക്കാമായിരുന്നു. ആ സ്ഥിതിക്ക് അവിടെ ജോലി ചെയ്യുന്നവരെ സർ സി പിയുടെ പൊലീസോ സി ഐ ഡിയോ ശല്യം ചെയ്യാൻ ഇടയില്ല. അതുകൊണ്ടുതന്നെ ഞാനും അവിടെ സുരക്ഷിതനായിരുന്നു.

ഒരുദിവസം കൊല്ലത്തെ ദിവാൻ പേഷ്കാർ പത്രമാപ്പീസിലെത്തി. അദ്ദേഹത്തെ കണ്ടപാടെ ഞാൻ അൽപ്പം സംശയിച്ചു. അദ്ദേഹത്തോട് എങ്ങനെ പെരുമാറണം: വല്ല സംശയവും തോന്നിയാലോ? പക്ഷേ, അദ്ദേഹം അകത്തുകടക്കാതെ പുറത്തുനിന്ന് സുകുമാരനെ അന്വേഷിച്ചതേയുള്ളൂ. വലിയൊരു ബാധ്യത ഒഴിവായതുപോലെ; സമാധാനമായി. അന്നാണ് ഞാനാദ്യമായി ഒരു പേഷ്കാരെ കാണുന്നത്.

കെ ദാമോദരനും സുകുമാരന്റെ മറ്റ് സുഹൃത്തുക്കളും എല്ലാ ദിവസവും പത്രമാപ്പീസിലെത്തും. അന്ന് കെ ദാമോദരൻ ഗവൺമെന്റ് തർജുമക്കാരനായിരുന്നു. എല്ലാ വൈകുന്നേരങ്ങളിലും അവിടെ നടക്കുന്ന സുഹൃദ്സദസിൽ സർക്കാരും രാഷ്ട്രീയവുമെല്ലാം ചർച്ചാവിഷയമാകും. ആ സദസുകളിൽ ഞാനും ഒപ്പംകൂടും. അവർ പറയുന്നതെല്ലാം ശ്രദ്ധിച്ച് കേൾക്കും. പക്ഷേ, ഒരഭിപ്രായവും പറയില്ല. കാരണം ഞാനിടപെട്ടാൽ ഭാഷയുടെയും രാഷ്ട്രീയത്തിന്റെയും കാര്യത്തിൽ അവർക്കെന്നെ വേഗം പിടികിട്ടും.

ചില ദിവസങ്ങളിൽ അവിടെ സി കേശവനും വരാറുണ്ടായിരുന്നത് ഞാനോർക്കുന്നു. അദ്ദേഹം സംഭാഷണങ്ങളിൽ പങ്കെടുക്കുമ്പോൾ എല്ലാവരും ചെവികൂർപ്പിച്ചിരിക്കും. സുകുമാരനും സി കേശവനും ദാമോദരനുമെല്ലാം ബന്ധുക്കൾകൂടിയായിരുന്നു. സി കേശവന്റെ ആ വാക്ചാതുരിയിൽ മണിക്കൂറുകൾ കടന്നുപോകുന്നത് അറിയാറേയില്ല.

സി കേശവനെപ്പറ്റി ഇവിടെ അൽപ്പം പരാമർശംകൂടി ചേർക്കട്ടെ. *സാംസ്കാരിക കേരളം* ത്രൈമാസികത്തിൽ സി കേശവനെക്കുറിച്ച് തോട്ടം രാജശേഖരൻ എഴുതിയ അൽപ്പം ചില കാര്യങ്ങൾ ഇവിടെ ഉദ്ധരിക്കുന്നത് ഉചിതമായിരിക്കും.

> 1940 ൽ സ്റ്റേറ്റ് കോൺഗ്രസ് ആരംഭിച്ച രണ്ടാമത് സിവിൽ ആജ്ഞാലംഘനകാലത്ത് "തളർന്നുവീഴുകയും ചതിച്ചുമാറുകയും ചെയ്തവരുടെ പട്ടിക പെരുകിക്കൊണ്ടിരുന്നു"വെന്ന് പ്രകാശം ഒഴുക്കൻമട്ടിൽ പറയുന്നുണ്ട്. ഇത്തരത്തിലുള്ള സൂചനകൾ മറ്റ് ചിലേടത്തും കാണാം. എന്നാൽ വിശദാംശങ്ങളിലേക്ക് കടന്നിട്ടില്ല. 1952 ലെ പൊതുതിരഞ്ഞെടുപ്പ് കേശവന്റെ ജീവിതത്തിലെ ദുരന്തഘട്ടം തുടങ്ങിവെച്ച സംഭവമായിരുന്നു. ആ തിരഞ്ഞെടുപ്പിൽ കഷ്ടിച്ച് ജയിച്ചെങ്കിലും രാഷ്ട്രീയമായി അദ്ദേഹത്തെ ഒറ്റപ്പെടുത്താൻ അടുത്തുനിന്നവർ രഹസ്യമായും പരസ്യമായും നടത്തിയ കരുനീക്കങ്ങൾ പ്രകാശം വിശദീകരിച്ചിട്ടില്ല.

ഭരണകേന്ദ്രമായ ഹജൂർകച്ചേരിയിൽനിന്ന് ഇടമണ്ണിലെ ആന ഇറങ്കൻമലയിലെ വന്യതയിലേക്ക് എന്തുകൊണ്ട് ആ നേതാവ് എടുത്തെറിയപ്പെട്ടു?

സി വി കുഞ്ഞിരാമൻ എന്തുകൊണ്ട് മരുമകനെ തള്ളിപ്പറഞ്ഞു?

> താൻ പാടുപെട്ട് വളർത്തിയ *കൗമുദി* പത്രം എങ്ങനെ കൈവിട്ടുപോയി? എസ് എൻ ഡി പിയുടെ ഔദ്യോഗിക നേതൃത്വം അദ്ദേഹത്തെ ഒറ്റപ്പെടുത്താൻ എന്തുകൊണ്ട് കൂട്ടുനിന്നു? ചരിത്രം ഉത്തരം നൽകേണ്ട ചോദ്യങ്ങളാണിവ.

ഏതായാലും സി കേശവന്റെ അവസാനഘട്ടത്തിൽ അദ്ദേഹം രോഗിയായിത്തീർന്നെന്ന് മാത്രമല്ല രാഷ്ട്രീയമായും ദുഃഖപര്യവസായിയായി തീർന്നുവെന്ന് അദ്ദേഹത്തിന്റെ ജീവചരിത്രകാരന്മാർ രേഖപ്പെടുത്തുന്നു.

സ്വന്തം വീട്ടിലെ ഭിത്തികൾക്കുള്ളിൽ ഏകാന്തതടവുകാരനായി ആ മഹാ വിപ്ലവകാരിയെ മാറ്റിത്തീർത്തു എന്നതായിരുന്നില്ലേ അനുഭവം? കോൺഗ്രസിനകത്ത് പോരാടിയ ആ വിപ്ലവകാരിയെ അവസാനം ആരും തിരിഞ്ഞുനോക്കാനുണ്ടായില്ല എന്നതാണ് സത്യം.

* * * * * *

*കേരളകൗമുദി*യിലെ പഴയ നാളുകളിലേക്ക് മടങ്ങാം. സി കേശവന്റെ മകൻ ബാലകൃഷ്ണൻ അന്ന് ചെറിയ പയ്യനായിരുന്നു. ബാലകൃഷ്ണനും ഇടയ്ക്കിടെ അവിടെ വരാറുണ്ടായിരുന്നു. ഇക്കാലത്തെ രസകരമായ ഒരു സംഭവം. ബാലകൃഷ്ണൻ അന്ന് തൃശ്ശിനാപ്പള്ളിയിലാണ് പഠിച്ചിരുന്നത്. അവധി ദിവസങ്ങളിൽ അവിടെ വരാറുണ്ട്. അപ്പോഴൊക്കെ രാഷ്ട്രീയ സംഭാഷണങ്ങളിൽ ആ കോളെജ് വിദ്യാർഥിയും പങ്കുചേരും. ഒരു ദിവസം രാഷ്ട്രീയചർച്ച നടക്കുന്നതിനിടെ ഞാൻ ബാലകൃഷ്ണനെ എതിർത്തു. അങ്ങനെയൊരു ഘട്ടത്തിൽ മാത്രമാണ് ഞാൻ രാഷ്ട്രീയ വിവാദത്തിലേർപ്പെടാൻ ഇടയായത്. അല്ലാതെ *കേരളകൗമുദി*യിൽവെച്ച് ഞാനൊരിക്കലും രാഷ്ട്രീയം സംസാരിച്ചിരുന്നില്ല. പേട്ട കരുണാകരൻ വഴിയാണ് പുറത്തുള്ള മറ്റ് സഖാക്കളുമായി ഞാൻ ബന്ധം വെച്ചിരുന്നത്.

ബൂർഷ്വാ പത്രപ്രവർത്തനവും തൊഴിലാളിവർഗ പത്രപ്രവർത്തനവും തമ്മിൽ ഏറെ വ്യത്യാസമുണ്ടെന്ന് മനസിലാക്കാൻ എനിക്ക് പറ്റിയ ഒരമളി ധാരാളം മതി. ഭരണവർഗത്തോട് എന്നും ആഭിമുഖ്യം പുലർത്തുകയും അവരെ മഹത്വവൽക്കരിക്കുകയും ചെയ്യുകയാണല്ലോ ആദ്യത്തെ കൂട്ടർ ചെയ്യുന്നത്.

ഞാനധികവും രാത്രി ഷിഫ്ടിലായിരുന്നു ജോലി ചെയ്തിരുന്നത്. ഒരു ദിവസം മുഴുവൻ — രാത്രിയും പകലും — ജോലി ചെയ്താൽ പിറ്റേ ദിവസം അവധിയാണ്. ഇന്നത്തെ പത്രപ്രവർത്തനരീതിയും അന്ന

ത്തെയും തമ്മിൽ ഏറെ വ്യത്യാസമുണ്ടായിരുന്നു.

ഒരു ദിവസം രാത്രി പത്രമാപ്പീസിൽ കൊട്ടാരത്തിൽ നിന്നൊരു വാർത്ത ടെലിഫോണിലൂടെ എത്തി: "കാർത്തികതിരുനാൾ തമ്പുരാട്ടി തിരുവയറൊഴിഞ്ഞു" എന്നതായിരുന്നു വാർത്ത. 'തൃപ്പാദ'ത്തിന്റെയും 'തിരുമുൽക്കാഴ്ച'യുടെയും 'പള്ളിക്കെട്ടി'ന്റെയും 'അമൃതേത്തി'ന്റെയും 'തിരുവയറൊഴിയലി'ന്റെയും ഒന്നും അർഥവ്യാപ്തി അറിയില്ലായിരുന്ന മലബാറുകാരനായ എനിക്ക് അതിന്റെ പ്രാധാന്യവും തീരെ മനസിലായില്ല. ഒരു വനിതാരാജകുടുംബാംഗത്തിന് വയറിളകി എന്നായിരുന്നു ഞാൻ ധരിച്ചത്. അതിലെന്ത് പ്രാധാന്യമിരിക്കുന്നു. ഇങ്ങോട്ട് വിളിച്ചുപറഞ്ഞാൽ ഞാനെന്താ ഡോക്ടറാണോ എന്ന് ചോദിക്കണമെന്നുണ്ടായിരുന്നെങ്കിലും വേണ്ടെന്നുവച്ചു. വയറിളക്കമാണെങ്കിലും കൊട്ടാര വാർത്തയല്ലേ? കൊടുത്തുകളയാം. രാജകുടുംബാംഗമായാൽ വയറിളകിയാലും വാർത്ത തന്നെ — മനസിൽ ആലോചിക്കാതിരുന്നില്ല. ചെറിയൊരു തലക്കെട്ടിൽ ഏതാനും വരികളിലൊതുക്കി ഞാൻ ആ വാർത്ത. കൊട്ടാരം വാർത്തയായതുകൊണ്ടും *കേരളകൗമുദി*യായതുകൊണ്ടും അത് സൂക്ഷിച്ച് കൈകാര്യം ചെയ്യേണ്ട വാർത്തയാണെന്ന ഉത്തമബോധവും എനിക്കുണ്ടായിരുന്നു. എന്റെ ഒപ്പം അന്ന് ഡ്യൂട്ടിയിലുണ്ടായിരുന്ന പ്രൂഫ്റീഡറെ ഞാൻ ആ വാർത്ത കാണിച്ചു. അത് വായിച്ചു തീർന്നില്ല, പ്രൂഫ് റീഡർ പൊട്ടിച്ചിരിക്കാൻ തുടങ്ങി. എനിക്കൊന്നും മനസിലായില്ല. ചിരിയടക്കാനായില്ലെങ്കിലും ഒരുവിധം അയാൾ പറഞ്ഞൊപ്പിച്ചു: "ചതിച്ചു: ഇത് നാളത്തെ നമ്മുടെ ലീഡ് വാർത്തയാണ്."

"ലീഡോ?" ഞാൻ അന്തംവിട്ടുപോയി.

തമ്പുരാട്ടി പ്രസവിച്ചു എന്നായിരുന്നു ആ വാർത്ത. തമ്പുരാട്ടിക്ക് കുട്ടി പിറന്നു എന്നതിന് തെക്കൻ തിരുവിതാംകൂറിലെ കൊട്ടാരഭാഷയുടെ അർഥമറിയാതെ ഞാൻ കണ്ടെത്തിയ അർഥം വയറിളകി എന്നായിരുന്നു. തിരുവിതാംകൂറിലെ അടുത്ത കിരീടാവകാശി ജനിച്ചു എന്നതിന്, ഞാനെഴുതിയ രീതിയിൽ ആ വാർത്ത കൊടുത്തിരുന്നെങ്കിലോ? അതിന്റെ ഗുരുതരാവസ്ഥയെക്കുറിച്ച് ഒരു നിമിഷം ആലോചിച്ചുപോയി. പരിഭ്രമവും ജാള്യതയും. പിറ്റേദിവസത്തെ ലീഡ് വാർത്ത അതായിരുന്നു.

രാജവാഴ്ചക്കാലത്ത്, അതിനെ അനുകൂലിക്കുന്ന പത്രമായ *കേരള കൗമുദി*ക്ക് തമ്പുരാട്ടിയുടെ പ്രസവവാർത്ത ലീഡായതിൽ അതിശയോക്തിയില്ല.

ബൂർഷ്വാ പത്രങ്ങൾക്ക് നിലവിലുള്ള സാമൂഹ്യവ്യവസ്ഥയെ നിലനിർത്തുകയെന്ന അടിസ്ഥാന ലക്ഷ്യമാണ് നിർവഹിക്കാനുള്ളതെങ്കിൽ മാർക്സിസം-ലെനിനിസം അടിസ്ഥാനതത്വമായി അംഗീകരിച്ച ഒരു തൊഴിലാളിവർഗ പാർട്ടിയുടെ മുഖപത്രത്തിന് നിലവിലുള്ള മുതലാളിത്ത - നാടുവാഴിത്ത സാമൂഹ്യവ്യവസ്ഥയെ മാറ്റിമറിച്ച് തൊഴിലാളിവർഗ നേതൃത്വത്തിലുള്ള ഒരു സോഷ്യലിസ്റ്റ് ഭരണകൂടം കെട്ടിപ്പടു

ക്കുക എന്ന ലക്ഷ്യത്തിൽ ഊന്നിനിന്നുകൊണ്ടുള്ള കടമകളാണ് നിർവ ഹിക്കാനുള്ളത്. "ഒരു പത്രം സമഷ്ടിയായ ഒരു പ്രചാരകനും പ്രക്ഷോ ഭകനും മാത്രമല്ല, സമഷ്ടിയായ ഒരു സംഘാടകൻ കൂടിയാണെ"ന്ന് *ഇസ്ക്രയുടെ* ആദ്യഘട്ടത്തിൽ ലെനിൻ പ്രസ്താവിച്ചിരുന്നു.

ബൂർഷ്വാ പത്രമാപ്പീസിൽ പ്രവർത്തിക്കുന്നവർ പത്രമുതലാളി മാരെ തടിപ്പിക്കുന്നതിന്റെ ഒരു ഭാഗമായി, ജീവിക്കാൻവേണ്ടി തങ്ങളുടെ തലച്ചോറിന്റെ കഴിവിനെ വിൽക്കുകയാണ് ചെയ്യുന്നതെങ്കിൽ മാർ ക്സിസ്റ്റ് പാർട്ടിയുടെ പത്രങ്ങളിൽ പ്രവർത്തിക്കുന്ന സഖാക്കൾ നിലവി ലുള്ള മുതലാളിത്ത - നാടുവാഴിത്ത സാമൂഹ്യവ്യവസ്ഥയെ മാറ്റിമറി ക്കുന്ന വിപ്ലവപ്രസ്ഥാനത്തിന്റെ ഭാഗമായി തങ്ങളുടെ കടമ നിർവഹി ക്കുന്ന പ്രവർത്തനങ്ങളിലാണ് ഏർപ്പെടുന്നത് - രണ്ട് തരത്തിലുള്ള പത്രപ്രവർത്തനത്തെക്കുറിച്ച് ഞാനിവിടെ പരാമർശിച്ചെന്നേയുള്ളൂ.

രാജവാഴ്ച അവസാനിപ്പിച്ച് ജനാധിപത്യം വളർന്ന ഇന്നും അതി നോട് ആഭിമുഖ്യം പുലർത്തുന്ന ഉദ്യോഗസ്ഥ പ്രമാണിമാരും ഭരണ കർത്താക്കളും നമ്മുടെ ചുറ്റും എത്രയെങ്കിലുമുണ്ട്.

* * * * * *

കേരള കൗമുദിയിൽ ഞാൻ ജോലി ചെയ്തിരുന്ന കാലത്ത് ('44 ഏപ്രിൽ മുതൽ ഒക്ടോബർ വരെയാണെന്നാണ് എന്റെ ഓർമ) എന്നെ അവിടെ അൽപ്പമെങ്കിലും അറിയുമായിരുന്നത് എം കെ കുമാരനായിരു ന്നു. അദ്ദേഹം പിന്നീട് ആ കുടുംബത്തിൽനിന്നുതന്നെ വിവാഹം കഴി ച്ചു. പത്രാധിപരായും നേതാവായും വളർന്നു. പിൽക്കാലത്ത് എം പിയു മായി. അദ്ദേഹം ഈയടുത്ത കാലത്താണ് അന്തരിച്ചത്.

ഞാൻ രാത്രി ജോലി കഴിഞ്ഞാൽ സുകുമാരന്റെ വീടിന്റെ വരാന്ത യിൽ കിടന്നുറങ്ങും. രാവിലെ അവിടെ നിന്നെഴുന്നേറ്റ് നന്തൻകോട്ടുള്ള എന്റെ വാടകമുറിയിലേക്ക് നടന്നുപോകും. ഐ ജി ആപ്പീസിലെ ഒരു ക്ലാർക്കും ഞാനും കൂടിയാണ് ആ മുറിയിൽ താമസിച്ചത്. ഞങ്ങൾ വള രെവേഗം സുഹൃത്തുക്കളായി. പൊലീസ് വകുപ്പ് നടത്തുന്ന അന്വേഷ ണത്തിന്റെയും മറ്റും വിവരങ്ങൾ ഞാൻ അദ്ദേഹത്തിൽനിന്ന് മനസിലാ ക്കിയിരുന്നു. ഐ ജി ആപ്പീസിലുള്ള ആളുമായി ചങ്ങാത്തം സ്ഥാപി ച്ചാൽ പൊലീസിന്റെ അന്വേഷണത്തിൽനിന്ന് രക്ഷപ്പെടാമെന്നായി രുന്നു എന്റെ ധാരണ.

സുകുമാരന്റെ വീട്ടിൽ അദ്ദേഹത്തിന്റെ പിതാവ് സി വി കുഞ്ഞിരാ മനുണ്ടായിരുന്നു. വന്ദ്യവയോധികനായ അദ്ദേഹവുമായി പലവട്ടം സംഭാഷണം നടത്താനുള്ള അവസരം എനിക്കുണ്ടായിട്ടുണ്ട്. അതൊ ക്കെ ഇന്നലെയെന്നോണം ഓർമയിലേക്കോടിയെത്താറുണ്ട്.

ഞാൻ എട്ടൊമ്പത് മാസത്തോളം *കേരളകൗമുദിയിൽ* ജോലി ചെയ്തു. ആ ഘട്ടത്തിൽ മറ്റുള്ളവരുമായി സമ്പർക്കം വളർന്നു. ആ സാഹചര്യത്തിൽ താനൊരു രാഷ്ട്രീയക്കാരനാണെന്ന ധാരണ എങ്ങ

നെയോ വന്നുകൂടി. തുറന്നുപറഞ്ഞാൽ എന്റെ രാഷ്ട്രീയ നിറം അവർ കുറേശ്ശേ മനസിലാക്കാൻ തുടങ്ങി. ഞാനൊരു കമ്യൂണിസ്റ്റാണോ എന്ന സംശയം അവരിൽ തലപൊക്കിത്തുടങ്ങി. ഏതായാലും ഇനി അധിക നാൾ അവിടെ തങ്ങാനാവില്ലെന്ന് മനസിലായി. തിരുവനന്തപുരം വിടാൻ പാർട്ടി എന്നോട് നിർദേശിച്ചു. എന്തെങ്കിലും കാരണം കൂടാതെ അവിടെ വിടാനാവില്ലല്ലോ.

അന്ന് ഒരു ഓണനാളായിരുന്നു. ശമ്പളം വർധിപ്പിച്ചുകിട്ടണമെന്ന് ഞാനാവശ്യപ്പെട്ടു. ആ ആവശ്യം മാനേജ്മെന്റ് നിരാകരിച്ചു. ഞാൻ *കേരളകൗമുദി*യിൽ നിന്ന് രാജിവെച്ചു. നേരെ ആലപ്പുഴയിലേക്ക് പോയി.

പിന്നീട് എന്നെ യഥാർഥ പേരോടുകൂടി *കേരളകൗമുദി* പത്രാധിപ രായ സുകുമാരന് തിരിച്ചറിയാൻ കഴിഞ്ഞത് ഗൗരിയമ്മയുടെ വിവാഹദി വസമായിരുന്നു. ഞാൻ കയ്യൂർക്കേസിലെ പ്രതിയായിരുന്നുവെന്നും പേരുമാറ്റിയാണ് *കേരളകൗമുദി*യിൽ എത്തിയതെന്നും കാലമേറെക്കഴി ഞ്ഞാണ് അദ്ദേഹത്തിന് മനസിലായത്.

സർ സി പിയുമായി ഏറ്റവുമധികം അടുപ്പം പുലർത്തിയ വ്യക്തി യായിരുന്നല്ലോ കെ സുകുമാരൻ. അദ്ദേഹത്തിന്റെ ഒരു ജീവനക്കാര നായി മാസങ്ങളോളം കഴിഞ്ഞ എന്നെ തരുമ്പുപോലും പിടികിട്ടാതി രുന്ന അദ്ദേഹം കാലമേറെച്ചെന്ന് തിരിച്ചറിഞ്ഞപ്പോൾ ആശ്ചര്യപരത ന്ത്രനായി. കമ്യൂണിസ്റ്റ് പാർട്ടിക്ക് രഹസ്യവും പരസ്യവുമായ പ്രവർത്ത നങ്ങൾക്കുള്ള അടവുകളുണ്ടെന്ന് ഞാനന്ന് അദ്ദേഹത്തോട് പറഞ്ഞു. അത് പ്രാവർത്തികമാക്കാൻ കഴിഞ്ഞതിന്റെ ഫലമായിരുന്നു *കേരള കൗമുദി*യിലെ എന്റെ ഔദ്യോഗിക ജീവിതമെന്ന് ഞാൻ പറഞ്ഞത് അദ്ദേഹത്തിന് വളരെ ഇഷ്ടപ്പെട്ടു.

വർഷങ്ങൾക്കുശേഷം മുഖ്യമന്ത്രിയായപ്പോൾ പണ്ട് ജോലി ചെയ്തിരുന്ന ആ പത്രമാപ്പീസിൽ ഞാൻ പോയി. അപ്പോഴേക്കും വൃദ്ധ നായിക്കഴിഞ്ഞിരുന്ന കെ സുകുമാരന് എന്നെ കണ്ടപ്പോൾ ഏറെ വാത്സല്യമുണ്ടായി. കാലത്തിന് മായ്ച്ചുകളയാനാവാത്ത സ്നേഹവാ ത്സല്യം.

17

പാർട്ടിക്ലാസും പൊലീസിന്റെ വളയവും

***കേ**രളകൗമുദി*യിൽനിന്ന് പിരിഞ്ഞശേഷം ആലപ്പുഴ കേന്ദ്രീകരിച്ചായിരുന്നു എന്റെ പ്രവർത്തനം. എങ്കിലും അവിടെനിന്ന് കോട്ടയത്തേക്കും മൂവാറ്റുപുഴയ്ക്കുമെല്ലാം പല പരിപാടികളുമായി സഞ്ചരിക്കേണ്ടിയിരുന്നു.

കോട്ടയത്തേക്ക് പോകുമ്പോൾ വള്ളത്തിലാണ് സഞ്ചരിക്കാറ്. പുല്ലുവിരിച്ച വള്ളത്തിൽ രാത്രിയിൽ കയറി കിടക്കും. അതിൽ പോയാൽ നേരം പുലരുന്നതിനുമുമ്പ് കോട്ടയത്തെത്തും.

കേരളക്കരയുടെ പ്രകൃതിസൗന്ദര്യം പ്രത്യേകിച്ചും കായലോര സൗന്ദര്യം അനുഭവിച്ചറിയണമെങ്കിൽ ഇത്തരം വഞ്ചിയാത്ര തന്നെ വേണം. പക്ഷേ, ഒരു കാര്യം എന്നെ ചിലപ്പോഴെല്ലാം അസ്വസ്ഥനാക്കി. ഈ പ്രകൃതിരമണീയത പകലൊന്ന് ആസ്വദിക്കാൻ കഴിഞ്ഞിരുന്നെങ്കിൽ... പൂനിലാവ് ഭൂമിക്ക് ഉടയാട ചുറ്റുന്ന ആ രാത്രികളിലെ യാത്ര അവാച്യമായ അനുഭൂതിയായിരുന്നു. മാനത്തുനിന്ന് കണ്ണിറുക്കുന്ന നക്ഷത്രക്കുഞ്ഞുങ്ങളെയും എങ്ങോ എത്താൻ വെമ്പൽ പൂണ്ട് ഓടി മറയുന്ന മേഘങ്ങളെയും നോക്കി കൊച്ചുവഞ്ചിയിൽ കിടന്ന എത്രയെത്ര രാവുകൾ. അതേസമയം ഇരുട്ടിന്റെ ഭയാനകത അകറ്റാൻവേണ്ടി കണ്ണുകൾ അടച്ചുപിടിച്ചു കിടന്ന അമാവാസി നാളുകൾ. മനുഷ്യന്റെ സ്വഭാവവൈവിധ്യംപോലെ തന്നെയല്ലേ പ്രകൃതിയുടെ ഈ ഭാവമാറ്റവും!

ഈ യാത്രക്കിടയിലൊന്നും വള്ളം തുഴയുന്നവർക്കോ അതിലെ ജോലിക്കാർക്കോ എന്നെക്കുറിച്ച് ഒരു സംശയവും തോന്നിയില്ല. വളരെ സുഖകരങ്ങളായിരുന്നു ആ യാത്രകളെല്ലാം. കായൽക്കാറ്റിന്റെ സ്നേഹശീതളമായ തലോടലിൽ ക്ഷീണം മറന്ന രാത്രികൾ. മലബാറിലെ വനാന്തരങ്ങളിലെ ഭീതിദമായ രാത്രികളുമായി തട്ടിച്ചുനോക്കുമ്പോൾ

എന്തൊരു സുഖദമായ രാവുകളാണിവ!

പൊലീസുകാർക്കോ ഒറ്റുകാർക്കോ സംശയം ജനിപ്പിക്കാത്ത ആ സഞ്ചാരം ഞാൻ രഹസ്യ പാർട്ടിപ്രവർത്തനങ്ങൾക്കായി തികച്ചും ഉപയോഗപ്പെടുത്തി. ഇപ്പോൾ അത്തരത്തിലൊരു യാത്ര ചിന്തിക്കാൻപോലും സാധ്യമല്ല. ഈ ദിവസങ്ങളിൽ കോട്ടയത്തും മൂവാറ്റുപുഴയിലുമെല്ലാം നിരവധി ദിവസങ്ങൾ ഞാൻ തങ്ങി.

മൂവാറ്റുപുഴയിലെ പാർട്ടി സെല്ല് അന്ന് ഞാനാണ് സംഘടിപ്പിച്ചത്. പ്രസിദ്ധ സാഹിത്യകാരനായ സി ജെ തോമസ് അടക്കമുള്ളതായിരുന്നു ആ പാർട്ടി സെൽ. പാർട്ടിയുമായി ബന്ധപ്പെട്ട് പ്രവർത്തിച്ചിരുന്ന അദ്ദേഹം സാഹിത്യരംഗത്ത് പിച്ചവെക്കാൻ തുടങ്ങിയതേ ഉണ്ടായിരുന്നുള്ളൂ. പിന്നീട് സാഹിത്യകാരനായി അറിയപ്പെട്ടു. പക്ഷേ, കാലം ചെന്നപ്പോൾ അഭിപ്രായ വ്യത്യാസത്തെത്തുടർന്ന് അദ്ദേഹം പാർട്ടി വിട്ടുവെന്ന് മാത്രമല്ല, അറിയപ്പെടുന്ന കമ്യൂണിസ്റ്റ് വിരുദ്ധനാവുകയും ചെയ്തു.

അന്ന് മൂവാറ്റുപുഴയിലെത്തിയാൽ ഞാൻ പലപ്പോഴും താമസിച്ച ഒരു വീടായിരുന്നു ജേക്കബ് ഫിലിപ്പിന്റേത്. *ദേശാഭിമാനി* കോഴിക്കോട് ആപ്പീസിൽ ഫോട്ടോഗ്രാഫറായി പ്രവർത്തിച്ചു; പിന്നീടദ്ദേഹം കെ ടി ജേക്കബുമായും. ഞാൻ ബന്ധപ്പെട്ടത് ഇക്കാലത്തായിരുന്നു. കെ ടി ജേക്കബ് പിന്നീട് സി പി ഐ നേതാവും മന്ത്രിയുമായി. ഉത്തരവാദഭരണത്തിനുവേണ്ടിയുള്ള പോരാട്ടത്തിൽ കമ്യൂണിസ്റ്റ് പാർട്ടിയുമായി സഹകരിച്ച് പ്രവർത്തിക്കാൻ തയാറായ ഒരുകൂട്ടം യുവാക്കളുടെ പിന്തുണയും സഹകരണവും അക്കാലത്ത് ലഭിച്ചു. അതുകൊണ്ടാണ് ദിവാൻ ഭരണത്തിനെതിരായ പോരാട്ടം മധ്യതിരുവിതാംകൂറിൽ ശക്തിപ്പെടുത്താനായതുതന്നെ.

അതുപോലെതന്നെ കോട്ടയത്ത് പുരോഗമന പ്രസ്ഥാനവും നമ്മുടെ പാർട്ടിയുമായി ഏറ്റവുമധികം സഹകരിച്ചയാളാണ് പ്രൊഫ. ജോൺ. അദ്ദേഹം അറിയപ്പെട്ടിരുന്നത് ജോൺസാറെന്നായിരുന്നു. എന്നാൽ ഇവർക്കാർക്കുംതന്നെ ഞാൻ കയ്യൂർ കേസിലെ പ്രതിയാണെന്ന് അറിയുമായിരുന്നില്ല. എന്റെ പേരിൽ മലബാറിൽ അറസ്റ്റുവാറണ്ട് ഉണ്ടെന്ന് മാത്രമേ അറിയൂ.

അന്ന് കുടികിടപ്പുകാരായ ക്രിസ്ത്യാനികളിൽ ഭൂരിഭാഗവും കമ്യൂണിസ്റ്റ് അനുഭാവികളായിരുന്നു. തിരുവാർപ്പിലെ ചാക്കോച്ചന്റെ കുടുംബമാണ് ഇക്കൂട്ടത്തിൽ പ്രത്യേകം എടുത്തുപറയേണ്ട മറ്റൊരു വീട്. അദ്ദേഹത്തിന്റെ അമ്മയും പെങ്ങൻമാരുമെല്ലാം പാർട്ടിയോട് അങ്ങേയറ്റം അനുഭാവമുള്ളവരായിരുന്നു.

ഇന്നും പാർട്ടിയുടെ സുശക്തകേന്ദ്രമാണ് തിരുവാർപ്പ് മേഖല. പൊലീസ് മർദനം കൊടികുത്തിവാഴുന്ന ഘട്ടത്തിലാണ് ഞാനവിടെ താമസിച്ചത്. പൊലീസ് ആരെ പിടിച്ചു തച്ചുകൊന്നാലും ചോദ്യമില്ലാത്ത സർ സി പിയുടെ വാഴ്ച. ഇതിനെയെല്ലാം നേരിട്ടുകൊണ്ടാണ് കമ്യൂണിസ്റ്റ് പാർട്ടിയും കോൺഗ്രസുകാരും യുവജനങ്ങളും ദേശീയ പ്രസ്ഥാനവും

പോരാടിയത്. ആ പോരാട്ടങ്ങൾ വിജയം വരിക്കുകയും ചെയ്തു.

1943 മെയ്. മൂന്നാം കമ്യൂണിസ്റ്റ് ഇന്റർനാഷണൽ പിരിച്ചുവിട്ട സമയം. സ്റ്റാലിന്റെ നേതൃത്വത്തിലുള്ള കമ്യൂണിസ്റ്റ് ഇന്റർനാഷണലിന്റെ കേന്ദ്രസമിതിയാണ് പിരിച്ചുവിടാനുള്ള തീരുമാനമെടുത്തത്. രണ്ടാം ലോകമഹായുദ്ധത്തിൽ ഹിറ്റ്ലറുടെ നാസിപ്പട സോവിയറ്റ് യൂണിയനെതിരായി യുദ്ധം അഴിച്ചുവിട്ട കാലഘട്ടം. അന്ന് ഇന്റർനാഷണൽ പിരിച്ചുവിട്ടതിനെതിരായി പാർട്ടിക്കകത്തുതന്നെ സംശയങ്ങളുണ്ടായിരുന്നു. എന്നാൽ പിരിച്ചുവിട്ടതിനെ വിശദീകരിച്ചുകൊണ്ടുള്ള പ്രസ്താവനകൾ പുറത്തുവന്നപ്പോൾ അത് ഞങ്ങളെല്ലാം അംഗീകരിച്ചു.

ഹിറ്റ്ലറിസത്തിനെതിരായി ഫാസിസ്റ്റ് വിരുദ്ധ ശക്തികളെയാകെ അണിനിരത്താൻ സഹായിക്കുമെന്നും ഫാസിസ്റ്റ് വിരുദ്ധമുന്നണി കെട്ടിപ്പടുക്കേണ്ടത് ആവശ്യമാണെന്നുമുള്ള ഇന്റർനാഷണൽ നേതാക്കൻമാരുടെയും സ്റ്റാലിന്റെയും വിശദീകരണം വന്ന ആ ഘട്ടത്തിൽ ഞങ്ങളെല്ലാം ആലപ്പുഴയിലായിരുന്നു. പാർട്ടി ക്ലാസ് സംഘടിപ്പിക്കാനും സഖാക്കൾക്ക് ആശയപരമായും താത്വികമായും വിശദീകരണം നൽകാനും തിരുവിതാംകൂറിലെ കമ്യൂണിസ്റ്റ് പാർട്ടി പരിപാടി തയാറാക്കി.

അതിന്റെ ആദ്യപടിയെന്ന നിലയ്ക്ക് ആലപ്പുഴയിൽ ഞങ്ങൾ നേതാക്കൻമാർക്ക് പാർട്ടി ക്ലാസ് സംഘടിപ്പിച്ചു. അന്ന് ഒളിവിൽ പ്രവർത്തിച്ചിരുന്ന ഞാനും എ വി കുഞ്ഞമ്പുവും ഒ ജെ ജോസഫുമുണ്ടായിരുന്നു ആ ക്ലാസിൽ. അപ്പോഴത്തെ ഒരു സംഭവം ഇന്നലെയെന്നോണം ഓർത്തുപോവുകാണ്.

ആർ സുഗതൻ, എസ് കുമാരൻ ഉൾപ്പെടെയുള്ള നേതാക്കൾ ആ ക്ലാസിൽ പങ്കെടുക്കുന്നുണ്ട്. മൂന്ന് ദിവസത്തെ ക്ലാസാണ് നിശ്ചയിച്ചിരിക്കുന്നത്. രണ്ടാം ദിവസത്തെ ക്ലാസ് നടക്കുകയാണ്. പൊലീസ് മേധാവി വൈദ്യനാഥയ്യരുടെ നേതൃത്വത്തിലുള്ള സംഘം ഞങ്ങളുടെ ക്ലാസ് വളഞ്ഞു. പൊലീസ് ആപ്പീസർ അകത്തുകയറി കസേരയിലിരുന്നു. പൊലീസുകാർ ക്ലാസിനുചുറ്റും നിലയുറപ്പിച്ചു. ഓരോരുത്തരുടെയും പേരെഴുതിയെടുത്തു. ഞങ്ങൾ മൂന്നുപേരാണ് ഒളിവിലുണ്ടായിരുന്നവർ. ഇരുപതിലധികം പേർ ക്ലാസിൽ പങ്കെടുത്തിരുന്നു. എന്റെ ഊഴം വന്നു. ഞാൻ മൂവാറ്റുപുഴക്കാരൻ നാരായണപിള്ളയായി. അവർക്ക് സംശയമേ ഉണ്ടായില്ല. എ വിയും പേര് മാറ്റിപ്പറഞ്ഞു. കഷ്ടകാലമെന്ന് പറയട്ടെ, ഒ ജെ ജോസഫിനെ അറിയുന്ന ഒരു പൊലീസുകാരൻ അക്കൂട്ടത്തിലുണ്ടായിരുന്നു.

ആലപ്പുഴയിൽ ട്രേഡ്യൂണിയൻ രംഗത്ത് പ്രവർത്തിച്ച പരിചയം ഒ ജെക്ക് മുമ്പുതന്നെയുണ്ട്. പൊലീസുകാരന്റെ നോട്ടവും ഭാവവും കണ്ട ഒ ജെക്ക് സംഗതി മനസിലായി. പൊലീസുകാർ അറസ്റ്റ് ചെയ്യുന്നതിനു മുമ്പ് എങ്ങനെയും പുറത്തുകടക്കണമെന്ന് നിശ്ചയിച്ചുറപ്പിച്ച ഒ ജെ ഒരൊറ്റക്കുതിപ്പിന് പിൻവാതിലിനടുത്തെത്തി. പൊലീസ് ഒ ജെയുടെ അടുത്തേക്ക് നീങ്ങിയപ്പോഴേക്കും ഒരു മിന്നൽപോലെ അദ്ദേഹം ഓടിമ

റഞ്ഞു. പൊലീസുകാർ പിറകെയും. പക്ഷേ, ആലപ്പുഴയിലാകെ വെള്ളം നിറഞ്ഞ ചാലുകളായിരുന്നു. ഒ ജെ പടിഞ്ഞാറോട്ട് ഓടി വാടേത്തോട് കടവിലിറങ്ങി നീന്തി അക്കരെ പറ്റി. ഷൂസും യൂണിഫോറവുമായി വെള്ളത്തിൽ ചാടിയിറങ്ങിയ പൊലീസുകാർ നീന്താനും കയറാനും പറ്റാതെ വിഷമിച്ചു. അവർക്ക് ഒ ജെ നീന്തിക്കടക്കുന്നത് നോക്കി നിൽക്കാനെ കഴിഞ്ഞുള്ളൂ. അങ്ങനെ ഒ ജെ സമർഥമായി രക്ഷപ്പെട്ടു.

എന്നെയും എ വിയെയും സംബന്ധിച്ച് ഒരു സംശയവും പൊലീസുകാർക്കുണ്ടായിരുന്നില്ല. തങ്ങൾ തേടിവന്നയാൾ തോട് ചാടിക്കടന്നിരിക്കുന്നുവെന്ന് മനസിലാക്കിയ പൊലീസ്സംഘം തിരികെപ്പോയി. ഇനിയും ക്യാമ്പ് തുടരുന്നത് ബുദ്ധിയല്ലെന്ന് മനസിലാക്കിയ ഞങ്ങൾ അന്ന് രാത്രിയോടെ ക്യാമ്പ് പിരിച്ചുവിട്ടു.

* * * * * *

ഞാൻ ആലപ്പുഴയിൽ അധികവും താമസിച്ചത് എസ് ദാമോദരന്റെയും എസ് കുമാരന്റെയും വീട്ടിലായിരുന്നു. അവിടെ താമസിക്കുമ്പോൾ പുലർച്ചെ നാലുമണിക്കുതന്നെ എഴുന്നേറ്റ് വ്യായാമ പരിശീലനം നടത്തുക പതിവായിരുന്നു. യോഗാഭ്യാസത്തിന്റെ ചില മുറകളൊക്കെ പഠിച്ചിരുന്നു. ശീർഷാസനവും മറ്റുമെടുത്ത് ഒരു മണിക്കൂർ സമയം അതിനുവേണ്ടി ഉപയോഗിക്കും. അതിനുശേഷമേ കുളിക്കാൻ പോകൂ.

അക്കാലത്ത് ആര്യാട് വാർഡിന് ഒരു പ്രത്യേകതയുണ്ടായിരുന്നു. ഇന്നത്തെപ്പോലെ റോഡുകളോ കെട്ടിടങ്ങളോ പടിഞ്ഞാട്ടേക്കുള്ള പാലങ്ങളോ ഉണ്ടായിരുന്നില്ല. കയർത്തൊഴിലാളി മേഖലയായിരുന്നു. അവിടെ പുലർച്ചെതന്നെ നിരനിരയായി തൊഴിലാളികൾ ഫാക്ടറിയിലേക്ക് പോകും. ഇരുളിനെ കീറിമുറിക്കുന്ന വെളിച്ചംപോലെ അവർ നീങ്ങുന്നതു കാണാൻ ഒരു പ്രത്യേക ചന്തം തന്നെയായിരുന്നു. ഇന്നാണെങ്കിൽ റോഡുകളും കെട്ടിടങ്ങളുമൊക്കെയായി വാർഡിന്റെ സ്വഭാവംതന്നെ മാറിമറിഞ്ഞു.

അവിടെയൊരു ലോവർ പ്രൈമറി സ്കൂളുണ്ട്. അതിന്റെ ഹാളിലായിരുന്നു ഞാൻ വ്യായാമമെടുത്തിരുന്നത്. അത്ര പുലർച്ചെ ആരും അങ്ങോട്ടെത്തിനോക്കാറുപോലുമില്ല. ഒരുദിവസം വ്യായാമം പുറത്തായാലോ എന്നൊരു തോന്നൽ. പുറത്തെ മണൽവിരിപ്പിൽ ഞാൻ ശീർഷാസനം തീർത്തു. തൊഴിലാളികൾ ഫാക്ടറിയിലേക്ക് പോകാൻ തുടങ്ങിയിരുന്നു. ശീർഷാസനത്തിൽ നിൽക്കുന്ന എനിക്ക് അവരെ കാണാൻ കഴിയില്ലെന്നല്ലേയുള്ളൂ. അവർക്കെന്നെ കാണാൻ തടസമൊന്നുമുണ്ടായിരുന്നില്ലല്ലോ. തലകുത്തിനിൽക്കുന്ന ഇതൊരു പ്രേതം തന്നെയെന്ന് അവർ സംശയിച്ചു. കല്ലെടുത്തെറിയാൻ അവരിൽ ചിലർ മുതിർന്നു. പക്ഷേ, എന്റെ യോഗാഭ്യാസത്തെക്കുറിച്ച് അറിയാവുന്ന ചിലർ അക്കൂട്ടത്തിലുണ്ടായിരുന്നു. “ഒരുപക്ഷേ, ഇത് നമ്മുടെ സഖാവാ

യിരിക്കും. ഏതായാലും അടുത്തുചെന്ന് ഒന്ന് നോക്കിയതിനു ശേഷ മാവാം കല്ലുകൊണ്ടുള്ള പ്രയോഗം" അവർ പറഞ്ഞു. ഏതായാലും അവരുടെ ഇടപെടൽമൂലം വലിയൊരു ദുരന്തത്തിൽനിന്ന് തൽക്കാലം ഞാൻ രക്ഷപ്പെട്ടു.

ഈ സംഭവം ഞാനറിഞ്ഞത് തൊഴിലാളി സഖാക്കൾ നേരിട്ടുവന്ന് പറഞ്ഞപ്പോഴാണ്. വൈകിട്ട് ഫാക്ടറി വിട്ടുവരുമ്പോൾ അവരിൽ ചിലർ എന്റെ താമസസ്ഥലത്തേക്ക് വരാറുണ്ടായിരുന്നു. അന്ന് ഓരോരുത്തരും ഓരോ കല്ല് സമ്മാനിച്ചിരുന്നെങ്കിൽ എന്റെ കഥ!

യോഗാഭ്യാസം കഴിഞ്ഞാൽ രാവിലെതന്നെ പടിഞ്ഞാറുഭാഗത്തെ തോട്ടിൽ കുളിക്കാൻ പോകും. വസ്ത്രങ്ങൾ സ്വയം അലക്കും. ഖദർ വസ്ത്രങ്ങളായിരുന്നു അന്ന് ധരിക്കാറ്. അലക്കുകാരനെയൊന്നും അന്വേ ഷിച്ച് നടക്കേണ്ട ജോലി അന്നുണ്ടായിരുന്നില്ല. ഇത് കോൺഗ്രസിന്റെ ആദ്യകാല പരിശീലനത്തിൽനിന്ന് ലഭിച്ച സ്വഭാവമായിരുന്നു.

കോൺഗ്രസും കമ്യൂണിസ്റ്റ് പാർട്ടിയുമായുള്ള ബന്ധം വിച്ഛേദിച്ചത് നാൽപ്പത്തിരണ്ടോടുകൂടിയാണ്. കമ്യൂണിസ്റ്റുകാരെ അന്ന് ബ്രിട്ടീഷ് ഏജന്റുമാരെന്ന് ചിത്രീകരിച്ച് കോൺഗ്രസുകാർ പ്രചാരണം നടത്തി. ആ തെറ്റായ രീതി ഇന്നും ഞാനോർക്കുന്നു. അന്ന് നെഹ്റു അടക്കം ജയിലിലായിരുന്ന ദേശീയ നേതാക്കളെ വിട്ടയക്കാനും ഇന്ത്യൻ സ്വാത ന്ത്ര്യത്തിനുവേണ്ടിയും കമ്യൂണിസ്റ്റുകാർ നടത്തിയ പോരാട്ടം ചരിത്ര പ്രസിദ്ധമാണ്.

ദാമോദരന്റെയും കുമാരന്റെയും വീട്ടിൽ താമസിക്കുന്ന സമയത്തു തന്നെ എനിക്ക് മന്തുരോഗം പിടിപെട്ടു. ചേർത്തല-ആലപ്പുഴ മേഖലക ളിൽ അന്ന് മന്തുരോഗം തൊഴിലാളികളിൽ വ്യാപകമായി കാണാമായി രുന്നു. സാധാരണക്കാരെയും ഇത് അവശരാക്കിയിരുന്നു. ഇന്നത് മാറി യെങ്കിലും അതിന്റെ അവശിഷ്ടങ്ങൾ ഇല്ലാതില്ല. മന്തുരോഗത്തിന്റെ ലക്ഷണം കണ്ടതോടെ മാനസികമായി ഞാനാകെ തളർന്നു. ചില പ്ര കൃതി ചികിത്സാ പുസ്തകങ്ങൾ ഞാൻ വായിച്ചത് അതിനടുത്ത നാളു കളിലായിരുന്നു. ആ ചികിത്സാവിധി ഒന്ന് പ്രയോഗിച്ചുനോക്കാൻതന്നെ മനസിലുറപ്പിച്ചു. വലത്തെ കാലിനായിരുന്നു രോഗം ബോധിച്ചത്. ചെളി മണ്ണെടുത്ത് കാലിനെ മൂടിപ്പുതപ്പിക്കും. കുറെ കഴിഞ്ഞാൽ (ഒരു മണി ക്കൂറെങ്കിലും) പടിഞ്ഞാറുഭാഗത്തുള്ള തോട്ടിൽപ്പോയി കുളിക്കും.

തോട്ടിലെ വെള്ളം വൃത്തികെട്ടതാണെങ്കിലും പുലർച്ചെ നാലരമ ണിക്ക് കുളിക്കുമ്പോൾ സുഖം തോന്നിയിരുന്നു. വേലിയേറ്റവും വേലി യിറക്കവും അവിടെ നടന്നിരുന്നു. വേലിയേറ്റത്തിന്റെ ഫലമായി വെള്ളം പൊങ്ങിക്കിടക്കും. ഈ സമയത്താണ് ഞാൻ കുളിക്കാൻ പോകാറ്. ഒരു മാസത്തിലധികം ഈ ചികിത്സ തുടർന്നു. അങ്ങനെ എന്റെ മന്തുരോഗ ത്തിന് അൽപ്പമൊരു കുറവ് അനുഭവപ്പെട്ടു. ചേർത്തലയിലെയും ആല പ്പുഴിലെയും വെള്ളം ഉപയോഗിച്ചതുകൊണ്ടും കൊതുകിന്റെ ആക്ര മണം കൊണ്ടുമാണ് ഇതെന്ന് മനസിലാക്കാൻ മറ്റാരുടെയും സഹായം

വേണ്ടിവന്നില്ല.

ഒളിവുജീവിതകാലമായതിനാൽ ആശുപത്രിയിൽ പോകാതെ കഴിച്ചുകൂട്ടാൻ വ്യായാമവും പ്രകൃതിചികിത്സയും എന്നെ വളരെയധികം സഹായിച്ചു. അല്ലെങ്കിൽ എന്റെ കാലുതന്നെ നഷ്ടപ്പെടുമായിരുന്നു എന്നുപോലും ഞാനിപ്പോൾ ചിന്തിച്ചു പോകാറുണ്ട്. ഞാൻ താമസിച്ച വീട്ടിലെ സഖാക്കളെയും ഇത് വിഷമിപ്പിച്ചു. എന്റെ പ്രകൃതിചികിത്സയെപ്പറ്റി ഒരുപക്ഷേ, ഇപ്പോഴും ചില അംഗങ്ങളെങ്കിലും ഓർക്കുന്നുണ്ടാവും.

ദാമോദരന്റെ വീട്ടിൽ ഞാൻ മാസങ്ങളോളം താമസിച്ചുവല്ലോ. സ്വന്തം വീടുപോലെ, സന്തോഷത്തോടെ, സമാധാനത്തോടെ കഴിഞ്ഞ ആ വീടിനെക്കുറിച്ച് പറയാതെപോയാൽ എന്റെ ഒളിവുകാല ഓർമകൾ തികച്ചും അപൂർണമായിരിക്കും.

ദാമോദരനും കുമാരനും മറ്റൊരു സഹോദരനും സഹോദരിയും അച്ഛനുമമ്മയും അടങ്ങിയതായിരുന്നു അവരുടെ കുടുംബം.

ദാമോദരന്റെ രണ്ട് അനുജൻമാരിൽ ഒരാൾ (എസ് കുമാരൻ) പിന്നീട് സി പി ഐ നേതാവായി. പാർട്ടി കേന്ദ്ര എക്സിക്യൂട്ടീവ് അംഗമായി. അദ്ദേഹം ഈയിടക്കാണ് അന്തരിച്ചത്. മറ്റൊരനിയൻ തിരുവനന്തപുരത്ത് താമസമാക്കി. അദ്ദേഹവും ഇപ്പോൾ ജീവിച്ചിരിപ്പില്ല. അവരുടെ ഏക സഹോദരി തങ്കമ്മ (ഖാദി ബോർഡിൽ ഉദ്യോഗസ്ഥ)യും ദാമോദരനും മാത്രമേ ജീവിച്ചിരുപ്പുള്ളൂ. ദാമോദരൻ സി പി ഐ (എം) നേതാവാണ്.

1946 ജൂൺവരെ ഞാൻ ആ വീട്ടിലുണ്ടായിരുന്നു. അങ്ങനെ ഞാനുൾപ്പെടെ ഏഴുപേരായി ആ വീട്ടിലെ അംഗങ്ങൾ. വീടിനുചുറ്റും കയർത്തൊഴിലാളി കുടുംബങ്ങളായിരുന്നു. ദാമോദരനും കുമാരനും കയർത്തൊഴിലാളി യൂണിയൻ നേതാക്കളായിരുന്നു. രാവിലെതന്നെ ഇരുവരും പോകും. അവരുടെ തൊട്ടടുത്ത ബന്ധുക്കളും അതിന് ചുറ്റുവട്ടത്തുതന്നെയായിരുന്നു താമസം. കയറ്റുപായ നെയ്ത്തായിരുന്നു അവരുടെ പ്രധാന തൊഴിൽ. ദിവസവും വൈകുന്നേരം പാർട്ടി സഖാക്കളുടെയും ഇരു സഹോദരന്മാരുടെയും ബന്ധുക്കളുടെയും സൗഹൃദസദസ്സ് അവിടെ നടക്കും. സംഘടനാ കാര്യങ്ങളും രാഷ്ട്രീയവുമായിരിക്കും ചർച്ചാവിഷയങ്ങൾ. സംഘടന വിപുലപ്പെടുത്താനും യൂണിയൻ വളർത്താനും ഇതേറെ സഹായിച്ചു. ദാമോദരന്റെ അച്ഛന്റെ ജ്യേഷ്ഠന്റെ മക്കളായ പത്മനാഭനും കുട്ടപ്പനും അയൽപക്കത്തുതന്നെയായിരുന്നു താമസം. കുട്ടപ്പന്റെ കാലിനും മന്ത് ബാധിച്ചിരുന്നു. വാസു, രാഘവൻ എന്നീ തൊഴിലാളി പ്രവർത്തകരും ഞങ്ങളുടെ അടുത്ത സുഹൃത്തുക്കളായി മാറി.

വളരെയേറെ അധ്വാനിച്ചാണ് ദാമോദരന്റെ അച്ഛനമ്മമാർ ആ കുടുംബം പോറ്റിയിരുന്നത്. വീടും പറമ്പും നല്ലപോലെ നോക്കിനടത്തുന്നതിൽ അവർ അങ്ങേയറ്റം ശ്രദ്ധിച്ചു. വീടിന്റെ ചുറ്റുപാടും ഓലകൊണ്ട്

മറച്ചിരുന്നു. പറമ്പിൽ കുറെ തെങ്ങുകളും വെച്ചുപിടിപ്പിച്ചിരുന്നു. അതിൽനിന്ന് കിട്ടിയിരുന്ന തേങ്ങ വീട്ടുചെലവും കഴിഞ്ഞ് വിൽക്കാനുമുണ്ടായിരുന്നു. മക്കളെയെന്നോണമാണ് ആ അച്ഛനമ്മമാർ തെങ്ങുകളെ പരിപാലിച്ചുപോന്നത്. രാവിലെ അഞ്ചുമണിക്ക് എഴുന്നേറ്റ് തെങ്ങുകൾക്ക് നനയ്ക്കുക എന്നത് അവരുടെ ദിനചര്യയുടെതന്നെ ഭാഗമായിരുന്നു. ഞാനും ആ ജോലിയിൽ അവരെ സഹായിച്ചു പോന്നു. അന്ന് വെള്ളമൊഴിച്ച് വളർത്തിയ ആ തെങ്ങുകൾ ഒരുവേള ഇപ്പോഴും കാണാം. അങ്ങനെ വീട്ടുകാര്യങ്ങളിൽ ആ അച്ഛനമ്മമാരെ സഹായിക്കാൻ ഞാനും ഒപ്പംകൂടി.

രാവിലെ പറമ്പിലെ പണിയൊക്കെ തീർത്ത് പ്രാതലും കഴിഞ്ഞാൽ ദാമോദരന്റെ അമ്മ കയറുപിരിക്കൽ പണിയിലേർപ്പെടും. അഴുക്കാനിട്ട തൊണ്ടെടുത്ത് തല്ലി ചകിരിയാക്കുന്ന ജോലിയാണ് ആ അമ്മ ചെയ്തിരുന്നത്. എല്ലാ ദിവസവും ഈ പതിവ് തുടർന്നു. ചകിരിയാക്കിക്കഴിഞ്ഞാൽ പിന്നെ അത് പിരിച്ച് കയറാക്കുന്നതിനും അമ്മതന്നെ. പകൽമുഴുവൻ – ഉച്ചഭക്ഷണസമയമൊഴിച്ച് നാലുമണിവരെ – ഈ ജോലി തുടർന്നുപോന്നു. അച്ഛനാണെങ്കിൽ തെങ്ങിന്റെ ശുശ്രൂഷയും വീട്ടിലെയും പറമ്പിലെയും മറ്റ് ജോലികളും നോക്കിനടത്തും. ഇതിലൊന്നും ദാമോദരനും കുമാരനും ശ്രദ്ധിക്കില്ല. രാവിലെ പോയാൽ രാത്രിയേ ഇരുവരും എത്താറുള്ളൂ.

വൈകിട്ട് അഞ്ചുമണി കഴിഞ്ഞാൽ ആ അമ്മ പടിഞ്ഞാറുള്ള ചന്തയിലേക്ക് പോകും. അത് വിറ്റുകിട്ടുന്ന കാശുകൊണ്ടാവും വീട്ടിലേക്കാവശ്യമായ അരിയും മറ്റു സാധനങ്ങളും വാങ്ങുക. അങ്ങനെയായിരുന്നു ആലപ്പുഴയിലെ ആ തൊഴിലാളി കുടുംബം കഴിഞ്ഞുവന്നത്; അവിടത്തെ ഒരംഗമെന്നനിലയിൽ കുറെക്കാലം ഞാനും.

അക്കാലത്ത് ഞാൻ അടുത്തിടപഴകിയവരിൽ മറക്കാനാവാത്ത ഒരാളായിരുന്നു സ്വാമി പത്മനാഭൻ എന്നറിയപ്പെടുന്ന പത്മനാഭൻ. എല്ലാ വൈകുന്നേരവും ഞാനൊരു കയർ ഫാക്ടറിയിൽ പോകാറുണ്ട്. അവിടത്തെ മാനേജരായിരുന്നു പത്മനാഭൻ; ഒപ്പം ഒരു തൊഴിലാളിനേതാവും. കയർത്തൊഴിലാളികളുടെ പ്രശ്നങ്ങൾ പഠിക്കുന്നതിൽ സ്വാമി പത്മനാഭൻ അതീവ താൽപ്പര്യം കാണിച്ചിരുന്നു. സ്നേഹസമ്പന്നനായ തൊഴിലാളിനേതാവും ഒരു സ്ഥാപനത്തിന്റെ മാനേജരുമാവാൻ ഒരു സഖാവിന് എങ്ങനെ കഴിയുമെന്നതിന്റെ ഉദാഹരണമായിരുന്നു സ്വാമി പത്മനാഭൻ. എന്നെ അന്നദ്ദേഹം നിറഞ്ഞ മനസോടെ സഹായിച്ചിരുന്നത് ഇന്നും നന്ദിപൂർവം ഞാനോർക്കുന്നു. ഇന്ന് പത്മനാഭൻ ജീവിച്ചിരിപ്പില്ല.

* * * * * *

കയർത്തൊഴിലാളികൾ തിങ്ങിപ്പാർക്കുന്ന പ്രദേശമായിരുന്നു അതെന്ന് മുമ്പ് പറഞ്ഞുവല്ലോ. ശ്രീനാരായണ ഗുരുവിനെ പൂജിക്കുന്ന ഒരമ്പലവും അവിടെയുണ്ടായിരുന്നു. ഈഴവ സമുദായത്തിൽപ്പെട്ടവരാ

യിരുന്നു അവിടത്തെ ഭൂരിപക്ഷം തൊഴിലാളികളും. പാർട്ടിയുടെ ശക്തി കേന്ദ്രമായിരുന്നു ആര്യാട് വാർഡ്.

ആ അമ്പലത്തിലെ ഉത്സവസമയങ്ങളിൽ ഞാനവിടെ പോകാറുണ്ട്. ശ്രീനാരായണനെ സംബന്ധിച്ച ഗ്രന്ഥങ്ങളെല്ലാം ഞാൻ വായിച്ചു. അന്ന് ശ്രീനാരായണൻ പറഞ്ഞത് ഇന്നും അനുയായികളും ആരാധകരും അംഗീകരിക്കുന്നുണ്ടോ എന്ന് സംശയമാണ്. അരുവിപ്പുറത്ത് ഈഴവ ശിവനെ പ്രതിഷ്ഠിച്ച ശ്രീനാരായണൻ ചേർത്തലയിലെ കണ്ണാടി പ്രതിഷ്ഠയോടെയാണ് പ്രതിഷ്ഠാകർമം അവസാനിപ്പിച്ചത്. ആ സ്ഥലവും ഞാൻ സന്ദർശിച്ചു.

"ഒരു ജാതി ഒരു മതം ഒരു ദൈവം മനുഷ്യന്" എന്ന് ശ്രീനാരായണൻ പ്രഖ്യാപിച്ചുവെങ്കിലും ഇന്ന് ആ ആപ്തവാക്യങ്ങൾക്ക് ജനങ്ങൾ എത്രത്തോളം പരിശുദ്ധിയും പിന്തുണയും നൽകുന്നുണ്ടെന്ന് ആലോചിക്കണം. വർഗീയ ഛിദ്രശക്തികൾ ദേശീയൈക്യത്തെ തകർക്കാനും വർഗീയ ലഹളകൾ ആളിക്കത്തിക്കാനും ശ്രമിക്കുമ്പോൾ ശ്രീനാരായണന്റെ ആപ്തവാക്യങ്ങൾക്ക് ഇന്ന് പ്രസക്തിയേറുന്നു. കേരളത്തിലെ നവോത്ഥാന പ്രസ്ഥാനത്തിന്റെ നേതാവായിരുന്ന ശ്രീനാരായണന്റെ ഈ ഏറ്റവും നല്ല സിദ്ധാന്തം നടപ്പിൽ വരുത്താൻ ഭൂപ്രഭുത്വ-മുതലാളിത്ത വ്യവസ്ഥയിൽ സാധിക്കില്ലെന്നറിയാം. മനുഷ്യൻ നന്നാകുന്നതോടൊപ്പം സാംസ്കാരികനിലവാരവും ഉയരണം. എന്നാൽ ഭരണകക്ഷികളും ശ്രീനാരായണന്റെ ചില അനുയായികളുമുൾപ്പെടെ, ആ മഹത്തായ സിദ്ധാന്തം ഉയർത്തിപ്പിടിക്കാനല്ല ശ്രമിക്കുന്നത്; മറിച്ച് വർഗീയ ചേരിതിരിവുകൾ കൂടുതൽ വിപുലപ്പെടുത്താനാണ്. ഇന്ത്യയിലും കേരളത്തിലും അനുഭവം ഇതുതന്നെയാണ്. ഭൂരിപക്ഷ വർഗീയശക്തികൾ വ്യത്യസ്ത മതങ്ങളുടെയും ആരാധനകളുടെയും പേരിൽ സംഘർഷങ്ങളും ഛിദ്രീകരണവും വളർത്തുകയുമാണ്: ഒരു വിഭാഗം ശ്രീനാരായണഭക്തൻമാർ ഉൾപ്പെടെയുള്ളവർ ഇതിന് ചൂട്ടുപിടിക്കുകയും ചെയ്യുന്നു. "മതമേതായാലും മനുഷ്യൻ നന്നായാൽ മതി"യെന്ന് ശ്രീനാരായണൻ ഒടുവിൽ പറഞ്ഞത് ഇന്നും അലയടിക്കുന്നു.

സഹോദരൻ അയ്യപ്പന്റെ പുസ്തകങ്ങളും ഈ ഘട്ടത്തിൽ എനിക്ക് വായിക്കാൻ കഴിഞ്ഞു. "ജാതി വേണ്ട, മതം വേണ്ട, ദൈവം വേണ്ട മനുഷ്യന്" എന്ന് ഉദ്ഘോഷിച്ച സഹോദരന്റെ ശിഷ്യന്മാരും ആരാധകരും ഇന്നെവിടെ?

18

തൊഴിലാളികളുടെ വായനശാല

എസ് ദാമോദരന്റെ വീട്ടിൽ താമസിക്കുന്നകാലത്ത് ഒരു ദിവസം ഞങ്ങളുടെ സംഭാഷണമധ്യേ ഒരു വായനശാല വേണമെന്ന ആശയം ഉദിച്ചത് പെട്ടെന്നായിരുന്നു. എഴുത്തിനും വായനക്കും ഇഷ്ടംപോലെ സമയം ലഭിച്ചിരുന്ന കാലമായിരുന്നല്ലോ അത്. സോവിയറ്റ് യൂണിയനെപ്പറ്റി ഞാൻ ആയിടക്ക് ഒരു ലഘുലേഖ എഴുതിയിരുന്നു. കൂടുതൽ എഴുതാനും വായിക്കാനുമുള്ള ആ സന്ദർഭം ശരിക്കും ഉപയോഗപ്പെടുത്തണമെന്ന് ഞങ്ങൾ തീരുമാനിച്ചു. അങ്ങനെയാണ് ഒരു പൊതു വായനശാല വേണമെന്ന തീരുമാനമെടുത്തത്.

പക്ഷേ, വെറുതെയങ്ങ് വായനശാല തുടങ്ങാൻ പറ്റില്ലല്ലോ. ആദ്യം കുറച്ചു കാശ് കൂടിയേ തീരൂ. എന്തായാലും അതിനുവേണ്ട കാശ് ഉണ്ടാക്കുകതന്നെ. അതിനായി *മതവും റഷ്യയും* എന്ന ലഘുലേഖ ഞാനെഴുതി. അത് വിറ്റുകിട്ടിയ കാശുകൊണ്ട് ഓല വാങ്ങി. സംഭാവനയായും കുറച്ചു കാശ് സംഭരിച്ചു. വായനശാലയുടെ പ്രാരംഭച്ചെലവുകൾക്കുള്ള പണം ഈ വിധത്തിൽ കണ്ടെത്തി.

അങ്ങനെ ആര്യാട്ട് പൊതുവായനശാല രൂപംകൊണ്ടു. ഇന്നത് നല്ലൊരു ഗ്രന്ഥശാലയായി വളർന്ന് പന്തലിച്ചു. കാലമേറെക്കഴിഞ്ഞ് ഒളിവിൽനിന്ന് പുറത്തുവന്ന ഞാൻ അതിന്റെ വിശേഷാൽ വാർഷികത്തിന് പങ്കെടുക്കാനെത്തി. ആ ചടങ്ങിൽ വയലാർ രാമവർമയും ഉണ്ടായിരുന്നു. അദ്ദേഹത്തെ ആദ്യമായി കാണാൻ എനിക്കവസരം ലഭിച്ചത് അന്നായിരുന്നു. പിന്നീട് നിരവധിതവണ ഞാൻ അദ്ദേഹവുമായി ബന്ധപ്പെട്ടു. ആര്യാട്ടെ ഒരു പൊതുജന വായനശാലക്കുവേണ്ടി വയലാറും വളരെയധികം സംഭാവനകൾ നൽകിയിട്ടുണ്ട്.

ദാമോദരന്റെ വീട്ടിലെ താമസത്തിനിടയിൽത്തന്നെ ചില അവസരങ്ങളിൽ ഞാൻ മുഹമ്മയിലേക്ക് പോകാറുണ്ട്. അവിടെ സുശീലയുടെ

വീടായിരുന്നു ഒരു താവളം. സുശീല, ചേച്ചി, അവരുടെ മക്കൾ, അമ്മ, കാരണവർ കരുണാകരപ്പണിക്കർ എന്നിവരായിരുന്നു ആ വീട്ടിലെ താമസക്കാർ. ആ വീട്ടിൽ ഞാൻ ഒന്നിലേറെ തവണ താമസിച്ചിട്ടുണ്ട്.

സുശീല അന്ന് കോളെജ് വിദ്യാർഥിനിയായിരുന്നു. ദിവസവും വീട്ടിൽനിന്ന് പോയി വരാറായിരുന്നു പതിവ്.

ഞാൻ പകൽ മുഴുവൻ അവിടെ തങ്ങും. രാത്രി സഖാക്കളെ കാണുന്നതിനും മറ്റുമായി പുറത്തുപോകും. കരുണാകരപ്പണിക്കരെ കാണാൻ പൊലീസുകാർ അവിടെ വരാറുണ്ടായിരുന്നു. ഒരു ദിവസം പക്ഷേ, എന്നെയും അന്വേഷിച്ച് പൊലീസ് വന്ന വിവരം കിട്ടി. ആ വീടിന്റെ പിന്നിലുള്ള ചെറ്റക്കുടിലിൽ ഇരുന്നായിരുന്നു എന്റെ എഴുത്തും വായനയും. മുഹമ്മ അയ്യപ്പൻ പലപ്പോഴും അവിടെ വരും. ഏറെനേരം സംസാരിച്ചിരിക്കും.

എനിക്ക് ഒരു ബുദ്ധിമുട്ടുമുണ്ടാകാതിരിക്കാൻ സുശീലയുടെ അമ്മ (ഞങ്ങൾ കൊച്ചമ്മയെന്നാണ് അവരെ വിളിക്കാറ്) പ്രത്യേകം ശ്രദ്ധിച്ചിരുന്നു. ആ വീടിന് ചുറ്റുപാടും താമസിച്ചിരുന്നവരെല്ലാം നമ്മുടെ സഖാക്കളായിരുന്നു. കയർത്തൊഴിലാളികളായിരുന്നു അവരിൽ ഏറിയകൂറും. ഒളിവിൽ പ്രവർത്തിക്കുന്ന സഖാക്കളുടെ കേന്ദ്രമായിരുന്നു ആ വീടും പരിസരവും. സുശീലയും എ കെ ജിയുമായി വിവാഹബന്ധത്തിന് വഴിവെച്ചതും ആ സാഹചര്യമായിരുന്നു.

സുശീല അന്ന് വിദ്യാർഥിനിയായിരുന്നുവെന്ന് പറഞ്ഞല്ലോ. രാവിലെ പോയിക്കഴിഞ്ഞാൽ വൈകിട്ടുവരും. അതുകഴിഞ്ഞാൽ ആ കൊച്ചുമിടുക്കി ഞാൻ താമസിക്കുന്ന കൂരയിലേക്ക് വരും. കമ്യൂണിസ്റ്റ് പാർട്ടിയെ സംബന്ധിച്ചും പ്രവർത്തനരീതിയെക്കുറിച്ചുമെല്ലാം അറിയാൻ അവൾക്ക് അങ്ങേയറ്റം താൽപ്പര്യം. പാർട്ടിയുടെ പ്രവർത്തനശൈലിയും നയങ്ങളും മനസിലാക്കുന്നതിലും വിദ്യാർഥികൾക്കാവശ്യമായ നിലപാടുകൾ ഗ്രഹിക്കുന്നതിലും അവൾ ആകാംക്ഷ കാണിച്ചു. ഒപ്പം എന്റെ പേരറിയാനും അവൾ വളരെയേറെ ആഗ്രഹം പ്രകടിപ്പിച്ചു. പക്ഷേ, ഞാൻ പറഞ്ഞില്ല. കാരണം, പാർട്ടി തീരുമാനം അതായിരുന്നു. അവളുടെ ആ സഹോദര്യത്തിന് മുന്നിൽ അക്കാര്യം മറച്ചുപിടിക്കുക എന്നത് എന്നെ സംബന്ധിച്ചിടത്തോളം ഏറെ ബുദ്ധിമുട്ടായിരുന്നു.

അവിടെ താമസിച്ച സന്ദർഭങ്ങളിലെല്ലാം സുശീലയുടെ അമ്മാവൻ കരുണാകരപ്പണിക്കർ ട്രേഡ്യൂണിയൻ രംഗത്തെക്കുറിച്ച് വളരെയേറെ കാര്യങ്ങൾ എനിക്ക് വിശദീകരിച്ചുതരുമായിരുന്നു.

അമ്മയെപ്പോലെ സ്നേഹം പകർന്നുനൽകിയ സുശീലയുടെ അമ്മയുടെയും എന്നെ സഹോദരനെപ്പോലെ കരുതി വേണ്ട സംരക്ഷണംനൽകിയ അവരുടെ ജ്യേഷ്ഠത്തിയുടെയും കുട്ടികളുടെയും സ്നേഹവും പെരുമാറ്റവും ഒരിക്കലും മറക്കാനാവില്ല. അവരുടെയൊക്കെ സ്നേഹമസൃണമായ ആ പെരുമാറ്റം എന്നെ ഏറ്റവും കൂടുതൽ വേദനിപ്പിച്ചത് ആ വീട് വിടുന്ന അവസരത്തിലായിരുന്നു. പക്ഷേ.

പരസ്യപ്രവർത്തനം തുടങ്ങിയതോടെ ആ കുടുംബവുമായുള്ള ബന്ധം കൂടുതൽ ശക്തമായി.

ആ അമ്മ എന്നും എന്നിൽ ചൊരിഞ്ഞ സ്നേഹവാത്സല്യങ്ങൾക്ക് അളവില്ല. എനിക്കുവേണ്ടി എത്ര രാത്രികളാണ് ഭക്ഷണവുമായി ആ അമ്മ കാത്തിരുന്നത്. അമ്മയെ ഒരു നോക്കു കാണാനാവാതെ, അമ്മയുടെ നിഴൽപോലും സ്പർശിക്കാനാവാതെ കഴിഞ്ഞ എനിക്ക് ആ അമ്മയിൽനിന്ന് ലഭിച്ചത് ലാളനയുടെയും സ്നേഹത്തിന്റെയും പാൽക്കടലായിരുന്നു. ഞാനവിടെ എപ്പോൾ ചെന്നാലും ആ അമ്മയുടെ കണ്ണിൽ വാത്സല്യത്തിന്റെ തിളക്കം.

അവർ മരിച്ച ദിവസം ഞാൻ തിരുവനന്തപുരത്തായിരുന്നു. വിവരം ലഭിച്ച ഉടനെ മുഹമ്മയിലേക്ക് പുറപ്പെട്ടു. പന്ത്രണ്ട് മണിയോടെ ഞാനവിടെ എത്തി. ചേതനയറ്റ ആ ശരീരത്തിൽ നോക്കി ഞാൻ ഏറെ സമയം നിന്നു. എന്റെ ഹൃദയം വിങ്ങിപ്പൊട്ടി. എന്നും ജ്വലിച്ചുനിന്ന ആ വിളക്ക് അണഞ്ഞുവല്ലോ എന്നോർത്തപ്പോൾ ഞാനാകെ അസ്വസ്ഥനായി. അമ്മയുടെ സ്നേഹവാത്സല്യങ്ങൾ പകർന്നുനൽകിയ ആ സ്ത്രീരത്നത്തിന്റെ മൃതശരീരമെങ്കിലും കാണാനായല്ലോ എന്നത് എനിക്ക് മനഃസമാധാനം പകർന്നു. ജീവിതത്തിന്റെ അന്ത്യം മരണമാണെന്ന പ്രകൃതിനിയമം തടയാനാവില്ലെങ്കിലും അത്തരം മുഹൂർത്തങ്ങൾ സൃഷ്ടിക്കുന്ന മാനസികനിലയിൽനിന്ന് മോചനം നേടാൻ മനുഷ്യന് പലപ്പോഴും ഏറെ ബുദ്ധിമുട്ടേണ്ടിവരും. ആ അമ്മയുടെ മരണം എന്നിൽ സൃഷ്ടിച്ച മാനസികാവസ്ഥയും അതായിരുന്നു.

* * * * * *

പൊലീസിന്റെ നരനായാട്ടിൽനിന്ന് എങ്ങനെയും രക്ഷപ്പെട്ടേ തീരൂ. രാത്രി ഇരുപതുനാഴിക സഞ്ചരിച്ച് സഖാക്കൾ ഏർപ്പെടുത്തിയ ഒരു ഷെൽട്ടറിൽ എത്തിച്ചേർന്നു. മത്സ്യത്തൊഴിലാളിയായ രാമന്റെ വീടായിരുന്നു അത്. രാമനും അയാളുടെ യുവതിയായ ഭാര്യ മാതയും രാമന്റെ വൃദ്ധമാതാവും മാത്രമായിരുന്നു ആ വീട്ടിലെ അംഗങ്ങൾ. ആ അമ്മയ്ക്ക് എൺപതോളം വയസ്സ് പ്രായമുണ്ടായിരുന്നുവെന്നാണ് എന്റെ ഓർമ. രാമൻ രാവിലെതന്നെ മത്സ്യം പിടിക്കാൻ പുഴയിലേക്ക് പോകും. ഒരുദിവസം പോയില്ലെങ്കിൽ അന്ന് പട്ടിണിയാണെന്ന സ്ഥിതി.

ആകെ രണ്ട് മുറികളുള്ള ഒരു ചെറ്റപ്പുര. ഒന്ന് അടുക്കളയും മറ്റേത് ഒരു മുറിയും. ആ മുറിയാണ് എനിക്കുവേണ്ടി തന്നത്. രണ്ടു ദിവസത്തേക്ക് മാത്രമായിരുന്നു ആ ഷെൽട്ടർ ഏർപ്പാട് ചെയ്തത്. കാരണം പൊലീസ്വേട്ട ശക്തമായിരുന്ന അക്കാലത്ത് ഒരേ വീട്ടിൽ അധികദിവസം തങ്ങുന്നത് ബുദ്ധിയായിരുന്നില്ല.

ഒരുദിവസം രാവിലെ ഒരു മുസ്ലീം ചെറുപ്പക്കാരൻ ആ കോലായിൽ വന്നു. മാതയും മുസ്ലീം ചെറുപ്പക്കാരനും തമ്മിൽ അടുപ്പത്തിലാണെന്ന് അവരുടെ സംഭാഷണം വ്യക്തമാക്കി. പുറത്തിരുന്ന് അവർ പറയുന്ന

തെല്ലാം അകത്തെ മുറിയിലിരുന്ന് എനിക്ക് കേൾക്കാം. വായിക്കുകയായിരുന്നെങ്കിലും അവരുടെ സംഭാഷണം ഞാൻ ശ്രദ്ധിച്ചിരുന്നു. മാതയും അയാളും തമ്മിൽ അരുതാത്ത ബന്ധങ്ങളുണ്ടെന്ന് അവരുടെ സംസാരത്തിൽനിന്ന് എനിക്ക് മനസിലായി. അയാൾക്ക് അന്നവിടെ കൂടണമെന്ന് നിർബന്ധം. പക്ഷേ, അവളതിന് സമ്മതിച്ചില്ല. മറ്റൊരു ദിവസമാകട്ടെ എന്നായി അവൾ. എന്തായാലും ഈ ഷെൽട്ടർ സുരക്ഷിതമല്ലെന്ന് എനിക്ക് മനസിലായി. മൊറാഴയിലെ പാറുവിനെയും കല്ലുകൊത്തുകാരൻ രാമനെയും ഞാനോർത്തു.

പുറത്തെ ചെറ്റവാതിൽ മാത്രമേ മറയായുള്ളൂ. അത് തള്ളിത്തുറന്നാൽ എന്നെ കാണാം. കാശിനെപ്പറ്റിയും അവർ തമ്മിൽ സംസാരിച്ചു. സംഭാഷണം ഒരു മണിക്കൂറോളം നീണ്ടു. വൃദ്ധയായ തള്ള അടുക്കളയിൽ തന്നെയാണ്. അവർക്കിതൊന്നുമറിയില്ലെന്ന് തോന്നുന്നു. തന്റെ ഉദ്ദേശ്യം സാധിച്ചേ മടങ്ങൂ എന്ന നിലപാടിൽ നിന്ന ചെറുപ്പക്കാരനെ അവൾ വല്ലവിധേനയും അനുനയപ്പെടുത്തി പുറത്തുവിട്ടു. രാത്രി താൻ വീണ്ടും വരുമെന്ന ഭീഷണിയുമായി അവൻ പന്ത്രണ്ടു മണിയോടെ സ്ഥലം വിട്ടു.

എനിക്ക് സംശയവും പരിഭ്രമവും വർധിച്ചു. പാർട്ടി അനുഭാവിയായ രാമൻ ഒരുപക്ഷേ, ഇതൊന്നും അറിയാനിടയില്ല. യുവതിയായ അവൾക്ക് ഈ മുസ്ലീം ചെറുപ്പക്കാരനുമായി ബന്ധമുണ്ടെന്ന കാര്യവും അയാൾക്കറിയില്ലായിരിക്കും. പുലർച്ചെ മത്സ്യം പിടിക്കാൻ പോകുന്ന രാമൻ ഉച്ചകഴിഞ്ഞാലേ മടങ്ങിയെത്താറുള്ളൂ. മാത ഓലമെടച്ചിലിന് പോകും. രണ്ടുപേരുംകൂടി പാടുപെട്ടാണ് കുടുംബം പുലർത്തിയത്.

ഇനി ഒരുദിവസംപോലും അവിടെ കഴിയുന്നത് പന്തിയല്ലെന്ന് ഞാൻ മനസിലുറച്ചു. ഇന്നിനി സഖാക്കൾ വരുമ്പോൾ മറ്റെവിടേക്കെങ്കിലും മാറിയേതീരൂ. പുറത്തുനടന്ന സംഭവങ്ങൾ അറിയിക്കാൻവേണ്ടി വൈകുന്നേരമോ രാത്രി പത്തുമണിക്കോ സഖാക്കൾ ഷെൽട്ടറിലെത്താറുണ്ട്. അവരോടൊപ്പം പോകുകതന്നെ.

സന്ധ്യക്ക് അവളെന്റെ മുറിയിലേക്ക് വന്നു. രാവിലെ നടന്ന സംഭവങ്ങളെപ്പറ്റി ഞാൻ അന്വേഷിച്ചു. രാത്രി അയാൾ വരുമെന്ന് പറഞ്ഞതിനെക്കുറിച്ചും ചോദിച്ചു. അവൾക്ക് അതിനൊക്കെ ന്യായീകരണങ്ങളുണ്ടായിരുന്നു.

ഏറെ വൈകിയെത്തുന്ന ഭർത്താവ്, വരുന്നതുതന്നെ കള്ളുകുടിച്ച് ബോധമില്ലാതെയായിരിക്കും. വന്നുകഴിഞ്ഞാൽ എത്തിയപാടേ കിടക്കും. പിന്നെ നേരം വെളുത്താലേ ഉണരൂ. ഒന്ന് ഹൃദയം തുറന്ന് സംസാരിക്കാനോ സുഖദുഃഖങ്ങൾ പങ്കുവെക്കാനോ അയാളെ കിട്ടില്ലെന്നാണ് അവളുടെ സംസാരത്തിൽനിന്നും വ്യക്തമായത്. എന്തായാലും ആ മുസ്ലീം ചെറുപ്പക്കാരനുമായുള്ള അടുപ്പം ലക്കും ലഗാനുമില്ലാത്ത ഒരു പോക്കാണെന്ന് എനിക്ക് മനസിലായി. എന്നോടുള്ള അവളുടെ സമീപനവും അത്ര അഭികാമ്യമായിരുന്നില്ല. തികഞ്ഞ മദാലസയായിരുന്നു

അവൾ. സംസാരമദ്ധ്യേ അവളെന്റെ കൈക്ക് കടന്നുപിടിച്ചു. ഞാൻ കുതറിമാറി. ഞാനവളെ രാമന്റെ അമ്മയുടെ അടുത്തേക്ക് തട്ടിമാറ്റി.

ഷെൽട്ടറിൽ താമസിക്കുന്ന ഒരു കമ്യൂണിസ്റ്റുകാരൻ എന്താണെന്ന് ഞാനവൾക്ക് പറഞ്ഞുകൊടുത്തു. പക്ഷേ, അത് മനസിലാക്കാനുള്ള കഴിവോ വിവരമോ അവൾക്കുണ്ടായില്ല. ചപലയായ സ്ത്രീയുടെ സ്വഭാവത്തെക്കുറിച്ച് ധാരാളം വായിച്ചും കേട്ടും എനിക്കറിയാം.

ഒളിവുകാലത്ത് നിരവധി വീടുകളിൽ പാർത്തെങ്കിലും ഇത്തരത്തിലുള്ള ഒന്നോ രണ്ടോ അനുഭവമേ ഉണ്ടായിട്ടുള്ളൂ. ഒളിവിൽ താമസിച്ച ചില സഖാക്കളുടെപേരിൽ സ്വഭാവദൂഷ്യത്തെപ്പറ്റി ആരോപണങ്ങളുണ്ടായിട്ടുണ്ട്. അതെല്ലാം പാർട്ടി സംഘടന ചർച്ച ചെയ്ത് നടപടിയെടുത്തിട്ടുണ്ട്.

സ്ത്രീകളും പുരുഷൻമാരും അണിനിരക്കുന്ന ഒരു മഹാപ്രസ്ഥാനമായ പാർട്ടി, അതിന്റെ നേതാക്കന്മാരുടെയും അംഗങ്ങളുടെയും സ്വഭാവം കാര്യമായി പരിഗണിക്കേണ്ടതുണ്ട്. അല്ലെങ്കിൽ അവർ ശത്രുവർഗത്തിന്റെ ഒറ്റുകാരായി മാറും. അത്തരം ചില സഖാക്കളുടെ നടപടികളും പാർട്ടിക്ക് അഭിമുഖീകരിക്കേണ്ടി വന്നിട്ടുണ്ട്.

എനിക്ക് മാതയോട് കടുത്ത ദേഷ്യം തോന്നി. പക്ഷേ, പെങ്ങളുടെ സ്നേഹം മതിയാവോളം കിട്ടാത്ത എനിക്ക് മാതയോട് അടുത്ത ക്ഷണംതന്നെ സഹോദര നിർവിശേഷമായ സ്നേഹം തോന്നി. അവൾക്ക് മാദകലഹരി മുർച്ഛിച്ചിരുന്നെങ്കിലും ഞാനവളെ കാര്യങ്ങൾ പറഞ്ഞ് മനസിലാക്കാൻ ശ്രമിച്ചു. ഞാനവളോട് തുറന്നു സംസാരിച്ചു. കമ്യൂണിസ്റ്റുപാർട്ടിയും സ്ത്രീകളും തമ്മിലുള്ള ബന്ധത്തെക്കുറിച്ച് ഞാനവളോട് പറഞ്ഞു. മാർക്സിന്റെയും ലെനിന്റെയും പുസ്തകങ്ങൾ എന്റെ കൈവശമുണ്ടായിരുന്നു. അതിൽ സ്ത്രീകളെ പരാമർശിക്കുന്ന ഭാഗം ഞാനവൾക്ക് വിശദീകരിച്ചുകൊടുത്തു. മാർക്സും എംഗൽസും കൂടിയെഴുതിയ *മാനിഫെസ്റ്റൊ*യിൽ സ്ത്രീകളെ ഓരോ വ്യവസ്ഥയിലും എങ്ങനെയാണ് ഉപയോഗപ്പെടുത്തിയതെന്ന് വ്യക്തമാക്കിയിട്ടുണ്ട്. എന്റെ കൈയിലുണ്ടായിരുന്ന *മാനിഫെസ്റ്റോ*യിൽനിന്ന് ഞാനവൾക്ക് മനസിലാകുന്ന ഭാഷയിൽ കാര്യങ്ങൾ പറഞ്ഞുകൊടുത്തു.

പിന്നീട് കാലമേറെക്കഴിഞ്ഞ് ഞാൻ മുഖ്യമന്ത്രിയായപ്പോഴും സ്ത്രീകളെക്കുറിച്ച് *മാനിഫെസ്റ്റോ*യിൽ പറയുന്ന ഭാഗം ഉദ്ധരിക്കേണ്ടി വന്നു. വർഷങ്ങൾക്കുമുമ്പ് മാതയെ പറഞ്ഞ് മനസിലാക്കാനാണ് ശ്രമിച്ചതെങ്കിൽ പിന്നീട് കെ എം മാണിക്കുള്ള മറുപടിയായാണ് ഉദ്ധരണികൾ ചൂണ്ടിക്കാട്ടേണ്ടിവന്നത്. നിയമസഭയായിരുന്നു രംഗം. അന്ന് മാണി പ്രതിപക്ഷത്തായിരുന്നു. ആ ഉദ്ധരണി ഇവിടെ ഒന്നുകൂടി പറയാം.

> കമ്യൂണിസ്റ്റുകാരായ നിങ്ങൾ സ്ത്രീകളെ പൊതുവായി ഉപയോഗിക്കുമെന്ന് ബൂർഷ്വാസി ഒന്നടങ്കം മുറവിളി കൂട്ടുന്നു.........
>
> സ്ത്രീകൾ വെറും ഉൽപ്പാദനോപകരണങ്ങളായിരിക്കുമെന്ന

ഇന്നത്തെ നില അവസാനിപ്പിക്കുകയെന്നതാണ് യഥാർഥ ലക്ഷ്യമെന്നത് അയാൾക്ക് ചിന്തിക്കാനേ കഴിയുന്നില്ല.........

ഇനി കമ്യൂണിസ്റ്റുകാർ സ്ത്രീകളെ പരസ്യമായും ഔദ്യോഗികമായും പൊതുസ്വത്താക്കുമെന്ന ഭാവത്തിൽ നമ്മുടെ ബൂർഷ്വാകൾ പ്രകടിപ്പിക്കുന്ന ധാർമികരോഷത്തെ സംബന്ധിച്ചാണെങ്കിൽ അതേക്കാൾ പരിഹാസ്യമായി മറ്റൊന്നുമില്ല. സ്ത്രീകളുടെ മേൽ പൊതു ഉടമ സ്ഥാപിക്കേണ്ടതായ ആവശ്യം കമ്യൂണിസ്റ്റുകാർക്കില്ല. അനാദികാലം മുതൽക്കേ അത് നിലനിന്നുപോന്നിട്ടുണ്ട്.

സ്വന്തം കീഴിലുള്ള തൊഴിലാളികളുടെ ഭാര്യമാരെയും പുത്രികളെയുംകൊണ്ട് തൃപ്തരാവാതെ — വെറും വേശ്യകളുടെകാര്യം പോകട്ടെ — നമ്മുടെ ബൂർഷ്വാകൾ അന്യോന്യം ഓരോരുത്തരുടെയും ഭാര്യമാരെ വശീകരിക്കുന്നതിൽ അങ്ങേയറ്റം ആനന്ദം കൊള്ളുന്നു..... ബൂർഷ്വാ വിവാഹവ്യവസ്ഥ വാസ്തവത്തിൽ ഭാര്യമാരെ പൊതു ഉടമയാക്കി വെക്കുന്ന ഒരു സമ്പ്രദായമാണ്.....

ഏതായാലും ഇന്നത്തെ ഉൽപ്പാദനസമ്പ്രദായം അവസാനിപ്പിച്ചാൽ, അതിന്റെതന്നെ സന്തതിയായ സ്ത്രീകളുടെ പൊതു ഉടമയും—അതായത് രഹസ്യവും പരസ്യവുമായ വ്യഭിചാരം—അവസാനിക്കുമെന്നത് വ്യക്തമാണ്.........

ഈ രീതിയിൽ കമ്യൂണിസ്റ്റുകാരെ സംബന്ധിച്ച് കാൾ മാർക്സ് അന്നുതന്നെ വ്യക്തമാക്കി. ബൂർഷ്വാ വ്യവസ്ഥയെയും അദ്ദേഹം തുറന്നുകാട്ടി.

മാതയോട് കാര്യങ്ങൾ സംസാരിച്ച അന്നുരാത്രി കരുതലോടെ തന്നെ ഞാനവിടെ തങ്ങി. മുസ്ലിം യുവാവ് വന്നില്ല. മാതയുടെ ഭർത്താവിന് ഇതൊന്നുമറിയില്ല. അധ്വാനിച്ച് ജീവിക്കുന്ന പാർട്ടി കുടുംബം. പാർട്ടി സഖാക്കളോടും നേതാക്കളോടും അങ്ങേയറ്റം കൂറുള്ള കുടുംബം. പൊലീസിന്റെ നരനായാട്ട് അവർക്കറിയാം. എന്നെ അവരുടെ കൈയിൽക്കിട്ടിയാൽ എന്താവുമെന്നും അവർക്കറിയാം.

പിറ്റേന്ന് വൈകിട്ട് സഖാക്കൾ വന്നു. അവരോട് ആ വീട്ടിലെ സ്ഥിതിഗതികൾ ഞാൻ പറഞ്ഞു. അങ്ങനെ അന്നുരാത്രി പത്ത് മണിയോടെ മറ്റൊരു ഷെൽട്ടറിലേക്ക് പോയി.

* * * * * *

രാമന്റെ കൊച്ചുകുടുംബത്തിന്റെ കഥവിട്ട് ആര്യാട്ടേക്കുതന്നെ മടങ്ങട്ടെ.

ദിവാൻ ഭരണത്തിനെതിരായി രാജ്യത്ത് സംഘടിതമായ പ്രസ്ഥാനം വളർന്ന് മുന്നേറി. പ്രസ്ഥാനം കരുത്താർജിച്ച ശേഷമായിരുന്നു പുന്നപ്ര-വയലാർ സമരം. നൂറുകണക്കിനാളുകൾ ജീവൻ ബലി

യർപ്പിച്ചും ആയിരങ്ങൾ കൊടുംയാതനകളും മർദനങ്ങളും സഹിച്ചും കെട്ടിപ്പടുത്ത ഈ പ്രസ്ഥാനത്തിന് രാഷ്ട്രീയ-സാംസ്കാരിക രംഗങ്ങളിൽ സമൂലമാറ്റം വരുത്താൻ കഴിഞ്ഞു.

ഈ ഘട്ടത്തിൽത്തന്നെ മലബാർ ഉൾപ്പെട്ട മദിരാശി സംസ്ഥാനത്ത് വമ്പിച്ച മാറ്റങ്ങളുണ്ടായി. കോൺഗ്രസ് സംസ്ഥാന നിലവാരത്തിൽ അധികാരത്തിൽ വന്നതിനെത്തുടർന്ന് 1946 ൽ പ്രകാശത്തിന്റെ നേതൃത്വത്തിലുള്ള മന്ത്രിസഭ അധികാരത്തിൽ വന്നു.

ഒളിവിലുള്ളവരുടെ പേരിലുള്ള വാറണ്ട് പിൻവലിച്ചുകൊണ്ടും മൊറാഴക്കേസിൽ ജീവപര്യന്തം തടവുശിക്ഷക്ക് വിധിക്കപ്പെട്ട് ജയിലിൽ കഴിഞ്ഞിരുന്ന കെ പി ആർ ഗോപാലൻ ഉൾപ്പെടെയുള്ളവരെ മോചിപ്പിച്ചുകൊണ്ടുമുള്ള സർക്കാർ ഉത്തരവ് വന്നു. അങ്ങനെ എന്റെ ജ്യേഷ്ഠൻ നാരായണൻനായനാരും മോചിതനായി. ഈ ഉത്തരവോടെ എനിക്കും ഷേണായിക്കും എ വിക്കുമെല്ലാം പുറത്തിറങ്ങി പ്രവർത്തിക്കാമെന്നുറപ്പായി. നെടുനാളത്തെ ഒളിവുജീവിതം ഇവിടെ അവസാനിച്ചതിലുള്ള ആശ്വാസം. എസ് ദാമോദരന്റെ വീട്ടിലായിരുന്ന ഞാൻ കോഴിക്കോട്ടേക്ക് പുറപ്പെടാൻ തീരുമാനിച്ചു.

പക്ഷേ, ആ വീടും അവിടത്തെ അംഗങ്ങളും എന്റെ ഒരു ഭാഗമായ പോലെ. പോരാത്തതിന് ചുറ്റുവട്ടത്തുള്ള കയർത്തൊഴിലാളികളും അവരുടെ ആത്മാർഥതയും എനിക്ക് സമ്മാനിച്ചത് വല്ലാത്തൊരു അനുഭവമായിരുന്നു. എന്നെങ്കിലുമൊരിക്കൽ അവിടെനിന്ന് പോകേണ്ടിവരുമെന്നറിഞ്ഞിട്ടും എന്തോ അതിനെക്കുറിച്ച് ചിന്തിച്ച നിമിഷങ്ങൾ വിരളമായിരുന്നു.

അവസാനം വാസു, രാഘവൻ, പത്മനാഭൻ, ദാമോദരൻ, കുമാരൻ, അപ്പുക്കുട്ടൻ—എല്ലാവരോടും യാത്രപറഞ്ഞ് ഞാൻ കോഴിക്കോട്ടേക്ക് പുറപ്പെട്ടു. വികാരാധീനനായി കാണപ്പെട്ട സ്വാമി പത്മനാഭനോടും ഞാൻ വിടചൊല്ലി.

ഞാൻ ഒളിവിലുള്ള കമ്യൂണിസ്റ്റുകാരനാണെന്നല്ലാതെ ഏത് കേസിലെ പ്രതിയാണെന്ന് ദാമോദരനും കുമാരനും ഒഴിച്ച് മറ്റാർക്കും അറിയില്ലായിരുന്നു. അടുത്തൊരു ക്രിസ്ത്യൻ കുടുംബമായിരുന്നു താമസം. പാർട്ടിയോട് അനുഭാവം പുലർത്തിപ്പോന്ന ആ വീട്ടിലെ ചെറിയ കുട്ടിക്ക് ഇംഗ്ലീഷ് ട്യൂഷനെടുക്കുന്ന ജോലിയിലേർപ്പെട്ടു ഞാൻ. ഇംഗ്ലീഷ് എഴുതാനും വായിക്കാനും തീരെ അറിയാതിരുന്ന അവനെ ബാലപാഠങ്ങൾ പഠിപ്പിച്ചു കഴിഞ്ഞപ്പോഴേക്കും എനിക്കവിടം വിടേണ്ടിവന്നു. ദാമോദരന്റെ വീടും ആ പരിസരവും എന്നിൽനിന്ന് വേർപെടുത്താനാവാത്ത എന്തോ ഒരനുഭൂതിയായി ഇന്നും എന്നിൽ ശേഷിക്കുന്നു.

അന്ന് നേരിട്ട് വണ്ടിയില്ലായിരുന്നു. കൊച്ചിയിലെത്തിയ ഞാൻ അവിടെനിന്ന് കോഴിക്കോട്ടേക്ക് വണ്ടി കയറി. ആ വണ്ടിയിൽ ഉണ്ണിരാജയും കയറി. ഞങ്ങൾ അന്ന് ഏറെനേരം സംസാരിച്ചു. അതിനുമുമ്പ് ഒന്നുരണ്ട് തവണ കണ്ടിട്ടുണ്ടെങ്കിലും സംസാരിച്ചിട്ടില്ല. ഞങ്ങൾ കോഴി

ക്കോട്ടിറങ്ങി. എന്നെ അദ്ദേഹം നേരെ *ദേശാഭിമാനി* ആപ്പീസിലേക്ക് കൂട്ടിക്കൊണ്ടുപോയി.

ഞാൻ *ദേശാഭിമാനിയിൽ* പ്രവർത്തിക്കുക എന്നതായിരുന്നു പാർട്ടിയുടെ തീരുമാനം. 1946 മുതൽ 48 വരെ അവിടെ പ്രവർത്തിച്ചു.

അന്ന് *ദേശാഭിമാനി* വാരികയായിരുന്നു. കോഴിക്കോട്ടുനിന്നും പ്രസിദ്ധീകരിച്ചിരുന്ന അതിലെ പ്രൂഫ് റീഡറായി ഞാൻ ചേർന്നു; അവിടെത്തന്നെ താമസിച്ചു. '42 ൽ വാരികയായി തുടങ്ങിയ *ദേശാഭിമാനി* അധികം കഴിയുന്നതിന് മുമ്പ്,' 46 ൽ ഇ എം എസിന്റെ പത്രാധിപത്യത്തിൽ ദിനപത്രമായി ഉയർന്നു. അതോടെ ഞാൻ എഡിറ്റോറിയൽ വിഭാഗത്തിലേക്ക് മാറി.

എന്നാൽ അധികം താമസിയാതെ സ്ഥിതിഗതികൾ വീണ്ടും കുഴഞ്ഞുമറിഞ്ഞു. പത്രാധിപർ ഇ എം എസ് അറസ്റ്റിലായി. '48 ൽ മദിരാശി സംസ്ഥാനത്തെ കോൺഗ്രസ് മന്ത്രിസഭ പാർട്ടിക്കെതിരായി നടത്തിയത് വൻ കടന്നാക്രമണമായിരുന്നു. ഇ എം എസിന് പുറമെ പത്രാധിപസമിതിയിലുള്ള ഒട്ടുമുക്കാൽ സഖാക്കളും അറസ്റ്റിൽപ്പെട്ടു.

ഇന്ത്യ സ്വതന്ത്രയായെങ്കിലും ജന്മിത്തത്തിനും സാമ്രാജ്യത്വത്തിനും എതിരായി പോരാടിയ കർഷകനേതാക്കളുടെപേരിൽ അറസ്റ്റുവാറണ്ട് നിലനിന്നു. അതുകൊണ്ടുതന്നെ ഒരുവിഭാഗം പാർട്ടി നേതാക്കൾ ഒളിവിൽനിന്ന് പ്രവർത്തിക്കുകയായിരുന്നു. കൃഷ്ണപിള്ളയടക്കം ഒളിവിലായിരുന്നു. എ കെ ജി ഉൾപ്പെടെയുള്ള നേതാക്കൾ ജയിലിലോ ഒളിവിലോ ആയിരുന്നു.

പത്രാധിപസമിതിയിലെ ഇന്ദുചൂഡൻ അന്ന് ഒളിവിൽപ്പോയി, ഞാൻ, എം കണാരൻ, എൻ വി എസ് വാര്യർ എന്നിവരാണ് അന്ന് പത്രാധിപസമിതിയിൽ പ്രവർത്തിച്ചത്. പക്ഷേ, അങ്ങനെ അധികകാലം അവിടെ നിൽക്കാൻ കഴിഞ്ഞില്ല.

1948, കരിഞ്ചന്തക്ക് എതിരായ രോഷംകൊണ്ട് നാടാകെ തിളച്ചുമറിഞ്ഞു. കർഷകർ സർക്കാരിനെതിരെ സംഘടിച്ചു. സർക്കാരിന്റെ മർദനമുറകൾക്കും ആക്കംകൂടി. കർഷകരെയും കർഷകത്തൊഴിലാളികളെയും പീഡിപ്പിക്കാൻ ഈ തക്കംനോക്കി കോൺഗ്രസ് പ്രവർത്തകരും അണിനിരന്നു.

കർഷകസമരങ്ങളിൽ പങ്കെടുക്കാനും വീണ്ടും ഒളിവ് പ്രവർത്തനം സംഘടിപ്പിക്കാനുമായി ഞാൻ *ദേശാഭിമാനി* വിട്ടു. പാർട്ടി നിർദേശമനുസരിച്ച് വടക്കേ മലബാറിൽ തിരിച്ചുചെന്നു; പ്രവർത്തനം തുടങ്ങി. അധികനാൾ കഴിയുന്നതിനുമുമ്പ് വീണ്ടും ഒളിവുജീവിതത്തിലേക്കുതന്നെ മടങ്ങേണ്ടി വന്നു. 1948 മെയ് ഒന്നിന് മുനയൻകുന്ന് വെടിവെപ്പ് നടന്ന ഘട്ടത്തിലും അതിനെത്തുടർന്നുമായിരുന്നു ഈ ഒളിവുജീവിതം.

'48 മുതൽ 51 വരെ മാഹി കേന്ദ്രമാക്കി പ്രവർത്തിച്ചു.

19

മാവിച്ചേരിയിൽ

ഇന്ത്യ സ്വതന്ത്രയായി ബ്രിട്ടീഷുകാർ ഇവിടെനിന്ന് കെട്ടുകെട്ടിയെങ്കിലും പൊലീസുകാരുടെയും ഉദ്യോഗസ്ഥന്മാരുടെയും സ്വഭാവത്തിൽ ഒരു മാറ്റവും വന്നില്ല.

ഭരണകർത്താക്കൾ മാറിയതിൽ ജനങ്ങൾ ആഹ്ലാദിച്ചെങ്കിലും ജന്മിത്തത്തിനും സാമ്രാജ്യത്വത്തിനുമെതിരെ പോരാടിയ കർഷക നേതാക്കൾക്ക് തടവറകളിൽത്തന്നെ കഴിയേണ്ടിവന്നു. അവരിൽ പലർക്കുമെതിരെയുണ്ടായിരുന്ന അറസ്റ്റുവാറണ്ട് പിൻവലിച്ചില്ല. എ കെ ജി അപ്പോഴും ജയിലിലായിരുന്നു.

ഭക്ഷ്യക്ഷാമം പരിഹരിക്കാനോ കരിഞ്ചന്ത തടയാനോ ഗവൺമെന്റ് ഒരു നടപടിയും കൈക്കൊണ്ടില്ല. തങ്ങൾ സ്വപ്നംകണ്ട സ്വാതന്ത്ര്യം ഇതല്ലെന്ന് കർഷകർക്ക് തോന്നാൻ തുടങ്ങി. ഇത് സമരരംഗത്തേക്കിറങ്ങാൻ കൃഷിക്കാരെ പ്രേരിപ്പിച്ചു. കരിഞ്ചന്തക്കും ഭക്ഷ്യസാധനങ്ങൾ കുന്നുകൂട്ടിവെക്കുന്നതിനുമെതിരെ അവർ പുതിയ സമരമാരംഭിച്ചു. ഈ സമരങ്ങൾക്കുനേരെ ബ്രിട്ടീഷ് ഗവൺമെന്റ് അവലംബിച്ച അതേ മർദനനയംതന്നെ കോൺഗ്രസ് ഗവൺമെന്റും സ്വീകരിച്ചു.

കൃഷിക്കാർക്കുനേരെ ക്രൂരമർദനം അഴിച്ചുവിട്ടു. കർഷകനേതാക്കളിൽ പലരും അറസ്റ്റിലായി. കുറെപ്പേർ വീണ്ടും ഒളിവിൽപ്പോയി. പലേടത്തും പൊലീസ് വെടിവെച്ചു. അഖിലേന്ത്യാ കിസാൻസഭ മലബാറിൽ നിരോധിക്കപ്പെട്ടു.

കമ്യൂണിസ്റ്റ് പാർട്ടിയുടെ 1948-ലെ രണ്ടാം കോൺഗ്രസിനുശേഷം നെഹ്റു ഗവൺമെന്റിനെതിരായി സമരം പ്രഖ്യാപിച്ചുകൊണ്ടുള്ള പരിപാടി പ്രയോഗത്തിൽ വരുത്താൻതന്നെ ശ്രമിച്ചു. അതിനെ നേരിടാൻ കോൺഗ്രസ് ഗവൺമെന്റ് കണ്ടെത്തിയ മാർഗം കൊടിയ മർദനമായി

രുന്നു. വടക്കേ മലബാറിൽ അങ്ങോളമിങ്ങോളം പ്രക്ഷോഭസമരങ്ങൾ പൊട്ടിപ്പുറപ്പെട്ടു. കരിഞ്ചന്ത തടയാനും പൂഴ്ത്തിവെച്ച നെല്ല് പിടിച്ചെടുത്ത് വിതരണം ചെയ്യിക്കാനുമുള്ള സമരമുറകൾ ശക്തമായി. കൃഷിക്കാർ ഒന്നടങ്കം ഗവൺമെന്റിനെതിരെ അണിനിരന്നു. പ്രക്ഷോഭകരെ അറസ്റ്റു ചെയ്യിക്കാനും പീഡിപ്പിക്കാനും പൊലീസിനോടൊപ്പം കോൺഗ്രസ് ഗുണ്ടകളും രംഗത്തിറങ്ങി. കമ്യൂണിസ്റ്റുകാരെ അടിച്ചമർത്തണമെന്ന് അന്ന് കേളപ്പനെപ്പോലുള്ളവർ വാദിച്ചു.

കോഴിക്കോട്ടുനിന്ന് പയ്യന്നൂരിലേക്കും കാസർഗോട്ടേക്കും രഹസ്യമായിത്തന്നെ പാർട്ടിബന്ധം ഉപയോഗിച്ച് സഞ്ചരിച്ചു. പോകുന്ന വഴിക്ക് പല ദുർഘടങ്ങളും തരണം ചെയ്യേണ്ടിവന്നു.

വടക്കേ മലബാറിൽ പായത്തും പഴശ്ശിയിലും കരിവെള്ളൂരിലും കോറോത്തും അന്നത്തെ ചിറയ്ക്കൽ താലൂക്കിന്റെ പല ഭാഗങ്ങളിലും കർഷകസമരങ്ങൾ പൊട്ടിപ്പുറപ്പെട്ടു. പൊലീസ് സഹായത്തോടെ കോൺഗ്രസ് ഗുണ്ടകൾ അന്ന് നാടാകെ അക്രമം നടത്തുന്ന സമയം. തളിപ്പറമ്പിൽ പട്ടാളം മാർച്ചുചെയ്ത് ജനങ്ങളെ ഭീഷണിപ്പെടുത്താൻ മുതിർന്നു. സാധാരണ പൊലീസിന് നിയമസമാധാനം പാലിക്കാനാവാത്ത രീതിയിൽ കർഷക പ്രക്ഷോഭങ്ങൾ വളർന്നുവന്നു. ഈയൊരു ഘട്ടത്തിലായിരുന്നു ഞാൻ പയ്യന്നൂരിലേക്ക് പോകുന്നവഴിക്ക് തളിപ്പറമ്പിന്റെ കിഴക്കുഭാഗത്ത് മാവിച്ചേരി പ്രദേശത്തെത്തിയത്. പാർട്ടി സഖാക്കളുമായി ബന്ധം വെച്ചായിരുന്നു രഹസ്യയാത്ര.

മാവിച്ചേരിയിലെത്തുമ്പോഴേക്കും ആകെ ബഹളം. എങ്ങും കോൺഗ്രസ് ഗുണ്ടകളുടെ റെയ്ഡും അഴിഞ്ഞാട്ടവും. ഞാനവിടെ എത്തുന്നതിന് തലേദിവസമായിരുന്നു മാവിച്ചേരി കൊലക്കേസ് എന്ന കുപ്രസിദ്ധ കേസിന് വഴിവെച്ച സംഭവങ്ങൾ നടന്നത്.

1948 മെയ് ഒന്ന്. തളിപ്പറമ്പിനടുത്ത മാവിച്ചേരിയിൽ കർഷക പ്രവർത്തകരെ വേട്ടയാടുന്നതിനായി കോൺഗ്രസ് ഗുണ്ടകളെത്തി. വിവരമറിഞ്ഞ കൃഷിക്കാർ അവിടെയുമിവിടെയും തടിച്ചുകൂടി. കൃഷിക്കാരുടെ സംഘടിതമായ എതിർപ്പുമൂലം കോൺഗ്രസുകാർക്ക് ആരെയും പിടിക്കാൻ കഴിഞ്ഞില്ല. ഒരു ഘട്ടത്തിൽ അവർ കൃഷിക്കാരുമായി ഏറ്റുമുട്ടി. ഒരു ഗുണ്ട കൊല്ലപ്പെട്ടു. അതാണ് മാവിച്ചേരി സംഭവം. അതിന്റെ പേരിൽ ആ ഭാഗത്ത് വീടുതോറും കയറിയിറങ്ങി പൊലീസ് മർദനമാരംഭിച്ചു. കിട്ടിയവരെയെല്ലാം അടിച്ച് ജീവച്ഛവമാക്കി. കെ പി ആർ ഗോപാലനും മറ്റ് സഖാക്കളും കർഷകനേതാക്കളുമുൾപ്പെടെ മുപ്പത്തിരണ്ട് പേരുടെ പേരിൽ പൊലീസ് ഒരു കേസ് രജിസ്റ്റർ ചെയ്തു. കെ പി ആറിനെയും മറ്റ് ചിലരെയും മൂന്നുകൊല്ലംവീതം ശിക്ഷിച്ചു. ചിലരെ കുറഞ്ഞ ശിക്ഷക്ക് വിധിക്കുകയും മറ്റു ചിലരെ വിട്ടയക്കുകയും ചെയ്തു.

കോൺഗ്രസ് വളണ്ടിയർമാർ വീടുതോറും കയറി കർഷകസംഘത്തിന്റെയും പാർട്ടിയുടെയും അനുഭാവികളെ പിടിച്ചുകൊണ്ട് പോവുകയും പീഡിപ്പിക്കുകയും ചെയ്ത സമയത്താണ് എന്റെ വരവെന്ന് പറ

ഞ്ഞല്ലോ. എനിക്ക് ഒരു വീട്ടിൽ താമസത്തിനുള്ള ഏർപ്പാടുണ്ടാക്കി. ആ വീട് വളയാനും സർച്ച് ചെയ്യാനും പരിപാടിയുണ്ടെന്ന് വിവരം കിട്ടി. സന്ധ്യയോടെ ഞാനവിടെ നിന്നിറങ്ങി. കൂടെ മറ്റൊരു സഖാവുമുണ്ടായിരുന്നു. എങ്ങോട്ട് പോകാനാണ്? ടോർച്ചിന്റെ വെളിച്ചം അരിച്ചരിച്ചെത്തുകയാണ്. ഓടാനാവില്ല; എങ്കിൽ പിറകെ ഓടിച്ചിട്ട് പിടിക്കും. മെല്ലെ നടന്നു; പൊലീസ് വരികയായിരുന്നു. റോഡിനടുത്തുള്ള കുറ്റിക്കാട്ടിൽ പോയി ഒളിച്ചു.

പൊലീസിന്റെ കാലടിയൊച്ച അടുത്തടുത്തുവന്നു. ശ്വാസമടക്കിപ്പിടിച്ചിരുന്ന എന്റെ ഉള്ളൊന്ന് പാളി. ഞങ്ങളെയും പിന്നിട്ട് അവർ വീട്ടിൽ കടന്ന് തിരച്ചിൽ നടത്തി.

പലഭാഗത്തുനിന്നും ടോർച്ചിന്റെ വെളിച്ചം. ആ വീടും ഈ കാടുമടക്കം ഗുണ്ടകൾ പൊലീസിന്റെ സഹായത്തോടെ വളഞ്ഞുനിന്ന് പരിശോധിക്കുകയാണ്. കല്ലേറായിരുന്നു അടുത്ത പ്രയോഗം. അവർ നാല് ഭാഗത്തുനിന്നും കാടിന്റെ മധ്യത്തിലേക്ക് കല്ല് വലിച്ചെറിഞ്ഞു. ചുറ്റും ചറുപിറാന്ന് വീഴുന്ന കല്ലുകൾ. എന്റെ ദേഹത്തും ചില കല്ലുകൾ വന്നു വീണു. പക്ഷേ, അനങ്ങിയില്ല. ആ കുറ്റിക്കാടിന് നടുവിൽ ഞാൻ മലർന്നു കിടന്നു. ദേഹത്ത് എന്തൊക്കെയോ തറച്ചുകയറുന്ന വേദന ഒരു വശത്ത്; കല്ലേറ് മറ്റൊരു ഭാഗത്ത്.

രണ്ടുമണിക്കൂർ നേരത്തെ തിരച്ചിലിനുശേഷം പൊലീസുകാർ മടങ്ങി; ഞാൻ അഭയസങ്കേതത്തിലേക്കും. ഏതായാലും അന്ന് ഗുണ്ടകളുടെ പിടിയിലാവുമെന്ന് തീർച്ചപ്പെടുത്തി. പക്ഷേ, കുറ്റിക്കാടിന്റെ മധ്യത്തിൽ വരാൻ അവർക്ക് ധൈര്യം പോര. പിറ്റേദിവസംതന്നെ മാവിച്ചേരി വിട്ട് പരിയാരം വഴി പയ്യന്നൂരിലെത്തി.

* * * * * *

വറചട്ടിയിൽനിന്ന് എരിതീയിലേക്ക് എന്നുപറഞ്ഞതുപോലെയായി പയ്യന്നൂരിലേക്കുള്ള എന്റെ എത്തിച്ചേരൽ. 1948 മെയ് ആദ്യവാരമായിരുന്നു അത്. പ്രസിദ്ധമായ മുനയൻകുന്ന് വെടിവെപ്പ് നടന്നത് അതിന് മൂന്നുദിവസം മുമ്പായിരുന്നു—മെയ് ഒന്നിന്. ആ വെടിവെപ്പിൽ കുഞ്ഞാപ്പുമാസ്റ്റർ അടക്കം ആറ് സഖാക്കൾ കൊല്ലപ്പെട്ടു.

ഭക്ഷണത്തിനും തൊഴിലിനുംവേണ്ടി മുറവിളി കൂട്ടുകയും കോൺഗ്രസ് വാഴ്ചക്കെതിരെ ശക്തിയുക്തം പോരാടുകയും ചെയ്ത കർഷകരും മർദകവീരന്മാരായ പൊലീസുകാരും തമ്മിലുണ്ടായ സംഘട്ടനമായിരുന്നു മുനയൻകുന്ന് സംഭവത്തിൽ ചെന്ന് കലാശിച്ചത്.

ആലപ്പറമ്പ് നമ്പീശന്റെ വീട്ടിൽക്കയറി അവിടെനിന്നും നെല്ലെടുത്ത് വിതരണം ചെയ്തു. പക്ഷേ, നമ്പീശനെയും സ്ത്രീകളെയും ആക്രമിച്ചതായിട്ടായിരുന്നു പ്രചാരണം. സ്വാഭാവികമായും ഈ കള്ളപ്രചാരണത്തിന് നേതൃത്വം നൽകിയത് കുത്തക പത്രങ്ങളും കോൺഗ്രസുകാരും തന്നെ.

ഒരുനേരത്തെ ഭക്ഷണത്തിനുപോലും അരി ലഭിക്കാതെ നാട്ടുകാർ വിഷമിക്കുമ്പോൾ ജന്മിമാർ നെല്ലും അരിയും പൂഴ്ത്തിവെച്ച് അമിതവിലയ്ക്ക് വിറ്റ് ജനങ്ങളെ കൊള്ളയടിച്ചു. ഇതിനെതിരെ കൃഷിക്കാർ സ്വയം സംഘടിച്ചു. അവർ ജന്മിമാരുടെ പത്തായങ്ങൾ കുത്തിത്തുറന്ന് പൂഴ്ത്തിവെച്ച നെല്ല് കൃഷിക്കാർക്കിടയിൽ വിതരണം ചെയ്തു. ഇത് കോൺഗ്രസ് ഭരണാധികാരികളെ ക്രുദ്ധരാക്കി. പൊലീസ് കൃഷിക്കാർക്കെതിരെ ക്രൂരമർദനം അഴിച്ചുവിട്ടു. കൃഷിക്കാരാകട്ടെ, സംഘടിതമായ ചെറുത്തുനിൽപ്പാരംഭിച്ചു. കിട്ടാവുന്ന ആയുധങ്ങളൊക്കെ ശേഖരിച്ചുതന്നെയായിരുന്നു ചെറുത്തുനിൽപ്പ്. മുനയൻകുന്നിൽ കേന്ദ്രീകരിച്ച അമ്പതോളം സഖാക്കൾ നാലുദിവസം ഒരു പുൽമാടത്തിൽ കഴിഞ്ഞു. പയ്യന്നൂർ ഫർക്കയിലെ കമ്യൂണിസ്റ്റു പാർട്ടി സെക്രട്ടറി കെ പി കുഞ്ഞപ്പുമാസ്റ്ററായിരുന്നു നേതാവ്. ചെറുത്തുനിൽപ്പിനുള്ള സങ്കേതങ്ങൾ പരിശോധിച്ചു; പുതിയവയെക്കുറിച്ചാലോചിച്ചു.

ഏപ്രിൽ 30 രാത്രി. കുഞ്ഞാപ്പുമാസ്റ്റർ സഖാക്കളുമായി സ്ഥിതിഗതികൾ ചർച്ച ചെയ്തു വിലയിരുത്തി. രാത്രി പതിനൊന്ന് മണിയോടെ മുനയൻകുന്നിലുള്ള പുൽമാടത്തിനകത്തും പുറത്തുമായി എല്ലാവരും കിടന്നു. ചാറ്റൽമഴയെത്തുടർന്ന് പുറത്തുകിടന്ന സഖാക്കൾ അകത്തു കയറിക്കിടന്നു. മഴയുടെ തണുപ്പേറ്റതോടെ കാവൽക്കാരനടക്കം എല്ലാവരും ഉറങ്ങിപ്പോയി.

കർഷകപ്രവർത്തകരുടെ രക്തത്തിനുവേണ്ടി ദാഹിച്ചുനടന്ന പൊലീസ് മുനയൻകുന്ന് ക്യാമ്പിനെക്കുറിച്ചറിഞ്ഞു. പിന്നത്തെ കഥ പറയാനുണ്ടോ? ആ അർധരാത്രിതന്നെ സർവസന്നാഹങ്ങളുമായി അവർ അവിടേക്ക് പാഞ്ഞു.

നേരം പുലർന്നിരുന്നില്ല. വരാനിരിക്കുന്ന ദുരന്തമോർത്ത് കണ്ണീരൊഴുക്കുന്ന പ്രകൃതി. പെയ്തുതീർന്ന മഴത്തുള്ളികളേറ്റുവാങ്ങി സൂക്ഷിച്ച മരച്ചില്ലകളും കണ്ണീർ വാർക്കുന്നു.

ക്യാമ്പിനുനേരെ യന്ത്രത്തോക്കുകളിൽനിന്ന് തുരുതുരാ വെടി. വെടിയുടെ ശബ്ദംകേട്ട് ഞെട്ടിയുണർന്ന വളണ്ടിയർമാർക്ക് അപ്രതീക്ഷിതാക്രമണത്തെ നേരിടാൻ കഴിഞ്ഞില്ല. പൊലീസ് അവരെ വെടിവെച്ചുവീഴ്ത്തി. ആറുപേർ അപ്പോൾത്തന്നെ മരിച്ചു. ബാക്കിയുള്ളവരെ കൈയും കാലും കെട്ടി പുറത്തേക്കിട്ടു.

അത്തരത്തിൽ പരിക്കേറ്റ് മരിച്ചുജീവിച്ച സംഘാംഗങ്ങളിൽ ഒരേ ഒരാളായിരുന്നു പി കണ്ണൻനായർ. ഇദ്ദേഹമാണ് പിന്നീട് കൊച്ചി *ദേശാഭിമാനി*യുടെ മാനേജരായി പ്രവർത്തിച്ചത്. മരിച്ച ആറ് സഖാക്കളെ കൂടാതെ 16 സഖാക്കളെക്കൂടി പൊലീസിന് പിടികിട്ടി. ഇരുപതുപേർ ഓടിരക്ഷപ്പെട്ടു. മരിച്ച സഖാക്കളുടെ ശവശരീരങ്ങളും പരിക്കുപറ്റിയ മറ്റു സഖാക്കളെയും പൊലീസ് വൈകുന്നേരം പാടിയോട്ടും ചാലിലേക്ക് കൊണ്ടുപോയി. മരിച്ച ആറ് സഖാക്കളെ അവിടെ ഒരു കുഴിമാടത്തിൽ സംസ്കരിച്ചു. ഇന്നതൊരു രക്തസാക്ഷികേന്ദ്രമാണ്. എല്ലാ

വർഷവും ഈ ധീരരക്തസാക്ഷികളെ സ്മരിച്ചുകൊണ്ട് ആ ദിനമാചരിക്കുന്നു. മുനയൻകുന്ന് രക്തസാക്ഷികൾ ഇന്നും ജനഹൃദയങ്ങളിൽ ജീവിക്കുന്നു.

കർഷക പ്രസ്ഥാനത്തെയും പാർട്ടിയെയും അടിച്ചമർത്താനുള്ള പൊലീസ്‌വേട്ട നടക്കുന്ന ഘട്ടത്തിലും അവിടത്തെ കൃഷിക്കാരുടെ പിന്തുണയോടെ ഒളിവുജീവിതവും പ്രവർത്തനവും തുടരാനെനിക്ക് കഴിഞ്ഞു.

ഈ ഘട്ടത്തിൽ എന്നെ സംരക്ഷിച്ച നിരവധി കുടുംബങ്ങൾക്ക് കടുത്ത മർദനം അനുഭവിക്കേണ്ടിവന്നു. എനിക്ക് സംരക്ഷണം തന്നതിന് യാതനകളും പീഡനങ്ങളും സഹിക്കേണ്ടിവന്ന കർഷകമാതാക്കൾ ചില്ലറയല്ല. രാത്രിയും പകലും വീടുകളിൽപ്പോലും താമസിക്കാൻ കഴിയാതെ പാറക്കെട്ടുകൾക്കിടയിലും കാടുകൾക്കിടയിലും ദിവസങ്ങളോളം താമസിക്കേണ്ടിവന്ന എനിക്ക് ഭക്ഷണമെത്തിച്ചു തരാൻ ആ കർഷകമാതാക്കളും അവരുടെ കുട്ടികളും അനുഭവിച്ച ബുദ്ധിമുട്ട് ചില്ലറയല്ല. എന്നെ തിരക്കിവരുന്ന പൊലീസ് എന്നെ കിട്ടിയില്ലെങ്കിൽ കലിമുഴുവനും തീർക്കുന്നത് അവരുടെ നേർക്കായിരുന്നു.

പൊലീസ്‌വേട്ട തുടരുമ്പോഴും ഞാൻ പയ്യന്നൂർ ഫർക്കയിൽ രഹസ്യപ്രവർത്തനം കേന്ദ്രീകരിച്ചു. എങ്കിലും വടക്കേ മലബാറിന്റെ പല ഭാഗങ്ങളിലും ഇക്കാലത്ത് ഒളിവിൽ കഴിയുകയുണ്ടായി. അന്ന് കർണാടക സംസ്ഥാനത്തിൽ ഉൾപ്പെട്ട പ്രദേശമായിരുന്നു കാസർഗോഡ്. അവിടെ ഒളിവിൽ പ്രവർത്തിക്കുന്ന ഘട്ടത്തിലുണ്ടായ ഒരു സംഭവം ഞാനോർക്കുകയാണ്.

രാവേറെച്ചെന്ന സമയം. കുറ്റാക്കുറ്റിരുട്ട്. ചീവീടിന്റെ കാതടപ്പിക്കുന്ന ഒച്ചമാത്രമുണ്ട് എങ്ങും. ഒരു നുറുങ്ങുവെട്ടം കാട്ടിത്തരാൻ മിന്നാമിനുങ്ങിന്റെ കുഞ്ഞുപോലുമില്ലാത്ത കറുത്ത രാത്രി. കാസർഗോഡിന്റെ കിഴക്കൻ ഭാഗത്തുകൂടി ഞങ്ങൾ മൂന്നു പേർ—ഞാനും സി എച്ച് കണാരനും ബി വി കുഞ്ഞമ്പുവും—സഞ്ചരിക്കുകയാണ്. ഇക്കൂട്ടത്തിൽ നാടും വഴിയുമെല്ലാം അറിയുന്നത് ബി വിക്കാണ്. ഞാനും സി എച്ചും ട്രൗസറും ഷർട്ടുമാണ് ധരിച്ചിരുന്നത്. ഒരു സഞ്ചിയും തൂക്കിയാണ് യാത്ര. ഞങ്ങൾക്ക് കിഴക്കൻ ഭാഗത്തെത്തിയപ്പോൾ വഴിതെറ്റി.

നേരം പുലർന്നു പുലർന്നില്ല എന്ന മട്ടാണ്. അറച്ചറച്ച് തലനീട്ടുന്ന സൂര്യരശ്മികൾ. അൽപ്പസമയംകഴിഞ്ഞാൽ ആകാശത്തിൽ പൊൻപ്രഭ വിതറും. അതിനുമുമ്പ് ശരിയായ മാർഗം കണ്ടുപിടിച്ചേ പറ്റൂ. എങ്ങോട്ടാണ് പോകേണ്ടതെന്ന് ഒരു തിട്ടവുമില്ല. സമയം വൈകുന്തോറും അങ്കലാപ്പ് കൂടി. ഇനിയും സമയം അതിക്രമിച്ചാൽ ശത്രുക്കളുടെ പിടിയിൽപ്പെട്ടതുതന്നെ. ഒരു മലയുടെ ഓരത്തുള്ള ഹരിജൻ കുടിലിനെ ലക്ഷ്യമാക്കി ഞങ്ങൾ നടന്നു.

വഴിക്കുവെച്ച് വനത്തിൽ തൊഴിലിന് പോകുന്ന ഹരിജനങ്ങളെ കണ്ടു. ഞങ്ങളുടെ വേഷംകണ്ട് പൊലീസാണെന്ന് കരുതി അവർ പേടി

ച്ചരണ്ടു. അവർക്കിടയിലെ ഒരു ചെറുപ്പക്കാരനെ ഞങ്ങൾ കൊണ്ടുനടന്നു. ഞങ്ങൾക്ക് പോകേണ്ടത് ചീമേനിയിലേക്കായിരുന്നു. അയാൾക്ക് എല്ലാവഴിയും പരിചിതമായിരുന്നു. അങ്ങനെ അവന്റെ സഹായത്തോടെ ഞങ്ങൾ ചീമേനിയിലെത്തി. പിന്നീട് ഞങ്ങൾക്ക് എത്തേണ്ടിടത്തെക്കുറിച്ച് നേരത്തെ വിവരമുണ്ടായിരുന്നു. ആ വഴികാട്ടിക്ക് ഒരു രൂപ നൽകി പറഞ്ഞച്ചു. അവനങ്ങനെ ഒരു രൂപ പ്രതിഫലം കിട്ടുന്നത് ഒരു പക്ഷേ, ആദ്യമായിട്ടായിരിക്കും. അതിനുശേഷം ഞങ്ങൾ ഷെൽട്ടർ കണ്ടുപിടിക്കുകയും പകൽ അവിടെ താമസിക്കുകയും ചെയ്തു.

* * * * * *

താൻ മാത്രമല്ല തന്റെ പിഞ്ചുകുഞ്ഞും പൊലീസിന്റെ കൈകളിൽ അകപ്പെട്ടേക്കാം എന്ന് കണ്ടപ്പോഴും പതറാതെനിന്ന് എന്നെ സംരക്ഷിച്ച ഒരു വീട്ടമ്മയെപ്പറ്റി അൽപ്പം. പയ്യന്നൂർ ഫർക്കയിൽ വെച്ചായിരുന്നു ഈ സംഭവം.

1948 ലെ കടുത്ത ഭക്ഷ്യക്ഷാമം വടക്കേ മലബാറിലെ കർഷകമക്കളെ പട്ടിണിയിലാഴ്ത്തി. കരിഞ്ചന്തയും പൂഴ്ത്തിവെപ്പും നിർബാധം തുടർന്നു. മുനയൻകുന്ന് സംഭവത്തിനുശേഷം പയ്യന്നൂരിൽ നൂറുകണക്കിന് സഖാക്കൾ ലോക്കപ്പിലും പുറത്തും മർദനമേറ്റ് പിടഞ്ഞു. കേസിൽപ്പെട്ട് വലഞ്ഞു. സഖാക്കൾക്ക് പരസ്യമായി പ്രവർത്തിക്കാനാവാത്ത കാലഘട്ടം.

പാർട്ടി അനുഭാവികളെ അണിനിരത്തിക്കൊണ്ടുള്ള ഗ്രൂപ്പ് പ്രവർത്തനവും കർഷകസംഘം പ്രവർത്തനവും നടത്തുകയായിരുന്നു ഞങ്ങളന്ന് പയ്യന്നൂരിൽ. ഭക്ഷ്യ സമരത്തിൽ ഹരിജനായ പൊക്കൻ വെടിയേറ്റ് മരിച്ചു. സ്വാതന്ത്ര്യത്തിനുശേഷം മലബാറിലെ ആദ്യത്തെ രക്തസാക്ഷി. തുടർന്ന് പല സംഭവങ്ങളിലായി ഒരു ഡസൻ സഖാക്കളും കരിവെള്ളൂർ സംഭവത്തിൽ രണ്ട് സഖാക്കളും രക്തസാക്ഷികളായി. ഏറ്റവുമധികംപേർ മരിച്ചത് കോറോം ഗ്രാമത്തിലായിരുന്നു. ഈ സമയത്ത് ഞാനവിടെ രഹസ്യപ്രവർത്തനം നടത്തുകയായിരുന്നു. എ വി കുഞ്ഞമ്പുവും എന്നോടൊപ്പമുണ്ടായിരുന്നു.

പൊലീസ്വേട്ടയെ ഭയന്ന് മാറിമാറി താമസിച്ച് ഒരു ദിവസം പെരുംതട്ടയിലെത്തി. ഒറ്റമുറിയുള്ള ചെറിയ ഒരു കുടിലിലാണ് താമസിച്ചത്. ഗൃഹനാഥൻ ഒരു കൃഷിക്കാരൻ. ഒപ്പം ഭാര്യയും രണ്ട് മാസം പ്രായമുള്ള കുട്ടിയും മാത്രം.

രാവിലെ പത്തുമണിയോടടുത്തു കാണും. കട്ടൻ കാപ്പിയും കുടിച്ച് മുറിയിൽ വായിച്ചുകൊണ്ട് കിടക്കുകയായിരുന്നു ഞാൻ. ആകെക്കൂടിയുള്ള മുറി. വാതിൽതുറന്നാൽ എന്നെ കാണാം. ഗൃഹനാഥൻ പണിക്ക് പോയി. ആ സ്ത്രീയെ നമുക്ക് മീനാക്ഷി എന്ന് വിളിക്കാം. കുട്ടിയെയുമെടുത്ത് ഇറയത്ത് ഇരിക്കുകയായിരുന്നു മീനാക്ഷി. പൊലീസ് അടുത്തുള്ള വീടുകളിൽ കയറിയിറങ്ങുന്നത് അവൾ കണ്ടു. എന്നെയാണ്

അന്വേഷിക്കുന്നതെന്ന് അവൾക്കറിയാം. ഇത് മനസിലാക്കി മീനാക്ഷി തുറന്നുകിടന്ന വാതിലടച്ച് ഇറയത്ത് പായുമിട്ട് കുട്ടിക്ക് മുലകൊടുത്ത് കിടന്നു.

ഒരു ഹെഡ്കോൺസ്റ്റബിൾ വീടിന്റെ മുറ്റത്ത് വന്നു. അയാൾ വീടിന്റെ ചുറ്റും നോക്കി. ഒരു സൂചനയും ലഭിച്ചില്ല. താൻ കുട്ടിക്ക് മുല കൊടുക്കുകയാണെന്നും എന്തിനാണ് ആവശ്യമില്ലാതെ ബുദ്ധിമുട്ടിക്കുന്നതെന്നും അവൾ ചോദിച്ചു. കുഞ്ഞിന് പാലൂട്ടുന്ന അവളെ തള്ളിമാറ്റി അകത്ത് കയറാനുള്ള ധൈര്യം പൊലീസിനുണ്ടായില്ല. പതിനഞ്ച് മിനിറ്റ് അവളങ്ങനെ കുട്ടിയെയും മാറോട് അടക്കിപ്പിടിച്ച് കിടന്നു. പൊലീസിന്റെ ചോദ്യങ്ങൾക്കൊന്നും അവൾ കൂസിയില്ല. അവസാനം അയാൾ മടങ്ങിപ്പോവുകതന്നെ ചെയ്തു. അവളുടെ സന്ദർഭോചിതമായ പ്രവൃത്തികാരണം ഞാനന്ന് രക്ഷപ്പെട്ടു. ആപൽഘട്ടങ്ങളിലുള്ള സ്ത്രീകളുടെ മനഃസാന്നിധ്യം ഒരു പ്രത്യേകത തന്നെയാണ്. എന്നെ പലഘട്ടങ്ങളിലും പൊലീസിന്റെ പിടിയിൽനിന്ന് രക്ഷപ്പെടുത്തിയിട്ടുള്ളതും അവരുടെ ഈ കഴിവു തന്നെയാണ്.

ഞങ്ങൾ കൃഷിക്കാരുടെ യോഗങ്ങൾ ചേർന്ന് സംഘടനാ പ്രവർത്തനം വിലയിരുത്തി. പൊലീസിനെയും ഗുണ്ടകളെയും നേരിടുന്നതിനെപ്പറ്റിയായിരുന്നു ചർച്ച. അക്കാര്യത്തിൽ കർഷകമാതാക്കൾ ചെയ്ത സേവനം വിലമതിക്കാനാവാത്തതാണ്. ഒളിവിലുള്ള നിരവധി യുവാക്കളെ സംരക്ഷിക്കുന്നതിലും പോറ്റിവളർത്തുന്നതിലും കൃഷിക്കാരും കർഷകമാതാക്കളും വഹിച്ച പങ്ക് പലപ്പോഴും എന്നെ ആവേശഭരിതനാക്കിയിട്ടുണ്ട്. ഈ പ്രസ്ഥാനം പടുത്തുയർത്തിയതിൽ ആ അമ്മമാരും കർഷകരും വഹിച്ച പങ്ക് ചെറുതൊന്നുമല്ല.

20

ഒളിവിലെ 'പൊലീസ്'

ആയിരത്തിത്തൊള്ളായിരത്തി നാൽപ്പത്തിയെട്ട്-നാൽപ്പത്തി ഒമ്പത് കാലം. കർഷകപ്രസ്ഥാനവും കമ്യൂണിസ്റ്റുപാർട്ടിയും നിരോധിച്ച ഘട്ടം. വടക്കേ മലബാറിലെ ഉൾപ്രദേശങ്ങളിലായിരുന്നു അന്ന് ഞാൻ ഒളിസങ്കേതങ്ങളുറപ്പിച്ചത്. പൊലീസിന്റെ നരനായാട്ട് ഒരു പടികൂടി വർധിച്ച കാലം.

ആ ഘട്ടത്തിലാണ് സഖാവ് കൃഷ്ണപിള്ള പാമ്പുകടിയേറ്റ് മുഹമ്മയിൽ നിര്യാതനായ വാർത്ത അറിഞ്ഞത്. കാസർഗോഡ് ജില്ലയുടെ കിഴക്കൻഭാഗത്ത് മൂളിയാർ ഗ്രാമത്തിലായിരുന്ന ഞാൻ ആ വാർത്തകേട്ട് തരിച്ചിരുന്നുപോയി. സർപ്പദംശമേറ്റ് മരിച്ചു എന്നല്ലാതെ കൂടുതൽ വിവരങ്ങളൊന്നും അറിയാൻ ഒരു വഴിയുമില്ല.

എന്തായാലും സഖാവിന്റെ മരണത്തെക്കുറിച്ച് വിശദമായി അറിഞ്ഞേതീരൂ. ശരീരവും മനസും മരവിക്കുന്നുവോ? ഈ ദശാസന്ധിയിൽ അദ്ദേഹത്തിന്റെ വേർപാട് സൃഷ്ടിച്ച വേദനയും ദുഃഖവും നികത്താനാവുമോ? സഖാവ് എനിക്കയച്ച കത്തിലെ വാചകം ഞാൻ മനസിലിട്ട് താലോലിച്ചു. "കയ്യൂരിൽ പോയി പ്രവർത്തിക്കുക." എത്രമാത്രം ശക്തമായിരുന്നു ആ വാക്കുകൾ. ഏതായാലും ഇരുപത് നാഴിക മാറി പടിഞ്ഞാറൻ പ്രദേശത്തേക്ക് പോകാൻതന്നെ തീരുമാനിച്ചു. എന്റെ കൂടെ ബി വി കുഞ്ഞമ്പുവും മറ്റൊരു സഖാവും ഉണ്ടായിരുന്നു.

രാത്രി ഏകദേശം രണ്ടുമണിയായിക്കാണും. ഞങ്ങൾ പനത്തടി ഭാഗത്തൂകൂടി പടിഞ്ഞാട്ടേക്ക് വരികയാണ്. ഞങ്ങളുടെ മനസുപോലെ തന്നെ കലുഷമായിരുന്നു പ്രകൃതിയും-കുറ്റാക്കുറ്റിരുട്ട്; മഴയും.

നടന്നുനടന്ന് ഒരു കൊച്ചുപീടികയുടെ മുന്നിലെത്തി. കുറെയധികം മുസ്ലിങ്ങൾ അവിടെ ഒത്തുകൂടിയിരിക്കുന്നു. അവരിൽ ചിലർ മതഗ്രന്ഥങ്ങൾ വായിക്കുകയും മറ്റുള്ളവർ അത് ശ്രദ്ധിക്കുകയുമാണ്. അവരുടെ

കണ്ണിൽപ്പെടാതെ കടന്നുപോകാനൊക്കില്ല. ഞങ്ങൾ കടന്നുചെന്ന ഒറ്റ വഴി മാത്രമേ ഉണ്ടായിരുന്നുള്ളൂ, ചുറ്റും കാട്ടുപ്രദേശം.

ട്രൗസറും ഷർട്ടും ധരിച്ചാണ് ഞങ്ങൾ രാത്രി സഞ്ചരിക്കാറ്. കണ്ടാൽ പൊലീസുകാരാണെന്നേ ഒറ്റ നോട്ടത്തിൽ തോന്നൂ. പൊലീസുകാരുടേതുപോലുള്ള തൊപ്പിയും ഞങ്ങൾ കരുതിയിരുന്നു. അതു ധരിച്ചാണ് ഞങ്ങളുടെ പര്യടനം. ഗുണ്ടകളോ പൊലീസുകാരോ കണ്ടാൽ ഒളിവിൽ പ്രവർത്തിക്കുന്ന കമ്യൂണിസ്റ്റുകാരാണെന്ന് തിരിച്ചറിയാതിരിക്കാനായിരുന്നു ഞങ്ങളുടെ ഈ വേലത്തരങ്ങളെല്ലാം. ഞങ്ങളുടെ കൂടെയുണ്ടായിരുന്ന ചോയി എന്ന സഖാവ് അരോഗദൃഢഗാത്രനായിരുന്നു.

മുസ്ലീങ്ങളെ വെട്ടിച്ചുപോകാനാവാത്ത സ്ഥിതിയായപ്പോൾ ഞങ്ങൾ അടവൊന്ന് മാറ്റി. പിന്നെ, പൊലീസുകാരുടെ മട്ടിലായി ഞങ്ങളുടെ സംഭാഷണം. കൊലപാതകികളെയും കള്ളൻമാരെയും അറസ്റ്റു ചെയ്യാനെത്തിയ പൊലീസുകാരായി ഞങ്ങൾ ചമഞ്ഞു. അവർ കൂടിയിരുന്ന ആ പീടികയിലേക്ക് ഞങ്ങൾ നേരിട്ടുതന്നെ കയറിച്ചെന്നു. ആ പാവങ്ങൾ ഞങ്ങളെ പൊലീസുകാരായിത്തന്നെ കണക്കാക്കി.

ഞാനായിരുന്നു മുന്നിൽ നടന്നത്. അവിടെയുണ്ടായിരുന്നവരോട് ചില പേരുകൾ ചോദിച്ചു. അവർ ഇരുന്ന കസേരകളും ബഞ്ചുമൊക്കെ ഞങ്ങൾക്കുവേണ്ടി ഒഴിഞ്ഞുതന്നു. മാത്രമല്ല, അവരുടെ വക ഭക്ഷണം കഴിക്കാനും ഞങ്ങളെ നിർബന്ധിച്ചു. ഒരുമണിക്കൂർ സമയം അവിടെ കഴിച്ചുകൂട്ടി.

രാത്രിയുടെ അവസാന യാമങ്ങൾ പിന്നിട്ടു. അവർ തന്ന ചായ കഴിച്ച് അവരുമായി സംഭാഷണവും നടത്തിപ്പിരിഞ്ഞു. ഞങ്ങളാരാണെന്ന് അവർക്കൊട്ടും മനസിലായില്ല. ഞങ്ങൾ ആരാണെന്ന് അറിഞ്ഞിരുന്നെങ്കിൽ ഞങ്ങളെ വലയിൽ കുരുക്കാൻ കഴിയുമായിരുന്നു. അവിടെനിന്ന് മൂന്ന് നാഴിക ദൂരം പോയപ്പോൾ മറ്റൊരു കടവ് കടക്കേണ്ടിയിരുന്നു. മലവെള്ളം കൂലംകുത്തിയൊഴുകുന്ന സമയം. ചെറുതോടാണെങ്കിലും സംഹാരരുദ്രയെപ്പോലെ ആർത്തലച്ച് പായുകയാണ്. കരകവിഞ്ഞൊഴുകുന്ന കടവ്. ഞങ്ങൾ മൂന്നുപേരും കൈകോർത്തുപിടിച്ച് വെള്ളത്തിലിറങ്ങി. നെഞ്ചിന് മുകളിലോളമുണ്ട് വെള്ളം. തോടിന്റെ മധ്യത്തിലെത്തിയപ്പോൾ ഒഴുകിപ്പോകുമെന്നുതന്നെ കരുതി. പേടിച്ചരണ്ട ഞങ്ങൾ പരസ്പരം കെട്ടിപ്പിടിച്ചു. കൂട്ടായ പരിശ്രമത്തിന്റെ ഫലമെന്നോണം ഒഴുക്കിനെ മുറിച്ചുകടന്ന് വല്ലവിധേനയും രാവിലെ അഞ്ചുമണിയോടെ മറുകരയിലെത്തി.

ഒരു ഷെൽട്ടർ കിട്ടാതെ നിവൃത്തിയില്ല. ഞങ്ങൾക്ക് അറിയാവുന്ന കണ്ണൻനായർ എന്നൊരു കച്ചവടക്കാരൻ അടുത്തുണ്ടെന്ന് മനസിലായി. അദ്ദേഹത്തിന്റെ വീട്ടിലേക്ക് പോയി. ഒരു മുറി എന്ന് പറയാവുന്ന ചെറിയൊരിടത്ത് ഞങ്ങൾ മൂന്നുപേർക്ക് കഴിയേണ്ടി വന്നു, ഒരു ദിവസം. പിറ്റേന്ന് അവിടെനിന്ന് കാഞ്ഞങ്ങാട്ട് എത്തേണ്ടിയിരുന്നു. ഹരിജനങ്ങൾ തിങ്ങിപ്പാർക്കുന്ന പ്രദേശത്തുകാരുടെ മലകയറി വേണം പോകാൻ.

സമയം രാത്രി പതിനൊന്നിനോടടുത്തു. ചുറ്റും കാട്. എങ്ങുനിന്നോ കേട്ട കൂമന്റെ മൂളൽ മനസിനെ അലോസരപ്പെടുത്തി. പകലത്തെ കാട്ടിന്റെ അഭൗമസൗന്ദര്യം രാത്രി പലപ്പോഴും ഭീതിദമായി തോന്നുന്നു. സൂര്യവെളിച്ചത്തിൽ ആശ്വാസദായിനിയാവുന്ന വനം ചന്ദ്രികയില്ലാത്ത രാവുകളിൽ മനസിന് അങ്കലാപ്പുണ്ടാക്കുന്നു.

ആർക്കും വഴി നിശ്ചയമില്ല. എങ്കിലും നക്ഷത്രങ്ങളുടെ ഗതിനോക്കി ഞാൻ വഴി മനസിലാക്കിയിരുന്നു. ആ ധാരണ മിക്കപ്പോഴും എനിക്ക് വഴികാട്ടിയായി ഭവിച്ചിട്ടുണ്ട്. ആകാശത്തെ ഏഴ് നക്ഷത്രങ്ങളുടെ ഗതിയെപ്പറ്റി ഞാനന്ന് മനസിലാക്കിയത് മാർഗതടസം ഉണ്ടാകാതിരിക്കുന്നതിന് ഏറെ സഹായകമായി. അങ്ങനെ നക്ഷത്രസാഗരത്തിലെ സപ്തർഷികളിൽ അഞ്ചും രണ്ടും ഹൃദിസ്ഥമായാൽ കിഴക്കും വടക്കും ദിശ നിർണയിക്കാനാവും. മാനത്തെ വടക്കുനോക്കിയന്ത്രം വഴികാട്ടിയായ എത്രയെത്ര യാത്രകൾ!

ഞങ്ങൾ ഒരു ഹരിജന്റെ കുടിലിൽ ചെന്ന് കയറി. ഞങ്ങളാരാണെന്ന് അവനറിയില്ല. അവനെ നിർബന്ധിച്ച് ഞങ്ങൾക്ക് വഴികാട്ടിയാക്കി. അവന് അഞ്ചുരൂപയും നൽകി. അങ്ങനെ കാഞ്ഞങ്ങാട്ട് ഒരധ്യാപക സുഹൃത്തിന്റെ ഷെൽട്ടറിലെത്താൻ സാധിച്ചു.

ഇത്തരത്തിലുള്ള എത്രയെത്ര അനുഭവങ്ങൾ വനാന്തരത്തിലൂടെയുള്ള യാത്രക്കിടയിൽ നേരിട്ടിട്ടുണ്ട്. സംഘടിതമായ പാർട്ടി പ്രവർത്തനം നടത്താനും കമ്മിറ്റികൾ കൂടാനും സഖാക്കളെ പരിശീലിപ്പിക്കാനും അറ്റുപോയ ബന്ധങ്ങൾ ഇണക്കിച്ചേർക്കാനും കാൽനടയാത്രയും ഷെൽട്ടർ ജീവിതവും സഹായകമായി.

ഗുണ്ടകളുടെയും സമൂഹവിരുദ്ധരുടെയും മർദനങ്ങളെ അതിജീവിച്ച് മുന്നേറാൻ കൃഷിക്കാരുടെയും തൊഴിലാളിവർഗത്തിന്റെയും പാർട്ടിക്ക് മാത്രമേ കഴിയൂ. പക്ഷേ, ത്യാഗസന്നദ്ധതയും സൈഥര്യവും സാഹസികബുദ്ധിയും ഉണ്ടാകണമെന്ന് മാത്രം.

അന്ന് എന്റെ കൂടെയുണ്ടായിരുന്ന ബി വി കുഞ്ഞമ്പുവും ചോയിയും നമ്മെ വിട്ടുപോയി. രോഗബാധിതരായാണ് രണ്ടുപേരും മരിച്ചത്.

കാലമേറെ ചെന്നപ്പോൾ ബി വി കുഞ്ഞമ്പു സി പി ഐ പ്രവർത്തകനായി മാറിയിരുന്നു. എങ്കിലും ആ ത്യാഗപൂർവമായ പ്രവർത്തനം ഞാനിപ്പോഴും സ്മരിക്കുന്നു.

* * * * * *

ശേഖരൻ അന്ന് സന്ദർഭത്തിനൊത്ത് പ്രവർത്തിച്ചിരുന്നില്ലെങ്കിൽ ഞങ്ങൾ രണ്ടുപേരും എടക്കാട്ടുവെച്ച് പൊലീസ് ചാരൻമാരായ ഗുണ്ടകളുടെ കൈയിൽപ്പെട്ടുപോയേനെ.

1948–'51. കോഴിക്കോട് താമസിക്കാനാണ് ആദ്യം പാർട്ടി നിശ്ചയിച്ചത്. എങ്കിലും പ്രവർത്തനമേഖല തിരിച്ചുതന്നത് കണ്ണൂരിലായിരുന്നു. കണ്ണൂർ, എടക്കാട് മണ്ഡലത്തിലും കണ്ണൂരിന് ചുറ്റുമുള്ള നാട്ടിൻപു

റങ്ങളിലും കേന്ദ്രീകരിച്ചായിരുന്നു എന്റെ പ്രവർത്തനം. ഒരുദിവസം കണ്ണൂരിൽനിന്ന് തലശ്ശേരിവഴി മാഹിയിലേക്ക് പോവുകയായിരുന്നു. രഹസ്യമാർഗങ്ങൾ മുൻകൂട്ടി നിശ്ചയിച്ച് തയാറാക്കിയതുതന്നെ. ശേഖരനായിരുന്നു എന്റെ കൂടെ. എടക്കാട് കടന്നുവേണം തലശ്ശേരിയിലെത്താൻ. അവിടെനിന്നാണ് മാഹിക്ക് പോകേണ്ടത്.

1930 മുതൽ തൊഴിലാളി സമരങ്ങളിൽ പങ്കെടുക്കുകയും കർഷക സംഘം കെട്ടിപ്പടുക്കുന്നതിൽ മുൻനിന്ന് പ്രവർത്തിക്കുകയും ചെയ്ത സഖാവാണ് പി ശേഖരൻ. പാർട്ടിയുടെ രഹസ്യപ്രവർത്തനങ്ങൾക്ക് അന്ന് പ്രധാനമായും ഉപയോഗിച്ചിരുന്നത് ശേഖരനെയായിരുന്നു. കമ്യൂണിസ്റ്റ് പാർട്ടിയുടെയും തൊഴിലാളി-കർഷകാദി ബഹുജനപ്രസ്ഥാനങ്ങളുടെയും പടനായകനായിരുന്ന ശേഖരനെന്ന് പറഞ്ഞാൽ അത് അധികമാവില്ല. ശേഖരൻ ഇന്ന് ജീവിച്ചിരിപ്പില്ല. അതിസാഹസികമായ കൃത്യങ്ങൾ കൊണ്ട് ബ്രിട്ടീഷ് ഭരണാധികാരികളെ കിടിലം കൊള്ളിക്കുകയും ദേശീയ വിമോചന പ്രസ്ഥാനത്തിന് ഊക്കും ആവേശവും വർധിപ്പിക്കുകയും ചെയ്ത ധീരനായിരുന്നു ശേഖരൻ. ഗോവയിൽ നിന്ന് പോർച്ചുഗീസുകാരെ കെട്ടുകെട്ടിക്കാനുള്ള പോരാട്ടത്തിൽ മലബാറിൽ നിന്നുള്ള സമരഭടൻമാരെയും നയിച്ച് മാർച്ചു ചെയ്ത് വെടിയുണ്ടയ്ക്കും ലാത്തിക്കും കൽത്തുറുങ്കിനും മുന്നിൽ ഇതിഹാസങ്ങൾ രചിക്കാൻ ശേഖരന് കഴിഞ്ഞു.

1930 കളിൽ വൈദേശിക ഭരണത്തിൻകീഴിൽ കോഴിക്കോട്ടെ മലബാർ കളക്ടറുടെ ആപ്പീസിന് മുന്നിലുള്ള ബ്രിട്ടീഷ് പതാക വലിച്ച് താഴത്തിട്ട് ദേശീയപതാക ഉയർത്തിയതും ബല്ലാരി ജയിൽ ചാടിയതുമൊക്കെ ശേഖരന്റെ ജീവിതത്തിലെ ആവേശകരമായ സംഭവങ്ങളാണ്.

ഇത് ശേഖരന്റെ ഒരു വശം. ഏറ്റവും അടുത്തവർക്ക് മാത്രമറിയുന്ന ഒരു ശേഖരൻ വേറെയുണ്ട് —'പൂച്ച ശേഖരൻ.' ഞങ്ങൾ പലപ്പോഴും ശേഖരനെ സ്വകാര്യമായി അങ്ങനെ വിളിച്ചിരുന്നു. കാരണം മറ്റൊന്നുമല്ല; ശേഖരന് പൂച്ചയിറച്ചിയോട് വലിയ പ്രിയം. പൂച്ചയെ കണ്ടാൽ ശേഖരൻ എല്ലാം മറന്ന് പിന്നാലെ പായും. ഏതായാലും എന്റെ ഭാഗ്യത്തിന് ഞങ്ങളുടെ വഴിയിലെങ്ങും പൂച്ചയെ കണ്ടില്ല.

സമയം പാതിരയോടടുക്കാറായി. ഇരുട്ടിന്റെ കരിമ്പടം പുതച്ചുറങ്ങുന്ന പ്രകൃതി. മിന്നാമിനുങ്ങിന്റെ നുറുങ്ങുവെട്ടംപോലും ഒരിടത്തുമില്ല. വാവലുകളുടെ ചിറകടിയും ചീവീടുകളുടെ കാത് തുളയ്ക്കുന്ന ഒച്ചയും ഇടയ്ക്കിടെ കേൾക്കാം.

ഞങ്ങൾ എത്രയും വേഗത്തിൽ നടന്നു. എടക്കാട് പൊലീസ് സ്റ്റേഷന്റെ ഒരു കിലോമീറ്റർ ദൂരെയുള്ള ഒരു പറമ്പിലൂടെ ഞങ്ങൾക്ക് സഞ്ചരിക്കേണ്ടിയിരുന്നു. ഒരു മുസ്ലീമിന്റെ വീട്ടിനടുത്തുള്ള വളവിലെത്തിയപ്പോഴേക്കും എങ്ങുനിന്നോ ഞങ്ങളുടെ നേർക്ക് പ്രകാശം അരിച്ചെത്തി. ആരോ ടോർച്ച് തെളിച്ചതാണെന്ന് മനസിലായി.

പൊലീസിന്റെ ക്രൂരമർദനങ്ങൾക്കൊപ്പം തന്നെ കോൺഗ്രസ് ഗുണ്ട

കളുടെ വിളയാട്ടവും നടക്കുന്ന ഘട്ടമായിരുന്നു അത്. കമ്യൂണിസ്റ്റുകാരുടെ രഹസ്യപ്രവർത്തനവും അവരുടെ ഒളിവുയാത്രകളും അവർ മണത്തറിഞ്ഞിരുന്നു. ഒളിവിലുള്ള കമ്യൂണിസ്റ്റുകാരെ കണ്ടുപിടിക്കാനും അറസ്റ്റ് ചെയ്യിക്കാനുമായി ആ ഭാഗങ്ങളിൽ രാത്രികാലങ്ങളിൽ ടോർച്ചുമായി സഞ്ചരിക്കുക ഗുണ്ടകളുടെ പതിവായിരുന്നു. അങ്ങനെയാണ് ഒരു കൂട്ടം ഗുണ്ടകളുടെ ടോർച്ചിന്റെ വെളിച്ചം ഞങ്ങളെയും തേടിയെത്തിയത്. ഒളിവിലുള്ള കമ്യൂണിസ്റ്റുകാരാണെന്നല്ലാതെ ഞങ്ങളാരാണെന്ന് അവർക്ക് അറിയില്ലായിരുന്നു. എട്ടോളംപേർ ടോർച്ചും വടിയുമായി ഞങ്ങളുടെ നേരെയടുത്തു. രക്ഷപ്പെടാൻ പഴുതൊന്നുമില്ല. ഒരുത്തൻ ഞങ്ങളുടെ മുഖത്തേക്ക് ടോർച്ചടിച്ചു. ശേഖരൻ രണ്ടും കൽപ്പിച്ച് കൈയിലുണ്ടായിരുന്ന കഠാരി വലിച്ചൂരി ഞങ്ങളെ പിടിക്കാൻ വന്നവർക്കുനേരെ ആഞ്ഞുവീശി. തനി ഭീരുക്കളായ അവർ തിരിഞ്ഞോടി.

സമയം ഏകദേശം രണ്ട് മണിയോടടുത്തു. കൂടുതൽ ഗുണ്ടകളെയും കൂട്ടി ശക്തിസംഭരിച്ച് അധികം താമസിയാതെ അവർ തിരികെയെത്തുമെന്ന് ഞങ്ങൾക്കറിയാം. മാത്രമല്ല, അവർ ആ പ്രദേശം മുഴുവൻ വളഞ്ഞ് പരിശോധിക്കുമെന്നും അറിയാം. പോരാത്തതിന് പൊലീസ് സ്റ്റേഷനിലും വിവരം നൽകും.

ഗുണ്ടകൾ തിരിഞ്ഞോടിയശേഷം ഞങ്ങളവിടെ നിന്നില്ല. രാത്രിയുടെ ആ അവസാനയാമങ്ങളിൽ ഞങ്ങൾ നെട്ടോട്ടം ഓടുകയായിരുന്നു. ഒരു നാഴികയിലധികം മറ്റൊരു ഭാഗത്തേക്ക് ഓടി. ഞങ്ങൾക്ക് ബന്ധമുള്ള നിരവധി വീടുകൾ ആ ഭാഗത്തുണ്ടെങ്കിലും മുൻകൂട്ടി വിവരം നൽകാതെ അർധരാത്രികഴിഞ്ഞ് അവിടെ എങ്ങനെ കയറിച്ചെല്ലും? ഞങ്ങൾവീണ്ടും ഓടി. എവിടെയെങ്കിലും ഒരിടത്തുചെന്ന് കേറിയാൽ മതിയെന്നായി. അവസാനം ഒരു ഷെൽട്ടർ കണ്ടുപിടിച്ചു. ഞങ്ങൾക്ക് പരിചയമുള്ള വീടായിരുന്നു അത്. ഒട്ടും നിനച്ചിരിക്കാത്ത നേരത്ത് തികച്ചും അപ്രതീക്ഷിതമായി ഞങ്ങളെ കണ്ട ഗൃഹനാഥൻ പരിഭ്രമിച്ചു.

ഒരു കൃഷിക്കാരന്റെ വീടായിരുന്നു അത്; പൊലീസിന്റെ കഴുകൻകണ്ണുകൾ സദാ വട്ടമിടുന്ന വീടുകളിലൊന്ന്. പക്ഷേ, എന്തൊക്കെയായാലും ഒരു പകൽ അവിടെ കഴിച്ചുകൂട്ടാതെ നിവൃത്തിയില്ല.

നേരം പുലരുകയാണ്. കിഴക്ക് ചക്രവാളത്തിൽ വിവിധതരം നിറക്കൂട്ടുകൾ ചാലിച്ചെടുക്കുകയാണ് പകലിന്റെ ശിൽപ്പി. എന്തൊരഭൗമ സൗന്ദര്യം. സുപ്രഭാതത്തെക്കുറിച്ച് പാടിയ കവിമനസുകളോട് അന്നാദ്യമായി അസൂയതോന്നി. ഒരുകാലത്ത് ഞാനും എത്ര കവിതകളെഴുതിയതാണ്. ഓർമകൾക്കപ്പുറത്തേക്ക് ചികയുമ്പോൾ അവ പ്രസിദ്ധീകരിച്ച വാരികകൾപോലും ഇന്നെന്റെ കയ്യിലില്ല. ഒളിവുജീവിതത്തിലെ ഓട്ടത്തിനിടയിൽ അവയെല്ലാം നഷ്ടപ്പെട്ടു. ഇന്നും കവിതാശകലങ്ങൾ മനസിൽ ഊറിക്കൂടാറുണ്ടെങ്കിലും അവയ്ക്ക് രൂപം നൽകാൻ എന്തുകൊണ്ടോ എനിക്കാവുന്നില്ല. അന്നത്തെ സുപ്രഭാതത്തെക്കുറിച്ച് പറഞ്ഞു വന്ന ഞാൻ വാർത്തമാനകാലത്തേക്ക് വായനക്കാരെ വലിച്ചിഴച്ചതിൽ ക്ഷമി

ക്കുക. സ്വച്ഛന്ദ സുന്ദരമായ ഒരു നല്ല നാളേക്കുവേണ്ടി ഇരവുപകലുകൾ മുഴുവൻ അജ്ഞാതവാസം നടത്തുന്ന എന്നെപ്പോലൊരാൾക്ക് ഈ പ്രഭാതസൗന്ദര്യം ആസ്വദിക്കാനെവിടെ സമയം?

അന്ന് പകൽ അവിടെ താമസിച്ചു. പാർട്ടിയുമായി ബന്ധപ്പെട്ട് സഖാവ് ദാമുവിന് വിവരം നൽകി. രാത്രി മറ്റൊരു സ്ഥലത്തേക്ക് മാറിത്താമസിക്കാനും തലശ്ശേരിയിലേക്ക് പോകാനുമുള്ള മാർഗം ഏർപ്പാട് ചെയ്യാനും സന്ധ്യക്കുമുമ്പുതന്നെ സംവിധാനമുണ്ടാക്കി.

ഞാനും ശേഖരനും ഓടി രക്ഷപ്പെട്ട് അരമണിക്കൂർ കഴിഞ്ഞപ്പോഴേക്കും ഞങ്ങൾ ഗുണ്ടകളുടെ മുമ്പിൽ ചെന്നുപെട്ട സ്ഥലത്ത് അവരുടെ നാൽപ്പതോളം പേരടങ്ങിയ ഒരു സംഘം എത്തിച്ചേർന്നതായും പൊലീസ് അവരുടെ സംരക്ഷണത്തിന് വന്നതായും പിറ്റേന്ന് പകൽതന്നെ ഞങ്ങൾക്ക് വിവരം കിട്ടി. പക്ഷേ, ഞങ്ങൾ എവിടെയാണെന്ന് അവർക്ക് കണ്ടുപിടിക്കാനോ താമസിച്ച വീടുകളെപ്പറ്റി മനസിലാക്കാനോ കഴിഞ്ഞില്ല. പിറ്റേന്ന് രാത്രിതന്നെ കടവുകടന്ന് തലശ്ശേരി റൂട്ടിൽക്കൂടി ഞാൻ മാഹിയിലേക്ക് തിരിച്ചു.

ഞങ്ങൾ ഗുണ്ടകളുടെ മുമ്പിൽ ചെന്നുപെട്ട സ്ഥലത്തെക്കുറിച്ച് ചില കാര്യങ്ങൾ പറയാതിരിക്കാനാവില്ല. അവിടെനിന്ന് അകലെയല്ലാത്ത ഒരു സ്ഥലത്തുവെച്ചാണ് കോൺഗ്രസ് ഗുണ്ടകൾ മൊയാരത്ത് ശങ്കരനെ തല്ലിക്കൊന്നത്.

സമൂഹ നന്മയ്ക്കുവേണ്ടി ജീവിക്കുകയും സമരം ചെയ്യുകയും മരിക്കുകയും ചെയ്ത ഒരു അനശ്വര രക്തസാക്ഷിയാണ് മൊയാരത്ത് ശങ്കരൻ.

1920 മുതൽ കേരളത്തിൽ, പ്രത്യേകിച്ച് മലബാറിന്റെ ഗ്രാമഗ്രാമാന്തരങ്ങളിൽ, സാമ്രാജ്യവിരുദ്ധ സമരത്തിന്റെ കൊടിക്കൂറ ഉയർത്തിപ്പിടിച്ച് കോൺഗ്രസിന്റെ സന്ദേശം പ്രചരിപ്പിച്ച ആദ്യകാല നേതാവായിരുന്നു അദ്ദേഹം. കോൺഗ്രസുകാരനായി രാഷ്ട്രീയ ജീവിതമാരംഭിച്ച മൊയാരം കോൺഗ്രസ് സോഷ്യലിസ്റ്റുകാരനായും തുടർന്ന് കമ്യൂണിസ്റ്റുകാരനായും മാറുകയായിരുന്നു.

നെടുമ്പ്രത്തെ സ്വന്തം വീട്ടിൽനിന്ന് ചെമ്പിലോട്ടെ ഭാര്യാഗൃഹത്തിലേക്ക് പോവുകയായിരുന്ന അദ്ദേഹത്തെ പൊലീസുകാരും കോൺഗ്രസ് ഗുണ്ടകളും ചേർന്ന് അടിച്ചുവീഴ്ത്തി. കൊടും മർദനമേറ്റ് മൃതപ്രായനായ അദ്ദേഹത്തെ ലോക്കപ്പിലേക്ക് മാറ്റി. അവിടെ ഒരുപടികൂടി കടന്നതായിരുന്നു പ്രയോഗം. അദ്ദേഹത്തിന്റെ ശരീരം അടിമുതൽ മുടിവരെ അവർ കരിക്കുകൊണ്ട് ഇടിച്ചു ചതച്ചു. മജ്ജയും മാംസവും എല്ലിൻകഷണങ്ങളും ഒന്നിച്ചരഞ്ഞു ചേർന്ന ആ ശരീരത്തിൽ പിന്നെ ജീവൻ അധികസമയം നിലനിന്നില്ല. 1949 മെയ് 13 നായിരുന്നു ഈ പൈശാചികസംഭവം. സ്വതന്ത്ര ഇന്ത്യയിലെ നിയമപാലകർ ഒരു ധീരനേതാവിന് നൽകിയ ബഹുമതി!

മൊയാരത്തിനെ തല്ലിക്കൊന്നതിനെതിരെ വ്യാപകമായ പ്രതിഷേധം

ആഞ്ഞടിച്ചു. അതും പൊലീസിനെ കൂടുതൽ മർദകവീരന്മാരാക്കി. അവർക്ക് ചൂട്ടുപിടിക്കാൻ കോൺഗ്രസ് ഗുണ്ടകളും.

ഗുണ്ടാ ആക്രമണം ഒരു വശത്തെങ്കിൽ മറുവശത്ത് പൊലീസിന്റെ നരനായാട്ടും. കണ്ണിൽപ്പെടുന്ന സഖാക്കളെ അറസ്റ്റു ചെയ്യലും. ഇതിനെയെല്ലാം അതിജീവിച്ച് വേണ്ടിയിരുന്നു രഹസ്യ പാർട്ടി പ്രവർത്തനം നടത്താൻ.

*   *   *   *   *   *

മുനയൻ കുന്ന് സംഭവത്തിനുശേഷം 49–50 കാലത്ത് ഞങ്ങൾ കേന്ദ്രീകരിച്ചു പ്രവർത്തിച്ചിരുന്നത് മാഹിയിലായിരുന്നു. ഞങ്ങളെ സംബന്ധിച്ചിടത്തോളം ആ പ്രദേശത്ത് ഒരു പ്രത്യേക സുരക്ഷിതത്വമുണ്ട്. പുതുശ്ശേരിയുടെ ഭാഗമായ മാഹിയിലേക്ക് മലബാർ പൊലീസിന് പ്രവേശനാധികാരമില്ല. അതുകൊണ്ടുതന്നെയാണ് ഒളിവുകേന്ദ്രം അവിടെയാക്കാൻ തീരുമാനിച്ചതും.

രണ്ട് മുറികളുള്ള ഒരു ചെറിയ വീടായിരുന്നു ഞങ്ങളുടെ താവളം. അതിലൊരു മുറി ഞങ്ങൾക്ക് ഒഴിച്ചുതന്നു. ഒ ജെ ജോസഫ്, കുമാരൻമാസ്റ്റർ, ഞാൻ, ചില സന്ദർഭങ്ങളിൽ ബാലറാം—ഇത്രയും പേരായിരുന്നു ആ വീട്ടിലെ ഒളിവുപുള്ളികൾ. മറ്റൊരു കൊച്ചുമുറിയിൽ ഭാര്യയും ഭർത്താവും ഒതുങ്ങിക്കൂടും. വീടിന് ചുറ്റുമുള്ളവരൊക്കെ നമ്മുടെ പ്രസ്ഥാനവുമായി ബന്ധപ്പെട്ടവരോ അതല്ലെങ്കിൽ വിരുദ്ധർ അല്ലാത്തവരോ ആയിരുന്നു. എന്തായാലും പൊലീസിന്റെ ശല്യം അധികമുണ്ടായില്ലെന്നത് ആശ്വാസകരം.

ആ വീട്ടിലെ ഗൃഹനായികയായിരുന്നു താല. പ്രത്യേക ശ്രദ്ധയാകർഷിക്കുന്നതായിരുന്നു അവരുടെ ആകൃതിയും പ്രകൃതിയും. സാധാരണയിലധികം തടിച്ച ശരീരം. അതിനേക്കാൾ കരുത്തുള്ള ശബ്ദം. ദൂരെനിന്ന് ആരെങ്കിലും വരുന്നത് കണ്ടാൽ അവർ ഉച്ചത്തിൽ വിളിച്ചുചോദിക്കും; എന്തിനാ വന്നതെന്ന്. മാത്രമല്ല, അവരെ വേഗം പറഞ്ഞുവിടുന്ന കാര്യത്തിൽ അവർ പ്രത്യേകം ശ്രദ്ധിച്ചിരുന്നു. രഹസ്യചർച്ചയിലേർപ്പെട്ടിരിക്കുന്ന ഞങ്ങൾക്ക് ഇവരുടെ ഉറക്കെയുള്ള ചോദ്യം കേൾക്കുമ്പോഴേ മനസിലാകും ആരോ വരുന്നുണ്ടെന്ന്; അല്ലെങ്കിൽ എന്തെങ്കിലും ആപൽസൂചനയുണ്ടെന്ന്. ഞങ്ങളുടെ സുരക്ഷിതത്വത്തിൽ ആ വീട്ടമ്മ അത്രയധികം ശ്രദ്ധ പുലർത്തിയിരുന്നു.

ഒരുദിവസം ഞങ്ങളെ തേടിയെത്തിയ പൊലീസുകാർ അടുത്ത പറമ്പിൽ തമ്പടിച്ചു. അവർക്ക് ഇപ്പുറത്തോട്ട് കടക്കാൻ അനുമതിയില്ല. പൊലീസിന്റെ വരവ് എങ്ങനെയോ താലയമ്മ മണത്തറിഞ്ഞു. വിവരം ഞങ്ങളുടെ ചെവിയിലെത്തിക്കാൻ പിന്നെ അവർക്ക് അധികസമയം വേണ്ടിവന്നില്ല. ഞങ്ങൾ മാഹിയുടെ ഉൾഭാഗത്തുള്ള മറ്റൊരു വീട്ടിലേക്ക് മാറിത്താമസിച്ചു. രണ്ടുമൂന്ന് ദിവസം കഴിഞ്ഞശേഷമാണ് തിരികെ താലയമ്മയുടെ വീട്ടിലേക്ക് വന്നത്.

പാർട്ടിയെ സംരക്ഷിക്കുന്നതിന് എന്തും സഹിക്കാൻ സന്നദ്ധയായിരുന്നു താലയമ്മ. ഉള്ളതുകൊണ്ട് ഓണം എന്ന ചൊല്ലിനെ അനുസ്മരിപ്പിക്കുന്നതായിരുന്നു ഭക്ഷണകാര്യത്തിൽ അവരെടുത്ത നിലപാട്. മൂന്നോ നാലോ പേരാണെങ്കിലും എത്ര ബുദ്ധിമുട്ടിയായാലും അവർ ഞങ്ങൾക്ക് ഭക്ഷണം തരും. ഇങ്ങനെ മാസങ്ങളോളം ആ വീട് ഞങ്ങൾക്ക് അഭയകേന്ദ്രമായി. ആ ഷെൽട്ടറിൽ നിന്നുമാണ് 1951-ൽ ഞാൻ പുറത്തുവന്നത്.

പതിറ്റാണ്ടുകൾ മൂന്നര കഴിഞ്ഞു. '87 ൽ മുഖ്യമന്ത്രിയായിരുന്ന കാലത്ത് തലശ്ശേരിയിലൊരു പരിപാടിക്കായി ഞാനെത്തി. അന്ന് പന്തക്കലിലായിരുന്നു താലയമ്മയുടെ താമസം. നമ്മുടെ സഖാക്കൾ താലയമ്മയെക്കുറിച്ച് എന്നോട് പറഞ്ഞു. ആ അമ്മയെ ഒന്നുകാണാൻ എനിക്ക് അതിയായ ആഗ്രഹം തോന്നി. ഞാനാ വിട്ടീലേക്ക് പോയി.

കൂടെ പൊലീസുകാരുമായി ആ വീട്ടിലേക്ക് കയറിച്ചെന്ന എന്നെക്കണ്ട തീരെ വൃദ്ധയായ അവർ തരിച്ചുനിന്നു. നിമിഷനേരം. അവർ വാത്സല്യത്തോടെ എന്റെ കൈപിടിച്ചു. എന്ത് പറയണമെന്ന് അവർക്കറിയില്ല. ആ മുഖത്തും കണ്ണുകളിലും പ്രതിഫലിച്ച സന്തോഷവും ആശ്ചര്യവും വാക്കുകൾക്കതീതം. അവരുടെ ജീവിതത്തിലെ പുത്തൻ അനുഭവമായിരുന്നു അത്. അവരിത് തീരെ പ്രതീക്ഷിച്ചില്ല. കാരണം അവിടെ ഒളിവിലിരുന്ന് പിന്നീട് നേതാക്കളായവർ പലരും ആ വഴി പോയെങ്കിലും തിരിഞ്ഞുനോക്കിയില്ലെന്നതാണ് അനുഭവം.

താലയമ്മ ഇന്ന് ജീവിച്ചിരിപ്പില്ല എങ്കിലും ഒരിക്കലും മായാത്ത ഒരോർമയായി താലയമ്മ ഇന്നും മനസിൽ മുഴുത്തുനിൽക്കുന്നു.

* * * * * *

ഒളിവുകാലത്തായിരുന്നു ഞാൻ മാർക്സ്, എംഗൽസ്, ലെനിൻ, സ്റ്റാലിൻ എന്നിവരുടെ ഗ്രന്ഥങ്ങൾ അധികം വായിച്ചത്. മലബാറിലും ആലപ്പുഴയിലും എന്റെ വായനാശീലം തുടർന്നു. ആ കാലത്താണ് ഞാൻ *വിപ്ലവാചാര്യനായ ലെനിൻ* എഴുതിയതെന്ന് പറഞ്ഞുവല്ലോ. വായിക്കുകയും അതോടൊപ്പം നോട്ടെടുക്കുകയും ചെയ്യുകയെന്നതായിരുന്നു എന്റെ രീതി. പകൽസമയം ഞാൻ ഇതിനു വേണ്ടിത്തന്നെ ഉപയോഗിച്ചു. മാർക്സിസം-ലെനിനിസത്തെക്കുറിച്ച് പഠിക്കാൻ കഴിഞ്ഞത് ആ കാലത്തായിരുന്നു. പിന്നീട് 'ചൈനാചാര'നായി ജയിലിൽ കഴിഞ്ഞ കാലത്തും പഠനം തുടർന്നു. ഇന്ത്യാ-ചൈന പ്രശ്നം കൂടിയാലോചനയിലൂടെ പരിഹരിക്കണമെന്ന് പറഞ്ഞതിനായിരുന്നു അപ്പോഴത്തെ ജയിൽവാസം. എന്നാൽ ഇരുപത്തിമൂന്ന് വർഷങ്ങൾക്കുശേഷം ഞങ്ങൾ അന്ന് പറഞ്ഞത് ശരിയായിരുന്നുവെന്ന് ഇന്നത്തെ ഭരണ നേതൃത്വത്തിന് അംഗീകരിക്കേണ്ടിവന്നു. 1988 ൽ പ്രധാനമന്ത്രി രാജീവ് ഗാന്ധിയും 1993 ൽ നരസിംഹറാവുവും ചൈനയിലേക്ക് പോയത് അത്തരം കൂടിയാലോചനകൾക്ക് വേണ്ടിയായിരുന്നല്ലോ. 1964 ഡിസംബർ മുതൽ 1966 മെയ് വരെ കണ്ണൂർ

ജയിലിലാണ് കഴിച്ചുകൂട്ടിയത്. ഈ അവസരത്തിൽ ധാരാളം വായിക്കാൻ സമയം കിട്ടി. അക്കാലത്തെന്നോ ഞാൻ കുറിച്ചിട്ട ചില ഏടുകൾ ഈയ ടുത്തകാലത്ത് എന്റെ കൈകളിലെത്തി. ജൂലിയസ് ഫ്യൂച്ചിക്കിനെ സംബ ന്ധിച്ച കുറിപ്പുകളാണവ.

1943 സെപ്തംബർ 8 ന് നാസി കൊലയാളികൾ തൂക്കിലേറ്റിയ ജൂലി യസ് ഫ്യൂച്ചിക്. പത്രപ്രവർത്തകനും സാഹിത്യനിരൂപകനും കമ്യൂണിസ്റ്റ് നേതാവുമായ ഫ്യൂച്ചിക്. ബർലിനിലെ നാസികോടതി മരണശിക്ഷക്ക് വിധിച്ചതിന്റെ പതിനാലാം ദിവസം തൂക്കുമരത്തിലേറേണ്ടിവന്ന ഫ്യൂച്ചി ക്ക്. അന്നദ്ദേഹത്തിന് നാൽപ്പത് വയസേ ഉണ്ടായിരുന്നുള്ളൂ. "യഥാർഥ ജീവിതത്തിൽ കാഴ്ചക്കാരില്ല; നാമെല്ലാം ജീവിതത്തിൽ പങ്കെടുക്കുന്നു" എന്ന് കുറിച്ചിട്ട ഫ്യൂച്ചിക്കിന്റെ അവസാന വാക്കുകൾ "കാത്തിരിക്കുക" എന്നതായിരുന്നു.

പാൻക്രാറ്റ്സ് തടങ്കൽപാളയത്തിൽ അദ്ദേഹം കുറിച്ചിട്ട വരികളാണ് പിന്നീട് *കൊലമരത്തിൽനിന്നുള്ള കുറിപ്പുകൾ* എന്ന അനശ്വര സാഹി ത്യകൃതിയായി രൂപാന്തരപ്പെട്ടത്. ചെക്കോസ്ലോവാക്യയിലെ കമ്യൂണിസ്റ്റ് പത്രത്തിന്റെ പത്രാധിപരായിരുന്ന ഫ്യൂച്ചിക് നമുക്ക് സമ്മാനിച്ചത് ഒരു അനശ്വരകൃതി മാത്രമല്ല, അനശ്വരമായ ഒരു പാഠവും കൂടിയാണ്.

എ കോളിൻസ്കി എന്ന ചെക്ക് വാർഡറാണ് അദ്ദേഹത്തിന് കൽത്തുറുങ്കിൽ കടലാസും പെൻസിലും രഹസ്യമായി എത്തിച്ചു കൊടു ത്തത്. എഴുതിത്തീർന്ന കടലാസുകൾ അയാൾ ഒന്നൊന്നായി പുറത്തു കടത്തി. കമ്യൂണിസ്റ്റ് പത്രാധിപരുടെ ഭാര്യ റാവൻസ് ബ്രൂക്കിലെ കോൺ സെൻട്രേഷൻ ക്യാമ്പിൽനിന്ന് മോചിതയായശേഷം തന്റെ ഭർത്താവിനെ അന്വേഷിച്ചലഞ്ഞു. പക്ഷേ, അദ്ദേഹം അപ്പോഴേക്കും തൂക്കിലേറ്റപ്പെട്ടി രുന്നു. ഇത് അറിഞ്ഞതോടെ അവർ തന്റെ ഭർത്താവ് ജയിലിൽവെച്ചെ ഴുതിയ കുറിപ്പുകൾ ശേഖരിച്ചു. ഫ്യൂച്ചിക് എഴുതിയ കുറിപ്പുകൾ വിശ്വ സ്തരായ സുഹൃത്തുക്കളും സഖാക്കളും നിധിപോലെ സൂക്ഷിച്ചുവെ ച്ചിരുന്നു. അവ പുസ്തകരൂപത്തിൽ അഗസ്തീനാ ഫ്യൂച്ചിക് വായന ക്കാർക്ക് സമർപ്പിച്ചു. അതാണ് *കൊലമരത്തിൽ നിന്നുള്ള കുറിപ്പുകൾ.*

ഫ്യൂച്ചിക് തന്റെ ഒരുത്തമസുഹൃത്തിന് എഴുതിയ ചില ഭാഗങ്ങൾ ഞാൻ പകർത്തട്ടെ. ഇരുപത്തിനാലുമണിക്കൂർ എന്ന തലവാചകത്തി ലുള്ള കുറിപ്പ് തുടങ്ങുന്നതിങ്ങനെയാണ്.

> അഞ്ച് മിനുട്ടിനകം മണി പത്തടിക്കും. മനോഹരവും സുഖകര വുമായ ഒരു വസന്തകാല സായാഹ്നം. ഏപ്രിൽ 24, 1942.
>
> പ്രായം ചെന്നതും മുടന്തനുമായ ആളാണെന്ന് നടിച്ചുകൊണ്ട് ഞാൻ കഴിയുന്നത്ര വേഗത്തിൽ നടക്കുകയാണ്. പത്തുമണിക്ക് കർഫ്യൂ തുടങ്ങുമ്പോഴേക്കും വാതിൽ അടയ്ക്കുന്നതിന് മുമ്പായി ജെലിനെക്കിന്റെ വീട്ടിലെത്തണം. കൈയിൽ ഒരു വിള ക്കുമായി ഞാൻ വേഗത്തിൽ നടക്കുകയാണ്. അവിടെ എന്റെ

കൂട്ടുകാരനായ മിറെക്ക് എന്നെ പ്രതീക്ഷിച്ച് നിൽക്കുന്നുണ്ടാവും. അദ്ദേഹത്തിന് എന്നോട് പറയാനായി പ്രധാന സംഗതികളൊന്നുമുണ്ടാവില്ല. എനിക്കങ്ങോട്ടും അങ്ങനെതന്നെ. പക്ഷേ, നിശ്ചയിച്ച സമയത്ത് കാണാതിരിക്കുന്നത് പരുങ്ങലിന് വഴിവെക്കും. എന്റെ ആതിഥേയരായ രണ്ട് ഉത്തമസുഹൃത്തുക്കൾക്ക് അങ്കലാപ്പുണ്ടാക്കാൻ അത് കാരണമാകും.

അങ്ങനെ ഞാനവിടെ എത്തി. അവരെനിക്ക് ചായസൽക്കാരം നടത്തി. മിറെക്കും ഒരു സ്നേഹിതനും അവിടെയുണ്ടായിരുന്നു. അത് ആപത്ത് സൃഷ്ടിക്കലിന് വഴിവെക്കും. സഖാക്കളെ ഞാൻ നിങ്ങളെ കാണാൻ ഇഷ്ടപ്പെടുന്നു. പക്ഷേ, ഈ രീതിയിലല്ല. ഒരു മുറിയിൽത്തന്നെ കൂടുതൽപ്പേർ ഉണ്ടായിരിക്കുകയെന്നത് മരിക്കുവാൻവേണ്ടി ജയിലിലേക്ക് പോകുവാനുള്ള ഏറ്റവും നല്ല മാർഗമാണ്. ഒന്നുകിൽ രഹസ്യ പ്രവർത്തനത്തിന്റെ നിയമങ്ങൾ കൃത്യമായും പരിപാലിക്കണം. അല്ലെങ്കിൽ ഞങ്ങളോടൊപ്പം പ്രവർത്തിക്കുന്നതിൽനിന്ന് അകന്നുപോകണം. നിങ്ങൾ നിങ്ങളെത്തന്നെയും മറ്റുള്ളവരെയും ആപത്തിലകപ്പെടുത്തുകയാണ്. ഇത് മനസിലായോ?

“ഞങ്ങൾക്ക് മനസിലായി.”

“നിങ്ങൾ എനിക്കെന്താണ് കൊണ്ടുവന്നിട്ടുള്ളത്?”

“*റെഡ്റൈറ്റ്സിന്റെ* മെയ്ദിനപ്പതിപ്പ്”

“ഒന്നാംതരം......മിറെക്ക് നീയോ?”

“പുതുതായി ഒന്നുമില്ല; പ്രവർത്തനം ശരിക്കും നടക്കുന്നുണ്ട്.”

“അത്രമാത്രം. മെയ് ഒന്നിനുശേഷം നിങ്ങൾ നോക്കൂ........ഞാനൊരു സന്ദേശമയക്കുന്നുണ്ട്..........വലിയൊരു സന്ദേശം.”

“നേതാവേ, ഒരു കപ്പ് ചായകൂടി...........”

“വേണ്ട മിസിസ് ജെലിനെക്ക്; ഇവിടെ ഞങ്ങൾ കുറെപ്പേരുണ്ട്.”

“ഒരൊറ്റ കപ്പെങ്കിലും........”

അപ്പോൾ പകർന്നുവെച്ച ആ ചായയിൽനിന്ന് ആവി ഉയർന്നു. ആരോ വാതിൽ മുട്ടുന്നു.

രാത്രി ഈ സമയത്തോ? ആരായിരിക്കും? സന്ദർശകർക്ക് സമാധാനമില്ലാതായി. അവർ വാതിലിൻമേൽ ഇടിതുടങ്ങി.

“തുറക്കൂ; പൊലീസ്.”

ജനാലയിൽക്കൂടി രക്ഷപ്പെടുക.......പെട്ടെന്ന് കാണാതിരിക്കുന്നത് പരുങ്ങലിന് ഇടവരുത്തും. എന്റെ അതിഥികൾക്ക് വെറുപ്പുണ്ടാക്കാൻ ഇത് ഇടയാക്കും......എനിക്കൊരു കൈത്തോക്കുണ്ട്. എനിക്കവരുടെ നേരെ വെടിവെക്കാം........ താമസിച്ചുപോയി...........ഗെ

സ്റ്റപ്പോ പൊലീസ് ജനലിനടുത്തെത്തിക്കഴിഞ്ഞു. മുറിക്കകത്തേക്ക് അവർ കൈത്തോക്ക് ചൂണ്ടി. ആ ഘാതകൻമാർ വാതിൽ തള്ളിത്തുറന്ന് അടുക്കളയിൽക്കൂടി അകത്ത് പ്രവേശിച്ചു. ഒന്ന്...... രണ്ട്...........മൂന്ന്...........അവർ ഒമ്പതു പേരുണ്ട്. അവർ അകത്തേക്ക് പ്രവേശിച്ച വാതിലിന് പിന്നിലായിരുന്നു ഞാൻ. എന്നെ അവർ കണ്ടില്ല. അവരുടെ പിൻഭാഗത്ത് ക്ഷണത്തിൽ വെടിവെക്കാൻ എനിക്ക് കഴിയും. പക്ഷേ, അവരുടെ ഒമ്പത് കൈത്തോക്കുകളും സ്ത്രീകളുടെയും നിരായുധരായ മറ്റ് മൂന്ന് പുരുഷൻമാരുടെയും നേരെ ചൂണ്ടിയിരിക്കുകയാണ്. ഞാനവരെ വെടിവെക്കുകയാണെങ്കിൽ ഞാനത് ചെയ്യുംമുമ്പേ എന്റെ സ്നേഹിതൻമാർ നിലംപതിക്കും. ഞാൻ സ്വയം വെടിവെക്കുകയാണെങ്കിലോ? എങ്ങനെയായാലും വെടിവെപ്പ് നടക്കും. അവർ അഞ്ചുപേരും മരിക്കും. ഞാൻ വെടിവെച്ചില്ലെങ്കിൽ അവരെ ആറുമാസമോ ഒരു കൊല്ലമോ തടവിലിടും.... വിപ്ലവം അവരെ ജീവനോടെ സ്വതന്ത്രരാക്കും. പക്ഷേ, ഞാനും മിറെക്കും ജീവനോടെ പുറത്തുവരില്ല. അവർ ഞങ്ങളെ കശാപ്പ് ചെയ്യും...... അവർക്ക് എന്നിൽനിന്ന് ഒരു രഹസ്യവും ലഭിക്കില്ല. പക്ഷേ, മിറെക്കിൽ നിന്നോ? സ്പെയിനിലെ സമരം ചെയ്യുന്ന സഖാവ്. ഫ്രാൻസിൽ രണ്ടുവർഷം തടവിൽ കഴിഞ്ഞ സഖാവ്. യുദ്ധഘട്ടത്തിൽ ഫ്രാൻസിൽനിന്ന് രഹസ്യമായി പ്രാഗിൽ തിരിച്ചെത്തിയ സമർത്ഥനായ ഒളിപ്രവർത്തകൻ...... മിറെക്ക്....... അദ്ദേഹം വല്ലതും പറയുമോ? ഇല്ല. ഒരിക്കലും പറയുകയില്ല...... അവസാന തീരുമാനമെടുക്കാൻ എനിക്ക് രണ്ടോ മൂന്നോ സെക്കന്റ് സമയമുണ്ട്.

ഞാൻ വെടിവെച്ചാൽ എനിക്ക് മർദനത്തിൽനിന്ന് രക്ഷപ്പെടാമെന്നല്ലാതെ ആരെയും രക്ഷിക്കാൻ എനിക്ക് കഴിയില്ല.........എനിക്കു മാത്രം രക്ഷപ്പെടാം. പക്ഷേ, അഞ്ച് സഖാക്കളുടെ ജീവൻ കുരുതികൊടുക്കേണ്ടിവരും....... അതെ...... അത് തീരുമാനിക്കപ്പെട്ടുകഴിഞ്ഞു...... ആ മൂലയിൽനിന്ന് ഞാൻ മുറിയുടെ നടുവിലേക്ക് നീങ്ങി..........

അങ്ങനെ ഞാനവരെ വെടിവെച്ചു.....അത് വാസ്തവമാണ്.........ബാക്കിയുള്ളവർ രക്ഷപ്പെട്ടോ എന്നതിനെക്കുറിച്ച് എനിക്കറിയില്ല......

ആദ്യത്തെ അടി എന്റെ മുഖത്ത്. ഒരാളെ വീഴ്ത്താൻ തക്ക കരുത്തുള്ള ഒരടി.

അവൻ എന്നെ വലിച്ചിഴച്ച് കൊണ്ടുപോയി ഒരു കാറിനകത്തിട്ടു. തോക്കുകൾ എപ്പോഴും എന്റെ നേരെ ചൂണ്ടിയിരുന്നു. കാറിൽവെച്ചുതന്നെ എന്നെ മർദിച്ചു തുടങ്ങി. വെടിക്കുപകരം അവരെന്നെ ഇടിതുടങ്ങി.

ഗെസ്റ്റപ്പോവിന്റെ കേന്ദ്രമായിരിക്കുന്ന 'പെച്ചെക്ക്' കെട്ടിടം. ജീവ

നോടെ ഇതിനകത്ത് കയറാൻ കഴിയുമെന്ന് ഒരിക്കലും കരുതിയില്ല. നാലാമത്തെ നിലയിലേക്ക് അവരെന്നെ ഓടിച്ചുകയറ്റി. ആഹാ, പേരെടുത്ത ആ 11 എ വിഭാഗം കമ്യൂണിസ്റ്റ് വിരോധ വിചാരണ. ഇതെല്ലാം എങ്ങനെയിരിക്കുമെന്നറിയാനുള്ള ജിജ്ഞാസ എന്നിൽ ഉദിക്കുന്നതുപോലെ...........

എന്നെ ചോദ്യം ചെയ്യലിനായി 'കമ്മിസാറു'ടെ ആപ്പീസിലേക്ക് കൊണ്ടുപോയി.

"നീ ആരാണ്.........?"

"പ്രൊഫ. ഹോറാക്ക്.........."

"ഇവനെ പരിശോധിക്ക്......."

അവരെന്റെ വസ്ത്രങ്ങളെല്ലാം അഴിച്ചു പരിശോധിച്ചു.

വടി കൊണ്ടുള്ള ആദ്യത്തെ അടി. രണ്ട്, മൂന്ന്...........ഞാനിത് എണ്ണണോ? വേണ്ടാ..........

"നിന്റെ പേരെന്താ? പറയെടാ, നിന്റെ മേൽവിലാസം?"

"ആരുമായാണ് നിനക്ക് ബന്ധമുണ്ടായിരുന്നത്? പറയെടാ. അവരുടെയെല്ലാം വിവരം പറയ്, ഇല്ലെങ്കിൽ.........."

"സെൻട്രൽ കമ്മിറ്റിയിലെ മറ്റംഗങ്ങൾ ആരെല്ലാം? എവിടെയാണ് നിങ്ങളുടെ റേഡിയോ ട്രാൻസ്മിറ്ററുകൾ.........അച്ചടിശാല എവിടെ? പറയ്, പറയെടാ........"

എന്റെ നാക്ക് ചോരയൊഴുക്കുന്ന മോണയ്ക്ക് ചുറ്റും തൊട്ടുനോക്കുകയാണ്... എത്ര പല്ലുകൾ അടിച്ചൊടിക്കപ്പെട്ടിട്ടുണ്ടെന്ന് എണ്ണുവാൻ ശ്രമിച്ചെങ്കിലും എനിക്കതിന് കഴിയുന്നില്ല പന്ത്രണ്ട്.... പതിനഞ്ച്...... പതിനേഴ്... ഓ അത് എന്നെ വിചാരണ നടത്തുന്ന കമ്മിസാർമാരുടെ എണ്ണമാണ്.... അവരിൽ ചിലർ ക്ഷീണിച്ചുകഴിഞ്ഞെങ്കിലും മരണം എന്നെ അന്വേഷിച്ചെത്തിയില്ല...

നേരം പുലർച്ചെ മൂന്ന് മണി. അവർ എന്റെ ഭാര്യയെ കൊണ്ടുവന്ന് എന്റെ മുറിയിൽ നിർത്തി.

"നീ ഇവനെ അറിയുമോ?"

എന്റെ വായ്ക്കകത്ത് ഊറിക്കൂടിക്കൊണ്ടിരുന്ന രക്തം ഞാൻ വിഴുങ്ങുകയാണ്. അവളത് കാണരുത്.... പക്ഷേ, എന്റെ മുഖത്തിന്റെ ഓരോ ഇഞ്ചിൽനിന്നും രക്തം ഒഴുകുകയാണ്. വിരൽത്തുമ്പിൽ നിന്നുപോലും രക്തം വാർന്നുകൊണ്ടിരിക്കുന്നു.

"നിനക്ക് ഇവനെ അറിയില്ലേ?"

"ഇല്ല, എനിക്കറിയില്ല."

ഭയത്തിന്റെ ഒരു നോട്ടംപോലുമില്ലാതെ അവളത് പറഞ്ഞു. തനി

> ത്തങ്കമാണവൾ. അറിയുന്ന ഭാവം നടിക്കരുതെന്നുള്ള ഞങ്ങളുടെ പ്രതിജ്ഞ അവൾ പാലിച്ചു.
>
> അവളെയുംകൊണ്ട് അവർ പോയി. എനിക്ക് വരുത്താൻ കഴിയുന്നത്ര ആഹ്ലാദപൂർണമായ ഒരു നോട്ടംകൊണ്ട് അവളെ ഞാൻ യാത്രയയച്ചു.
>
> ഞാൻ ആരെയോ തിരിച്ചടിച്ചു. മുന്നോട്ടാഞ്ഞ് നിലത്തുവീണു. അവരെന്നെ തൊഴിച്ചു. ബുട്സുകൾ കൊണ്ടവരെന്നെ ചവിട്ടയരച്ചു. ഇനി വേഗം അവസാനമാവും.......ആ കറുത്ത കമ്മിസാർ എന്റെ താടിമീശക്ക് പിടിച്ചുവലിച്ചുപൊക്കി. പൈശാചികമായ ഒരു ചിരിയോടെ എന്റെ താടിയിൽ നിന്ന് പിഴുതെടുത്ത ഒരുപിടി രോമം എന്നെ കാണിച്ചുതന്നു.......

'ഇരുപത്തിനാല് മണിക്കൂറുകൾ' എന്ന ആ അധ്യായം ഞാൻ വായിച്ചു മുഴുമിപ്പിച്ചെങ്കിലും പക്ഷേ, എനിക്കെന്തോ നോട്ടെടുക്കാൻ പറ്റാത്ത മാനസികാവസ്ഥ. മർദനമേറ്റ് മരണത്തെ പുൽകാൻ നിന്ന ഭർത്താവ് പ്രേമോഭാരകടാക്ഷത്തോടെ ഭാര്യക്ക് വിടനൽകിയതും...... നാസി തടവറയിലെ പൈശാചികത്വവുമെല്ലാം എന്റെ മനസിൽ നീറ്റലുണ്ടാക്കി. നോട്ട് കുറിച്ചെടുക്കണോ.....വേണ്ടാ..... അത് അതേ വികാരത്തോടെ കടലാസിൽ പകർത്താൻ ഞാൻ അശക്തനായിരുന്നു......... അത് മനസിൽ തന്നെ കുറിച്ചിട്ടാൽ മതിയെന്ന് ഞാൻ സമാശ്വസിച്ചു.

21

അടിയന്തരാവസ്ഥക്കാലത്തെ ഒളിവുജീവിതം

എന്റെ അവസാനഘട്ട ഒളിവുജീവിതം ഇവിടെ തുടങ്ങുകയായി. 1975 ജൂൺ 26. രാഷ്ട്രപതി ഇന്ത്യയിൽ അടിയന്തരാവസ്ഥ പ്രഖ്യാപിച്ചു. ജയപ്രകാശ് നാരായണൻ തുടങ്ങിയ ദേശീയനേതാക്കളെ കൽത്തുറുങ്കിലടച്ചു. പ്രതിപക്ഷനേതാക്കൾ മുഴുവൻ ജയിലിലായി. അടിയന്തരാവസ്ഥാ പ്രഖ്യാപനം വന്ന അന്നുതന്നെ ഞാൻ വീണ്ടും ഒളിവിൽപ്പോയി.

രണ്ട് പതിറ്റാണ്ടുകൾക്കു മുമ്പത്തെ ആ അടിയന്തരാവസ്ഥാ പ്രഖ്യാപത്തിന് വഴിവെച്ച സാഹചര്യങ്ങളെക്കുറിച്ച് അൽപ്പം. 1975 ജൂൺ 12. ഇന്ദിരാഗാന്ധിയുടെ തിരഞ്ഞെടുപ്പ് അലഹബാദ് ഹൈക്കോടതി അസാധുവാക്കി. സുപ്രീം കോടതി ഒരു താൽക്കാലിക സ്റ്റേ നൽകി. കമ്യൂണിസ്റ്റുപാർട്ടി അടങ്ങിയിരുന്നില്ല. ഇന്ദിരാഗാന്ധിയുടെ രാജി ആവശ്യപ്പെട്ട് അവർ പ്രക്ഷോഭത്തിന് നാന്ദികുറിച്ചു. കോൺഗ്രസൊഴികെ മറ്റെല്ലാം പാർട്ടികൾക്കും ആ പ്രക്ഷോഭത്തിനു നേരെ കണ്ണടയ്ക്കാൻ കഴിയില്ലെന്ന സ്ഥിതിയായി. ജയപ്രകാശ് നാരായണന്റെ നേതൃത്വത്തിൽ അവർ ദേശീയ പ്രക്ഷോഭത്തിന് തുടക്കം കുറിച്ചു. അതിനെ നേരിടാൻ സർക്കാർ കൈക്കൊണ്ട അടിച്ചമർത്തലിന്റെ മറ്റൊരു രൂപമായിരുന്നു അടിയന്തരാവസ്ഥാ പ്രഖ്യാപനം.

അടിച്ചമർത്തലിന്റെയും മർദനപരമ്പരകളുടെയും ഗുണ്ടാവിളയാട്ടത്തിന്റെയും ഞെട്ടിക്കുന്ന കാലഘട്ടമായിരുന്നു അത്. അടിയന്തരാവസ്ഥയുടെ മറവിൽ തങ്ങൾക്കാവശ്യമുള്ള ഏത് ബില്ലും ഭരണഘടനാ ഭേദഗതിയും പാർലമെന്റിൽ കൊണ്ടുവരാൻ ഇന്ദിരാഗാന്ധിക്ക് ഒരു മടിയുമുണ്ടായില്ല. ആരെ വേണമെങ്കിലും തോന്നിയപോലെ കസ്റ്റഡിയിലെടുക്കാം, ജയിലിലടയ്ക്കാം, കൊല്ലാക്കൊല ചെയ്യാം, അതായിരുന്നു അടിയന്തരാവസ്ഥയുടെ കറുത്ത ദിനങ്ങളിൽ നടന്നത്.

അന്ന് ഞാൻ പാർട്ടി സെക്രട്ടറിയായിരുന്നു. പാർട്ടിയിലെ പ്രധാനപ്പെട്ട പല സഖാക്കളും അന്ന് ഒളിവിലായിരുന്നു.

ഈ ഓർമക്കുറിപ്പുകളുടെ തുടക്കത്തിൽ സൂചിപ്പിച്ച ഒരു കാര്യം ഞാനിവിടെ ആവർത്തിക്കുകയാണ്. മലബാർമേഖലയിലെ എന്റെ ഒളിവു ജീവിതകാലത്ത് ഞാൻ താണ്ടിയ കാടുകൾക്കും മലകൾക്കും കുന്നുകൾക്കും കണക്കില്ല. മരം കയറലിനെക്കാൾ ബുദ്ധിമുട്ടുനിറഞ്ഞ മലകയറ്റം ഞാനെത്ര നടത്തി.

തിരുവിതാംകൂറിലെ ഒളിവുജീവിതഘട്ടമായപ്പോൾ സാഹചര്യങ്ങൾ ഒന്നുകൂടി മാറി. അന്ന് വള്ളത്തിലും ബസിലുമായിരുന്നു യാത്ര. മൂന്നാം ഘട്ടമായ അടിയന്തരാവസ്ഥയിൽ കാറിലെ യാത്രയായിരുന്നു കൂടുതലും.

ഈ ഒളിവുജീവിതത്തിന് മറ്റു രണ്ട് ഘട്ടങ്ങളിലേതിൽനിന്നും തികച്ചും വ്യത്യസ്തതയുണ്ട്. പതിറ്റാണ്ടുകൾ വരുത്തിയ മാറ്റവും കൈവരിച്ച നേട്ടങ്ങളും തന്നെയാണ് അതിൽ പ്രധാനവും. അന്ന് രഹസ്യസംഘടന കെട്ടിപ്പടുക്കാനും അതിന് ഗ്രാമ ഗ്രാമാന്തരങ്ങളിൽ വിത്തുപാകാനും വേണ്ടിയാണ് വനവാസം നയിച്ചതും രാവുകൾ പകലാക്കി പ്രവർത്തിച്ചതുമെങ്കിൽ ഇന്ന് അതിന്റെ ഫലമായി വളർന്നുപന്തലിച്ച ആ വടവൃക്ഷത്തെ പോറലേൽക്കാതെ സംരക്ഷിക്കുന്നതിനുവേണ്ടിയായിരുന്നു. പാർട്ടി എന്ന മഹാവൃക്ഷത്തെ ഒരു പോറലുമേൽപ്പിക്കാൻ ശത്രുവർഗത്തെ അനുവദിക്കില്ലെന്ന ദൃഢപ്രതിജ്ഞയുമായി ലക്ഷങ്ങൾ പിന്നിൽനിന്ന് കരുത്തേകി.

രാജ്യം മുഴുവൻ വളർന്നു പന്തലിച്ച ഒരു പ്രസ്ഥാനവും അങ്ങോളമിങ്ങോളം സഖാക്കളുമുള്ളതുകൊണ്ട് ഒളിവിൽ കഴിയുകയെന്നത് എന്നെപ്പോലുള്ള ഒരാൾക്ക് പ്രശ്നമല്ലായിരുന്നു. പക്ഷേ, അങ്ങേയറ്റം കഷ്ടപ്പാട് നിറഞ്ഞതായിരുന്നു ഈ കാലഘട്ടം. കോൺഗ്രസുകാർ നാട്ടിലൊരു സമാന്തര പൊലീസ്സേന തന്നെ ഉണ്ടാക്കിയിരുന്നു. കമ്യൂണിസ്റ്റു പാർട്ടി പ്രവർത്തകരോ നക്സലൈറ്റുകളോ പുരോഗമനാശയവാദികളോ ആയ ചെറുപ്പക്കാരെല്ലാം വേട്ടയാടപ്പെട്ടു. അറസ്റ്റിലായവർ അങ്ങേയറ്റം പീഡിപ്പിക്കപ്പെട്ടു. എഞ്ചിനീയറിങ് വിദ്യാർഥിയായ രാജൻ കക്കയം ക്യാമ്പിൽ മരിച്ച ആ ഭീകരസംഭവം നമ്മിൽ എത്രപേർക്കു മറക്കാനാവും?

മുഹമ്മയിൽനിന്ന് എറണാകുളത്തേക്കുള്ള യാത്രക്കിടയിലായിരുന്നു ഇക്കാലത്ത് ആദ്യമായി പൊലീസിന്റെ വായിൽപ്പെട്ടത്. എ കെ ജി സുഖമില്ലാതെ മുഹമ്മയിൽ കഴിയുകയായിരുന്നു. അദ്ദേഹത്തെ കണ്ട് മാർഗനിർദേശങ്ങൾതേടി ഞങ്ങൾ കാറിൽ കൊച്ചിയിലേക്ക് മടങ്ങുകയായിരുന്നു. എന്റെകൂടെ മറ്റ് രണ്ട് സഖാക്കളുമുണ്ടായിരുന്നു. അരുക്കുറ്റി പാലത്തിൽവെച്ച് പൊലീസുകാർ വാഹനം പരിശോധനക്കായി തടഞ്ഞു. അയാൾ പേര് ചോദിച്ചു. ഞാനന്നേരം വായിൽ തോന്നിയൊരു പേര് പറഞ്ഞു. അതെന്തായിരുന്നുവെന്ന് ഇന്നെനിക്ക്

ഓർമയില്ല. എ കെ ജിയുടെ രോഗവിവരം അന്വേഷിച്ച് മടങ്ങുന്നവരാണെന്നും പറഞ്ഞു. പക്ഷേ, അവർക്ക് മറുപടി അത്ര പിടിച്ചില്ലെങ്കിലും ബുദ്ധിമുട്ടിക്കാതെ വെറുതെവിട്ടു.

എവിടെപ്പോയാലും പൊലീസ് വലവിരിച്ചിട്ടുണ്ടെങ്കിൽ അതപ്പോൾത്തന്നെ അറിയാനുള്ള ഒരു പ്രത്യേക സംവിധാനം തന്നെ ഏർപ്പെടുത്തുന്നതിൽ സഖാക്കൾ കാട്ടിയ ജാഗരൂകതയാണ് ഇതിനെയെല്ലാം അതിജീവിക്കാനുള്ള കരുത്തും ആവേശവും എന്നും നൽകിപ്പോന്നത്. ഇതിനിടയിൽ പല വീടുകളിലും ഒളിവിൽ താമസിച്ചു.

എന്റെ ഓർമയിൽ പച്ചപിടിച്ചു നിൽക്കുന്നതും സാമൂഹ്യവ്യവസ്ഥയെപ്പറ്റി ഏറെ ചിന്തിക്കാൻ എനിക്ക് അവസരമുണ്ടാക്കിത്തന്നതുമായിരുന്നു തിരുവനന്തപുരം, കൊല്ലം ജില്ലകളിലെ ഒന്നുരണ്ട് വീടുകളിൽ എനിക്കുണ്ടായ അനുഭവം.

നമുക്കുചുറ്റും നാം കാണാതെ പോകുന്ന അല്ലെങ്കിൽ കണ്ടാലും വേണ്ടത്ര ചിന്തിക്കാതെപോകുന്ന ഒരുപിടി കാര്യങ്ങളുണ്ട്. ജീവിതത്തിന്റെ തിരക്കിൽ നിന്നൊഴിഞ്ഞ് അത്തരം കാര്യങ്ങളെക്കുറിച്ച് വിശകലനം നടത്താൻ നാം സമയം കണ്ടെത്താറില്ലെന്നത് മറ്റൊരു കാര്യം. കർമനിരതമായ ജീവിതത്തിനിടയിൽ വീണുകിട്ടുന്ന ഏകാന്തതയുടെ നിമിഷങ്ങൾക്ക് ധന്യത കൂടുമല്ലോ. അത്തരം സന്ദർഭങ്ങളിൽ എനിക്ക് കിട്ടിയ ചില അറിവുകളും അതിനെക്കുറിച്ചുള്ള എന്റെ അൽപ്പം വിശകലനവുമിതാ:

നെയ്യാറ്റിൻകരയിലെ ഒരു അഭിഭാഷകന്റെ വീട്ടിലായിരുന്നു ഞാനന്ന് താമസിച്ചത്. ചില ദിവസങ്ങളിൽ എന്നോടൊപ്പം പുത്തലത്ത് നാരായണനുമുണ്ടാവും.

അവിവാഹിതനാണ് വക്കീൽ. അദ്ദേഹത്തിന്റെ അവിടത്തെ സഹായി അരിവെപ്പുകാരൻ രാമൻനായരും. ഏകദേശം അമ്പത്തഞ്ച് വയസുവരുന്ന ഒരു പാവം മനുഷ്യൻ. രാവിലെ വക്കീൽ പോയിക്കഴിഞ്ഞാൽ ഞാൻ രാമൻനായരുമായി നാട്ടുകാര്യങ്ങൾ സംസാരിക്കും. ഒളിവിൽ താമസിക്കുന്ന ആളാണ് ഞാനെന്ന് അദ്ദേഹത്തിനറിയാം. വിളവൻകോട് ഭാഗത്താണ് രാമൻനായരുടെ സ്വദേശം. ഇവിടെ പാചകക്കാരനായി ജോലിചെയ്ത് കുടുംബം പുലർത്തുന്നു പാവം രാമൻനായർ. പല ദിവസവും ഞാൻ ആ മനുഷ്യനെപ്പറ്റി ആലോചിച്ചു.

ഒരുദിവസം ഉച്ചക്ക് ഞങ്ങൾ കുറെ സംസാരിച്ചു. കുടുംബബന്ധങ്ങളെപ്പറ്റിയായിരുന്നു ഏറെയും സംസാരിച്ചത്. ഭാര്യയും കുട്ടികളും അമ്മയുമെല്ലാം സംസാരവിഷയമായി. അദ്ദേഹം എല്ലാറ്റിനും മറുപടി പറഞ്ഞു. "ഭാര്യവീട്ടിൽ പോകണ്ടേ.....? കുട്ടികളെ സംരക്ഷിക്കേണ്ടേ?" എന്ന ചോദ്യങ്ങൾക്ക് അദ്ദേഹത്തിന്റെ മറുപടി എന്നെ ആശ്ചര്യപ്പെടുത്തി. "മാസത്തിൽ ഒരാഴ്ച ചെല്ലും; കുട്ടികളെ കാണും; നാലുപേരാണ് കുട്ടികൾ" രാമൻനായർ പറഞ്ഞു.

അപ്പോൾ ഇവിടെ പണിയെടുക്കാത്ത മറ്റുദിവസങ്ങളിൽ അദ്ദേഹം

എവിടെപ്പോകും? പല സ്ഥലങ്ങളിലായി ചുറ്റിക്കറങ്ങുമോ? സഹോദരങ്ങളെപ്പറ്റിയും ഞാൻ ചോദിച്ചു. അപ്പോഴാണ് ബഹുഭർതൃത്വത്തെക്കുറിച്ച് എനിക്ക് ബോധ്യമായത്.

ആ കുടുംബത്തിന്റെ ചരിത്രമിതാണ്. അദ്ദേഹത്തിനും അനുജനുംകൂടി ഒരു ഭാര്യ. സെക്രട്ടേറിയറ്റ് ഉദ്യോഗസ്ഥനാണ് അനുജൻ. രാമൻനായർ ഒരാഴ്ച വീട്ടിലുണ്ടാകുമ്പോൾ അനുജൻ ഉണ്ടാവില്ല. ഒരുതരം ഷിഫ്ട് തന്നെയാണിതും. സഹധർമിണിയോടൊപ്പം സഹവസിക്കുന്നതിൽ സഹോദരൻമാർ ഇരുവരും തികഞ്ഞ സഹവർത്തിത്വം പുലർത്തിയിരുന്നു.

ഒരു സ്ത്രീക്ക് രണ്ട് ഭർത്താക്കൻമാരുണ്ടാകാമോ എന്ന ചോദ്യത്തിന് തിരുവനന്തപുരം, കൊല്ലം ജില്ലകളിൽ പല സ്ഥലങ്ങളിലും അത്തരം ബന്ധങ്ങൾ ഉണ്ടായിരുന്നുവെന്നാണ് ഉത്തരം ലഭിക്കുക. സ്വത്ത് വീതംവെച്ച് പോകാതിരിക്കാനും സ്വകാര്യസ്വത്ത് കുന്നുകൂട്ടാനും വേണ്ടിയുള്ള പ്രവണതയാണത്രെ ഇതിന് പ്രേരിപ്പിക്കുന്നത്.

തമിഴ്നാട്ടിലും തിരുവനന്തപുരം ജില്ലയിലെ തെക്കുകിഴക്കൻ മേഖലകളിലും ഇത്തരം സംഭവങ്ങൾ സാധാരണമാണ്. ഇന്നത് കുറഞ്ഞുവരുന്നു. പാഞ്ചാലിയുടെ കാലഘട്ടത്തെയാണ് ഇത് അനുസ്മരിപ്പിക്കുന്നത്. പ്രാചീന ഭാരതത്തിൽ അത്തരം വൈവാഹിക ജീവിതം സർവസാധാരണമാണെന്ന് പറയപ്പെടുന്നു.

തെക്കൻ ജില്ലകളിലെ നായർ-ഈഴവ കുടുംബങ്ങളിലാണ് ഈ പ്രവണത ഏറെയും കണ്ടിരുന്നത്. കൊല്ലം ജില്ലയിലെ ഒരു വീട്ടിലേക്ക് നമുക്ക് പോകാം!

അടിയന്തരാവസ്ഥയുടെ ഘട്ടം, ഒരു വീട്ടിൽ ഞാൻ ഒളിവിൽ പാർക്കുകയാണ്. അന്ന് എന്റെകൂടെ പി കെ കുഞ്ഞച്ചനുമുണ്ടായിരുന്നു. ഇന്ന് അദ്ദേഹം ജീവിച്ചിരിപ്പില്ല. മൂന്ന് നാളുകൾ ഞങ്ങൾ ആ വീട്ടിൽ പാർത്തു. അവിടത്തെ അംഗങ്ങളെപ്പറ്റി അറിയാനുള്ള ആഗ്രഹം എനിക്കുണ്ടായി. വീട്ടുകാരുമായി ബന്ധപ്പെട്ട് സ്ഥിതിഗതികൾ മനസിലാക്കുകതന്നെ, മനസിലുറച്ചു.

കുട്ടികൾ മൂന്നുനാലുപേരെ അവിടെ കണ്ടു. അവരുടെ അച്ഛനമ്മമാരെപ്പറ്റി ഞാൻ തിരക്കി. അപ്പോഴാണ് നെയ്യാറ്റിൻകരയിലേതിന്റെ ബാക്കിയാണ് ഇവിടത്തെയും സ്ഥിതിയെന്ന് വ്യക്തമായത്. ഒരു പ്രായമായ സ്ത്രീയായിരുന്നു കുടുംബകാര്യങ്ങൾ കൈകാര്യം ചെയ്തിരുന്നത്.

എന്നെ സംബന്ധിച്ചിടത്തോളം ആശ്ചര്യകരമായ മൂന്നാമത്തെ അനുഭവമായിരുന്നു അത്. പ്രാചീനകാലത്തെ ചില സമ്പ്രദായങ്ങൾ ഇന്നും നിലനിൽക്കുന്നുണ്ടെന്ന് എനിക്ക് മനസിലായി. ജ്യേഷ്ഠാനുജൻമാർക്ക് ഒരു ഭാര്യ എന്ന തത്വം നടപ്പിലാക്കുന്ന സമ്പ്രദായംതന്നെ അതിന് തെളിവല്ലെ? അതൊരു ദുരാചാരമായി പലരും കണക്കാക്കുന്നില്ല എന്നാണ് തിരുവനന്തപുരം ജില്ലയിൽ ഒന്നിലധികം വീടുകളിലെ അനുഭവവും

കൊല്ലം ജില്ലയിലെ അനുഭവവും ചൂണ്ടിക്കാട്ടുന്നത്. ഈ സമ്പ്രദായം നരവംശശാസ്ത്രജ്ഞരുടെ ഗവേഷണവിഷയങ്ങളിൽപ്പെടുന്നുണ്ടെന്നാണ് ഞാൻ മനസിലാക്കിയിട്ടുള്ളത്.

ആധുനികയുഗത്തിൽ മറ്റ് പ്രാചീന ആചാരാനുഷ്ഠാനങ്ങൾ കുഴിച്ചുമൂടുമ്പോഴും ഇതിനെന്താ ഒരു മാറ്റം വരാത്തത്? *മഹാഭാരതത്തിലെ പാഞ്ചാലിക്ക്* അഞ്ച് ഭർത്താക്കൻമാരുടെ ഭാര്യയായി ജീവിക്കേണ്ടിവന്നുവെങ്കിൽ ആധുനികയുഗത്തിലും രണ്ട് ഭർത്താക്കൻമാരുടെ ഭാര്യയായി ജീവിക്കാൻ വിധിക്കപ്പെട്ട സ്ത്രീകൾ വിരളമല്ല. തന്റെ കുട്ടികളുടെ പിതാവ് ആരെന്ന് വ്യക്തമായി നിർണയിക്കാനാവാത്ത സാഹചര്യം ഒരു സ്ത്രീയെ സംബന്ധിച്ചിടത്തോളം വേദനാജനകമല്ലേ? എന്താണ് അടിസ്ഥാനപരമായി ഇതിന് പിന്നിൽ? കുടുംബസ്വത്ത് നഷ്ടപ്പെടാതിരിക്കുക എന്നതുപോലെതന്നെ സ്ത്രീയെ തോന്നിയപോലെ ഉപയോഗിക്കുക എന്ന പുരുഷന്റെ സമീപനമല്ലേ?

തായവകാശം തുടച്ചുമാറ്റപ്പെട്ടത് സ്ത്രീവർഗത്തിന് സംഭവിച്ച ചരിത്രത്തിലെ ഏറ്റവും വലിയ തോൽവിയായിരുന്നു. പുരുഷൻ വീട്ടിനകത്തെ ഭരണവുംകൂടി കൈയടക്കി. പുരുഷന്റെ കാമവെറിയുടെ ഇരയായി, സന്താനോൽപ്പാദനത്തിനുള്ള വെറും ഉപകരണമായി സ്ത്രീ തരംതാഴ്ത്തപ്പെടുന്നുവെന്നതല്ലേ ഇവിടെ കാണുന്നത്?

ബഹുഭാര്യാത്വവുമായി തട്ടിച്ചുനോക്കുമ്പോൾ ഇതെത്രയോ ഭേദമാണെന്നാണ് *കുടുംബം, സ്വകാര്യ സ്വത്ത്, ഭരണകൂടം എന്നിവയുടെ ഉത്ഭവത്തിൽ എംഗൽസ്* പറഞ്ഞിട്ടുള്ളത്. അദ്ദേഹം പറഞ്ഞു:

> ബഹുഭർതൃത്വത്തിന്റെ ഒറ്റപ്പെട്ട ഉദാഹരണങ്ങൾ ഇന്ത്യയിലും തിബത്തിലും കാണാവുന്നതാണ്. സംഘവിവാഹത്തിൽ നിന്നുള്ള ഇതിന്റെ ഉൽപ്പത്തിയെക്കുറിച്ച് കൂടുതൽ പഠനം ആവശ്യമാണ്. എങ്കിലും മുഹമ്മദീയരുടെ അസൂയാകലുഷിതമായ ഭാര്യാസമാഹാരവുമായി തട്ടിച്ചുനോക്കുമ്പോൾ ഇത് എത്രയോ ഭേദമാണ്. ഇന്ത്യയിലെ നായൻമാർക്കിടയിലെങ്കിലും മൂന്നോ നാലോ പേർക്ക് ഒരു ഭാര്യ മാത്രമുള്ള ബഹുഭർതൃത്വസമ്പ്രദായം നിലവിലുണ്ട്. പക്ഷേ, ഈ പുരുഷൻമാരിൽ ഓരോരുത്തർക്കും മറ്റ് മൂന്നോ നാലോ പേർക്കുംകൂടി മറ്റൊരു പൊതുഭാര്യ, ഇനിയും വേറെ മൂന്നോ നാലോ പേർക്കുകൂടി മൂന്നാമതൊരു ഭാര്യ: അങ്ങനെ ഭാര്യമാരുടെ ഒരു നിരതന്നെ ഉണ്ടായിരിക്കും.

ഇത് ബഹുഭർതൃത്വമാണെങ്കിൽ ബഹുഭാര്യാ സമ്പ്രദായവും നിലവിലുണ്ട്. ഇത് ഹിന്ദുകുടുംബങ്ങളിലും മുസ്ലിം കുടുംബങ്ങളിലും കാണാം. ഹിന്ദു സമുദായത്തിൽ മൊത്തത്തിലും നമ്പൂതിരി സമുദായത്തിലും ഇത് താരതമ്യേന കുറവാണ്; നേരെമറിച്ചാണ് മുസ്ലീം സമുദായത്തിൽ.

ഒളിവു ജീവിതകാലത്ത് മുസ്ലീം കുടുംബങ്ങളിലും ഞാൻ താമസിച്ചിട്ടുണ്ട്. അവരുടെ ഭാര്യാഭർതൃബന്ധത്തെപ്പറ്റി നേരിട്ട് ഞാൻ മനസിലാക്കിയിട്ടുണ്ട്. നാലു കെട്ടാൻ മതം അനുവദിക്കുന്നുണ്ട് എന്ന പ്രചാരണം ഉണ്ടെങ്കിലും ഒന്നിലധികം ഭാര്യമാരെ വെച്ചു പുലർത്തുന്ന ആ പ്രവണതയെക്കുറിച്ച് വിലയിരുത്താൻ ഞാൻ തയാറല്ല. ഏതായാലും ഒന്നിലധികം ഭാര്യമാരെ പോറ്റുന്ന നിരവധി മുസ്ലീം പ്രമാണിമാർ നമ്മുടെ നാട്ടിലുണ്ട്.

അങ്ങനെ കുടുംബബന്ധങ്ങളെപ്പറ്റി ഗവേഷണം നടത്തുകയാണെങ്കിൽ നമ്മുടെ നാട്ടിൽ ബഹുഭാര്യാത്വവും ബഹുഭർതൃത്വവും ഇന്നും നടമാടുന്നു എന്ന മനസിലാക്കാം.

എംഗൽസ് തന്നെ പറഞ്ഞിട്ടുണ്ട്:

> ഏകഭാര്യാത്വത്തിലേക്ക് കടക്കുന്നതിനുമുമ്പ് ബഹുഭാര്യാത്വത്തെയും ബഹുഭർതൃത്വത്തെയുംക്കുറിച്ച് അൽപ്പം ചിലതുകൂടി പറഞ്ഞുവെക്കേണ്ടതുണ്ട്. തായവകാശം കടപുഴകിയതോടുകൂടി രൂപമെടുത്തവയാണിവ. ഒരിക്കലും ഇവയ്ക്ക് പ്രചുരപ്രചാരം ഉണ്ടായിരുന്നില്ല. ചരിത്രത്തിന്റെ കൗതുകസൃഷ്ടികൾ എന്നുമാത്രം ഇവയെ വിശേഷിപ്പിക്കാം. ബഹുഭാര്യാത്വം പുരുഷനെ സംബന്ധിച്ചിടത്തോളം അടിമത്വത്തിന്റെ സൃഷ്ടിയായിരുന്നു. ഒറ്റയ്ക്കും തെറ്റയ്ക്കും മാത്രമേ അത് നിലനിൽക്കുകയും ചെയ്തിരുന്നുള്ളൂ..... ധനവാൻമാർക്കും മാടമ്പികൾക്കും മാത്രം പറഞ്ഞിട്ടുള്ള ഒരു സൗഭാഗ്യമാണ് ബഹുഭാര്യാത്വം. ജനഭൂരിപക്ഷം ഏകഭാര്യാത്വത്തിൽ കഴിയുമ്പോൾ ഈ ആളുകൾ ഏറിയകൂറും വിലയ്ക്കുവാങ്ങിയ അടിമപ്പെണ്ണുങ്ങളടങ്ങുന്ന ഭാര്യാസംഘങ്ങളെ പുലർത്തുന്നു..... (*കുടുംബം, സ്വകാര്യ സ്വത്ത്, ഭരണകൂടം എന്നിവയുടെ ഉത്ഭവം*)

എന്നാൽ ഇതുമാത്രമല്ല, ഇന്ത്യയുടെ മറ്റു പല ഭാഗങ്ങളിലും വൈവാഹികജീവിതത്തെപ്പറ്റി അത്യധികം രസകരങ്ങളായ അനുഭവങ്ങളുണ്ട്. രാജസ്ഥാനിൽ നാലു വയസുകാരിയെ പത്തു വയസുകാരൻ ആഘോഷപൂർവം വിവാഹം കഴിക്കുന്ന വാർത്തകളും ചിത്രങ്ങളും ഇന്നും പത്രപംക്തികളിൽ സ്ഥാനം പിടിക്കാറുണ്ട്. ബാലവിവാഹസമ്പ്രദായം ഇന്നും അവിടെ തുടരുന്നുണ്ട് എന്നല്ലേ ഇത് കാണിക്കുന്നത്? നിയമവിരുദ്ധമാണിതെങ്കിലും അത് ഇന്നും നിലനിൽക്കുന്നുവെന്നു മാത്രമല്ല അതൊരു ആചാരമായി കണക്കാക്കിപ്പോരുകയും ചെയ്യുന്നു എന്നതാണ് വസ്തുത.

ഈ വിവാഹകുടുംബസമ്പ്രദായങ്ങൾക്കെല്ലാം അടിസ്ഥാനപരമായ ചില പ്രശ്നങ്ങളുണ്ടെന്നാണ് ഞാൻ കണക്കാക്കുന്നത്. സാമ്പത്തികബന്ധങ്ങളും കാർഷികജീവിതവുമാണ് അതിലെ പ്രധാന ഘടക

ങ്ങൾ. കേരളത്തിലെ ബഹുഭർതൃത്വ സമ്പ്രദായത്തിന്റെ നിർണായക ഘടകം ആ കുടുംബത്തിന്റെ സാമ്പത്തിക അടിയുറപ്പും ഫ്യൂഡൽ ബന്ധങ്ങളുമാണ്. അധികവും കാർഷികമേഖലയിലാണ് ആ സമ്പ്രദായം കണ്ടുവരുന്നത്. നാടുവാഴി ജൻമിത്വവും അടിമസമ്പ്രദായവും കൃഷിക്കാരെ പടുകുഴിയിലേക്ക് തള്ളിവിടുന്ന ഘട്ടത്തിൽ ഭൂമിയുടെയും സ്വത്തിന്റെയും അടിസ്ഥാനത്തിലുള്ള കുടുംബത്തിന് സാമ്പത്തിക ഭദ്രതയോടെ ജീവിക്കാനുള്ള ത്വരയുണ്ടാകുന്നു. അങ്ങനെയാണ് ജ്യേഷ്ഠനും അനുജനുംകൂടി ഒരു ഭാര്യയെ വെച്ചുപുലർത്തുക എന്ന ഒരാശയംതന്നെ ഉടലെടുക്കുന്നത്. സ്വത്തുണ്ടാക്കുന്നതിനും സംരക്ഷിക്കുന്നതിനും ഇത് സഹായകമാകും എന്ന കണക്കുകൂട്ടലാവാം ഇതിന് പിന്നിൽ.

രണ്ടുപേരും അധ്വാനിച്ചുണ്ടാക്കുന്ന സ്വത്ത് ഒരു കൂരയ്ക്കുകീഴെ നിക്ഷിപ്തമാവുന്നു. പരസ്പര ധാരണയുണ്ടെങ്കിൽ ഭാര്യയുടെ പേരിലുള്ള തർക്കങ്ങളോ വഴക്കുകളോ ഉണ്ടാവുന്നില്ല. ഞാൻ നേരത്തെ സൂചിപ്പിച്ചതുപോലെ ഒരു ഷിഫ്ട് സമ്പ്രദായത്തിനുകീഴിൽ കാര്യങ്ങൾ സുഗമമായി നടത്തിപ്പോവുകയും ചെയ്യാം.

എന്നാൽ വിദ്യാഭ്യാസരംഗത്ത് കൈവന്ന സാർവത്രികതയോടൊപ്പം വ്യാവസായിക വളർച്ചയിലും മാറ്റങ്ങൾവന്നു. ഈ രംഗങ്ങളിലും മാറ്റം സാമൂഹ്യമാറ്റത്തിന് വഴിതെളിച്ചു. ഇതോടെ കുടുംബാംഗങ്ങളിലും മൗലികമായ മാറ്റംവന്നു. സ്ത്രീകൾ വിദ്യാഭ്യാസം നേടിയതോടെ ഒന്നിലധികം ഭർത്താക്കൻമാരോടൊത്തുള്ള കുടുംബജീവിതം നയിക്കാൻ അവർ ഇഷ്ടപ്പെടാതെയായി. അതോടെ ബഹുഭർതൃത്വം നിലനിൽക്കുന്ന കുടുംബങ്ങളുടെ എണ്ണവും കുറഞ്ഞുവന്നു. അങ്ങനെ കാർഷികപരിഷ്കരണവും വ്യാവസായികവളർച്ചയും വിദ്യാഭ്യാസ നവോത്ഥാനവും കുടുംബജീവിതത്തിൽ മൗലികമായ മാറ്റം വരുത്തി. ഇത്തരം വാദങ്ങൾ നേരിട്ട് മനസിലാക്കാൻ വിവിധ ഘട്ടങ്ങളിലെ ഒളിവു ജീവിതം എനിക്ക് സഹായകമായി. ഇത് സംബന്ധിച്ച് പല അനുഭവപാഠങ്ങളും ലഭിച്ചു.

പുസ്തകങ്ങൾ മാത്രമല്ല, അനുഭവങ്ങളിലൂടെയും സാമൂഹ്യമാറ്റങ്ങൾ കൂടുതൽ മനസിലാക്കാൻ കഴിഞ്ഞു.

22

ചാരിതാർത്ഥ്യത്തോടെ

ഭാരിച്ച ഉത്തരവാദിത്വങ്ങൾ ഏറ്റെടുത്ത് നടത്തേണ്ട ഒരു കാലഘട്ടമായിരുന്നു അടിയന്തരാവസ്ഥയിലെ ഒളിവുജീവിതമെന്ന് പറഞ്ഞല്ലോ. പ്രകൃതിയുടെ വരദാനങ്ങൾ കണ്ടും ആസ്വാദിച്ചും വനാന്തരങ്ങളിലും പുൽമേടുകളിലും രാവും പകലും കഴിച്ചുകൂട്ടിയ ആ കാലത്തിനറുതിവന്നുകഴിഞ്ഞു. സാഹചര്യങ്ങളിൽ വന്ന മാറ്റങ്ങൾ അതിനനുസരിച്ച് മുന്നോട്ടുനീങ്ങേണ്ട സ്ഥിതി സംജാതമാക്കി. അടിയന്തരാവസ്ഥക്കാലത്ത് കൂടുതലും കാറുപയോഗിച്ചുള്ള യാത്രയായിരുന്നുവെന്ന് ഞാൻ മുമ്പെതന്നെ സൂചിപ്പിച്ചുവല്ലോ.

ഒളിവിലിരുന്ന് കമ്മിറ്റികൂടി രൂപപ്പെടുത്തിയും പാകപ്പെടുത്തിയും എടുത്തതാണ് ഞങ്ങളുടെ പ്രസ്ഥാനം. പക്ഷേ, അക്കാലത്തേക്കാളൊക്കെ ബുദ്ധിമുട്ട് നിറഞ്ഞതായിരുന്നു അടിയന്തരാവസ്ഥക്കാലത്തെ പ്രവർത്തനം എന്നുപറഞ്ഞാൽ അതിലതിശയോക്തിയില്ല, അതാണ് സത്യം. ഈ ഘട്ടത്തിൽ കൊല്ലം ജില്ലാ സെക്രട്ടേറിയറ്റിന്റെ രഹസ്യയോഗം അടിയന്തരമായി സംഘടിപ്പിക്കേണ്ടിവന്നു. പത്തനംതിട്ട ജില്ലയിലെ ഒരു സ്ഥലമായിരുന്നു ഞങ്ങളന്ന് തെരഞ്ഞെടുത്തത്. എന്റെ കൂടെ ജില്ലാ സെക്രട്ടറി എൻ ശ്രീധരനും പുത്തലത്ത് നാരായണനുമുണ്ടായിരുന്നു. ഇവരിരുവരും പിന്നീട് സംസ്ഥാന സെക്രട്ടേറിയറ്റ് അംഗങ്ങളായി പ്രവർത്തിച്ചിട്ടുണ്ട്. കൊട്ടാരക്കരയിലെ വാഹനാപകടത്തിൽ എൻ എസ് കൊല്ലപ്പെട്ടത് ഇന്നും ഞെട്ടലോടെയും വേദനയോടെയും മാത്രമേ ഓർക്കാനാവൂ.

ജില്ലാ സെക്രട്ടേറിയേറ്റ് യോഗം നടക്കുകയാണ്. ഇപ്പോഴത്തെ പത്തനംതിട്ട ജില്ലാ സെക്രട്ടറി വി എസ് ചന്ദ്രശേഖരപിള്ളയും മുൻ സെക്രട്ടറി രാമകൃഷ്ണനും യോഗത്തിലുണ്ട്. രാഷ്ട്രീയ സംഘടനാകാര്യങ്ങൾ ചൂടോടെ ചർച്ചചെയ്യുകയാണ്.

ഒരു കോൺട്രാക്ടറുടെ സ്വാധീനത്തിലുള്ള വീട്ടിലായിരുന്നു ഞങ്ങൾ സമ്മേളിച്ചത്. പാവപ്പെട്ട തൊഴിലാളികളാണ് ആ വീടിന് ചുറ്റുമുള്ള താമസക്കാർ. എന്തിനാണ് ഞങ്ങളവിടെ ഒത്തുകൂടിയതെന്ന് അവർക്കറിയില്ല. പക്ഷേ, ആ പ്രത്യേക സ്ഥലത്ത് യോഗം ചേരുന്നതിൽ രഹസ്യസ്വഭാവമുണ്ടെന്ന് ചിലർക്കെല്ലാം സംശയമുണ്ടായിരുന്നു. രണ്ട് ദിവസത്തെ പരിപാടിയുമായാണ് ആ യോഗം സംഘടിപ്പിച്ചത്. പാർട്ടി രേഖകളെല്ലാം കൈവശമുണ്ട്.

ഉച്ചഭക്ഷണം കഴിഞ്ഞ് മൂന്നുനാല് മണിയോടടുത്ത സമയം. ഈ യോഗം പൊലീസ് മണത്തറിഞ്ഞിട്ടുണ്ടെന്ന് ഞങ്ങൾക്കൊരു വിവരം ലഭിച്ചു. ആ സ്ഥലത്തുനിന്ന് മാറണമെന്ന് ആലോചിച്ചുകൊണ്ടിരിക്കുന്നതിനിടയിൽത്തന്നെ ഒരു സഖാവ് ആ വാർത്തയുമായി ഓടിയെത്തി. പൊലീസ്സംഘം അടുത്തെത്തിക്കഴിഞ്ഞുവെന്നതായിരുന്നു വാർത്ത. പിന്നെ അധികം താമസിച്ചില്ല. ഞാനും പുത്തലത്തും ശ്രീധരനും അവിടെനിന്നിറങ്ങിയോടി. ഒരു മലയുടെ ചുവട്ടിലുള്ള സങ്കേതത്തിലേക്കായിരുന്നു ആ പോക്ക്. മൂന്ന് ഭാഗത്തും മലകളും റബർതോട്ടങ്ങളും. അവിടെനിന്നാലും അപകടംതന്നെ. മലകയറുകതന്നെ; ഞങ്ങളാലോചിച്ചു. പിന്നെ താമസിച്ചില്ല; പാഞ്ഞുകയറി. ഞാനും പുത്തലത്തും ഒരു ഭാഗത്തേക്കും ശ്രീധരൻ മറ്റൊരു ഭാഗത്തേക്കും വലിഞ്ഞുകയറി. റബർതോട്ടങ്ങളും അതിനപ്പുറത്ത് ഇടതിങ്ങിയ മരങ്ങളുമുള്ളതുകൊണ്ട് അതിനിടയിൽ മറഞ്ഞ ഞങ്ങളെ കാണാൻ മറ്റാർക്കും കഴിഞ്ഞില്ല. ശ്രീധരൻ ആ മലയിലൂടെ മറ്റൊരു ജില്ലയിലേക്കുതന്നെ കടന്നു. അദ്ദേഹത്തിന് എല്ലാ വഴികളും സുപരിചിതമായിരുന്നു. വഴിയറിയാത്ത ഞാനും പുത്തലത്തും മലയുടെ മുകളിൽത്തന്നെ തങ്ങി. സമയം ഏറെക്കഴിഞ്ഞു. ഇരുട്ട് വ്യാപിച്ചതോടെ ഞാനും പുത്തലത്തും മലയിറങ്ങി, നേരത്തെ സമ്മേളിച്ചിരുന്ന വീടിനെ ലക്ഷ്യമാക്കി നടന്നു. അവിടെ എത്തുമ്പോഴാണ് സംഭവങ്ങൾ അതിരസകരമായിരുന്നെന്ന് പിടികിട്ടിയത്.

വാനിലെത്തിയത് ഞങ്ങളെ പിടിക്കാൻവന്ന പൊലീസുകാരായിരുന്നില്ല. വ്യാജവാറ്റ് പിടിക്കാൻവന്ന എക്സൈസ് ഗാർഡുകളായിരുന്നു. ആ പ്രദേശം ഒരു വ്യാജവാറ്റ് കേന്ദ്രമാണെന്ന് അപ്പോഴാണ് ഞാൻ മനസിലാക്കിയത്. ഞങ്ങൾ താമസിച്ചിരുന്ന വീടൊഴികെ മറ്റെല്ലാ വീടുകളും അവർ പരിശോധിച്ചു. ഇതിനിടെ ഞങ്ങളുടെ രേഖകളെല്ലാം സഖാക്കൾ ഭദ്രമായി മാറ്റിയിരുന്നു.

വ്യാജവാറ്റ് പരിശോധനക്കെത്തിയ ഉദ്യോഗസ്ഥൻമാർ മടങ്ങിപ്പോയെങ്കിലും അവർക്ക് സംശയമുണ്ടായിരുന്നു. താമസിയാതെ പൊലീസ് എത്തുമെന്നും ഞങ്ങൾ ഊഹിച്ചു. അധികം താമസിയാതെതന്നെ ക്യാമ്പ് മാറ്റണമെന്നും സ്ഥലംവിടണമെന്നും ശ്രീധരനൊഴികെയുള്ള മറ്റ് സഖാക്കളെല്ലാം ആലോചിച്ചുറച്ചു. രാത്രിയാകുന്നതിനുമുമ്പ് ഞാനും പുത്തലത്തുംകൂടി കാറിൽ തിരുവനന്തപുരത്തേക്ക് തിരിച്ചു. അന്ന് പാർട്ടി സെക്രട്ടേറിയറ്റ് അംഗമായി പ്രവർത്തിക്കുകയായിരുന്നു

പുത്തലത്ത്. ദീർഘകാലം അദ്ദേഹം പാർട്ടി നേതൃത്വത്തിൽ പ്രവർത്തിച്ചിരുന്നു. ഒടുവിൽ അദ്ദേഹത്തിന് പാർട്ടി നടപടിക്ക് വിധേയനാകേണ്ടിയും വന്നു. ഇന്നദ്ദേഹം ജീവിച്ചിരിപ്പില്ല.

ഞങ്ങൾ തിരുവനന്തപുരത്തേക്ക് പോന്നതിൽ പിന്നീട് പൊലീസ് ആ സ്ഥലത്ത് എത്തിയതായി അറിയാൻ കഴിഞ്ഞു.

* * * * * *

പാലക്കാടായിരുന്നു അടിയന്തരാവസ്ഥയിലെ മറ്റൊരു താവളം. യോഗം ചേരാനും താമസിക്കാനുമായി ചില വീടുകൾ പാർട്ടി സഖാക്കൾ തെരഞ്ഞെടുത്തിരുന്നു. എന്നോടൊപ്പം പുത്തലത്ത് നാരായണനുമുണ്ടായിരുന്നു. രാഷ്ട്രീയ പ്രതിയോഗികളെ കിട്ടാൻ പൊലീസ് നായാടി നടക്കുന്ന ഘട്ടം. ഇടത്തരം കർഷകനായ വേലപ്പന്റെ വീട്ടിലെ മുകളിലത്തെ നിലയിലായിരുന്നു ഞങ്ങളുടെ താമസം. ആർ കൃഷ്ണനുമായിട്ടായിരുന്നു ഞാനന്ന് എല്ലാ കാര്യങ്ങൾക്കും ബന്ധപ്പെട്ടിരുന്നത്. അവിടത്തെ പാർട്ടി ചരിത്രവുമായി ഇഴപിരിക്കാനാവാത്ത ബന്ധമുള്ള നേതാവാണ് ആർ കൃഷ്ണൻ. വേലപ്പന്റെ വീട്ടിലെ താമസത്തെക്കുറിച്ച് ഞങ്ങൾക്ക് ചില സംശയങ്ങളുണ്ടായിരുന്നു; എപ്പോൾ വേണമെങ്കിലും പൊലീസിന്റെ വായിൽപ്പെട്ടേക്കുമോ എന്ന ഭയം. വേലപ്പനാണെങ്കിൽ രാവിലെ തന്നെ പാടത്തേക്ക് പോകും. സ്ത്രീകളും കുട്ടികളും മാത്രമേ വീട്ടിലുണ്ടാകാറുള്ളൂ. ഒരു ഘട്ടത്തിൽ അന്വേഷിച്ചുവരുന്നവരുടെ എണ്ണം അടിക്കടി വർധിച്ചു. പക്ഷേ, അവിടത്തെ സ്ത്രീകൾ വളരെ ജാഗരൂകരായിരുന്നു. വന്നവർക്ക് ഒരു സംശയവുമുണ്ടാകാത്ത രീതിയിൽ അവരെ പറഞ്ഞയക്കാനും ഞങ്ങളെ സംരക്ഷിക്കാനും അവർക്ക് കഴിഞ്ഞു.

ആലത്തൂരിൽ താമസിച്ച ഘട്ടത്തിൽ ഞങ്ങളെ സഹായിച്ചത് ബീഡിത്തൊഴിലാളികളായിരുന്നു. ഈ ഘട്ടത്തിൽ മണ്ണൂരിലേക്ക് താമസം മാറ്റേണ്ടിവന്നു. അവിടെ ഞങ്ങൾക്ക് സംരക്ഷണം നൽകേണ്ട ഉത്തരവാദിത്വം ഒരു ജ്യോത്സ്യൻകൂടിയായിരുന്ന സഖാവ് പണിക്കർക്കായിരുന്നു. അദ്ദേഹത്തിന്റെ തൊഴിലുതന്നെ ജ്യോത്സ്യമായിരുന്നു. പാലക്കാട് ടൗണിനടുത്തുള്ള ഒരു കെട്ടിടത്തിലായിരുന്നു പണിക്കരുടെ ആപ്പീസ്മുറി. തൊഴിലെന്നനിലക്ക് ജ്യോത്സ്യം സ്വീകരിച്ചിരുന്ന പണിക്കർ അതിനേക്കാളേറെ പ്രാധാന്യത്തോടെ പാർട്ടി പ്രവർത്തനവും നടത്തിയിരുന്നു. പാർട്ടി ഘടകം സെക്രട്ടറികൂടിയായിരുന്നു പണിക്കർ. അന്ധവിശ്വാസങ്ങൾക്ക് ഏറെ സ്വാധീനമുള്ള മേഖലയായിരുന്നു അത്. അതുകൊണ്ടുതന്നെ പണിക്കർക്ക് നല്ല വരുമാനവും ലഭിച്ചു. അത്തരം തൊഴിലെടുക്കുന്നതിന് പാർട്ടി എതിരല്ല.

പല കാര്യങ്ങളും സംസാരിച്ച കൂട്ടത്തിൽ ഇന്ദിരാഗന്ധിയുടെ ജാതകവിശേഷവും സംസാരവിഷയമായി. പൊലീസിന്റെ നരനായാട്ടും ക്രൂരമർദനവും നടക്കുന്ന കാലം. ഇന്ദിരാഗാന്ധി സ്ഥിരമായി തുടരു

മെന്ന പ്രചാരണം കത്തിനിൽക്കുന്ന കാലം. ജനങ്ങൾ ഒരതിരുവരെ അത് വിശ്വസിക്കുകയും ചെയ്തു. ഏറെ സമയത്തെ പ്രശ്നചർച്ചക്കു ശേഷം പണിക്കർ വിധിയെഴുതി; ഇന്ദിരാഗാന്ധി ഇനി അധികനാൾ അധികാരത്തിൽ തുടരില്ല. മാത്രമല്ല, 77 മെയ് മാസത്തിനപ്പുറം അവരുടെ ഭരണം നീളില്ലെന്നും പണിക്കർ പ്രവചിച്ചു. പക്ഷേ, ഞാനതിനെ ചോദ്യംചെയ്തു. നിങ്ങളുടെ ഈ പ്രശ്നം ഫലിക്കുമോ? തനിക്ക് കാണാൻ കഴിഞ്ഞ ഇന്ദിരാഗാന്ധിയുടെ ഭരണായുസ് മെയ് വരെയാണെന്ന് അദ്ദേഹം തറപ്പിച്ചുപറഞ്ഞു. ഇത് അത്രകണ്ട് ഫലിക്കുമെന്ന് ഞാൻ വിശ്വസിച്ചില്ല. എന്നാൽ മാർച്ചുമാസത്തിനുശേഷം ഇന്ദിരാഭരണം അധികകാലം നിലനിന്നില്ല എന്നതായിരുന്നു യാഥാർഥ്യം. പണിക്കർ വിധിയെഴുതി രണ്ടുമാസം കഴിഞ്ഞപ്പോൾ വന്ന തിരഞ്ഞെടുപ്പിൽ കോൺഗ്രസിന് ദയനീയ പരാജയം ഏറ്റുവാങ്ങേണ്ടിവന്നു. ഇന്ദിരക്ക് അധികാരം നഷ്ടപ്പെടുകയും ചെയ്തു. പണിക്കർ ഇപ്പോഴും ജീവിച്ചിരിപ്പുണ്ട്.

ജ്യോത്സ്യത്തിന്റെ കാര്യത്തിൽ ഏറെ പ്രാധാന്യം നൽകിയിട്ടുള്ളത് ഹിന്ദുപുരാണംതന്നെ. പരമശിവന്റെയും സുബ്രഹ്മണ്യന്റെയും കഥയറിയില്ലേ? അച്ഛൻ ഭിക്ഷയാചിക്കുമെന്ന് അച്ഛന്റെ മുഖത്തുനോക്കി ജ്യോത്സ്യവിധി പറഞ്ഞ സുബ്രഹ്മണ്യനോട് പരമശിവൻ കയർത്തുവത്രെ. നിന്റെ ജ്യോത്സ്യം ഫലിക്കാതെ പോകട്ടെയെന്ന് ശപിച്ച കോപിഷ്ഠനായ ശിവനെ അനുനയപ്പെടുത്താൻ രംഗത്തെത്തിയ പാർവതി ഒരു തീർപ്പുവ്യവസ്ഥ മുന്നോട്ടുവെച്ചത്രെ. അങ്ങനെയാണെങ്കിൽ പ്രശ്നം 'ഒട്ടൊക്കും ഒട്ടൊക്കില്ല' എന്നതാക്കാമെന്നായിരുന്നു പാർവതിയുടെ നിലപാട്. അങ്ങനെയാണ് ആദ്യശാപത്തിൽ ഭേദഗതി വരുത്തിയത്.

അടിയന്തരാവസ്ഥയിലെ എല്ലാ സംഭവങ്ങളിലേക്കും വിശദമായി കടക്കാൻ ഞാൻ ഉദ്ദേശിക്കുന്നില്ല. എങ്കിലും ഒളിവുകാല അനുഭവങ്ങൾ ഞാനീ താളുകളിൽ പകർത്തിയപ്പോൾ എന്റെ വായനക്കാരോട് നീതി പുലർത്താൻ കഴിഞ്ഞുവെന്നാണ് എന്റെ എളിയ പക്ഷം. അത് വിലയിരുത്തേണ്ടത് വായനക്കാരാണ്.

രാഷ്ട്രീയ ജീവിതത്തിനും സംഘടനാ പ്രവർത്തനത്തിനും വേണ്ട പരിശീലനം അനുഭവത്തിലൂടെ നേടിയെടുക്കാൻ എന്റെ ഒളിവുജീവിതഘട്ടങ്ങൾ വഴിയൊരുക്കിയെന്ന് ഞാനാദ്യംതന്നെ പറഞ്ഞല്ലോ.

കണ്ണൂർ, കാസർഗോഡ് ജില്ലകളിൽ പ്രവർത്തിച്ച കാലത്ത് കാർഷിക പ്രശ്നങ്ങളെപ്പറ്റി ധാരാളം പഠിച്ചു. എന്നാൽ തിരുവിതാംകൂറിലെ ഒളിവുജീവിതം എന്നെ ഏറെ സഹായിച്ചത് തൊഴിലാളിവർഗ പ്രശ്നങ്ങളും സംഘടനാപ്രശ്നങ്ങളും പഠിക്കാനാണ്. അധ്വാനിക്കുന്ന ജനവിഭാഗങ്ങളുടെ ജീവിതപ്രശ്നങ്ങളും അനുഭവസമ്പത്തും നേരിട്ട് പഠിക്കേണ്ടതുണ്ടെന്ന യാഥാർഥ്യം മനസിലാക്കാൻ ഇതെന്നെ സഹായിച്ചു.

കർഷകത്തൊഴിലാളി പ്രശ്നങ്ങൾ മാർക്സിസ്റ്റ് ഗ്രന്ഥങ്ങളിലൂ

ടെയും പ്രായോഗിക പ്രവർത്തനത്തിന്റെ അനുഭവപാഠങ്ങളിലൂടെയും ഉൾക്കൊള്ളാൻ എനിക്ക് കഴിഞ്ഞു. ഒരു യഥാർഥ കമ്യൂണിസ്റ്റുകാരന് അതാവശ്യവുമാണ്. ബൂർഷ്വാ സാമൂഹ്യവ്യവസ്ഥയുടെ ചുറ്റുപാടുകളിൽ വ്യതിയാനങ്ങളുണ്ടാകാം. ഇല്ലെന്ന് ഞാൻ അവകാശപ്പെടുന്നില്ല. പക്ഷേ, മനനത്തിനും പഠനത്തിനും ഒരു യഥാർഥ കമ്യൂണിസ്റ്റുകാരനെ സഹായിക്കുന്നത് കർഷക സമരങ്ങളും ജീവിത പോരാട്ടങ്ങളിൽനിന്നുള്ള അനുഭവസമ്പത്തുമാണ്. ഇതിനടിസ്ഥാനമായി നിൽക്കുന്നതാകട്ടെ, മാർക്സിസ്റ്റ് സൈദ്ധാന്തിക പ്രശ്നങ്ങളും.

മലബാറിലെ ചെറു ഗ്രാമമായ കല്യാശേരിയിൽനിന്നുവന്ന, മണ്ണിനെ സ്നേഹിക്കുന്ന ഗ്രാമീണനായ ഞാൻ മണ്ണിന്റെ മക്കൾക്കൊപ്പം അവരുടെ നിശ്വാസങ്ങളും ആശ്വാസങ്ങളും പേറി. അവരുടെ ഇഷ്ടങ്ങളും അനിഷ്ടങ്ങളും കണ്ടറിഞ്ഞ്, സുഖദുഃഖങ്ങൾ തിരിച്ചറിഞ്ഞ് അവരോടൊപ്പം പ്രവർത്തിച്ച നാളുകൾ കണ്ടുമുട്ടലിന്റെയും സൗഹൃദത്തിന്റെയും വേർപാടിന്റെയും നിമിഷങ്ങൾ. അവർക്കുവേണ്ടി മഹാകാര്യങ്ങളൊന്നും ചെയ്തുവെന്ന് ഞാൻ അവകാശപ്പെടുന്നില്ല. എങ്കിലും അവരെ സംഘടിതരാക്കാൻ, അവരെ മനുഷ്യരാക്കാൻ, ഒരു മഹാപ്രസ്ഥാനത്തിന്റെ ഭാഗമാക്കി അവരെ മാറ്റാൻ എന്റെ പരിമിതികൾക്കുള്ളിൽനിന്ന് പ്രവർത്തിച്ചു എന്നാണെന്റെ എളിയ പക്ഷം. എന്റെ ഓർമച്ചെപ്പിൽനിന്ന് അങ്ങിങ്ങായി ചിതറിവീണ ശകലങ്ങൾ സത്യസന്ധതയോടെ മാത്രം അവതരിപ്പിച്ചു എന്ന ചാരിതാർഥ്യം എനിക്കുണ്ട്.

9 789384 445393

Printed by Libri Plureos GmbH in Hamburg, Germany